കടലിലും കാട്ടിലും
മണലാരണ്യത്തിലും

kadalilum kattilum manalaranyathilum
travelogue
•
radhakrishnan cheruvally
•
first edition
july 2016
•
typesetting & published
chintha publishers, thiruvananthapuram
•

cover
midas
•

വിതരണം
ദേശാഭിമാനി ബുക്ക് ഹൗസ്
H O തിരുവനന്തപുരം-695 035
phone: 0471-2303026, 6063026
www.chinthapublishers.com
chinthapublishers@gmail.com

ബ്രാഞ്ചുകൾ
ഹെഡ്ഓഫീസ് ബ്രാഞ്ച് കുന്നുകുഴി • സ്റ്റാച്യു തിരുവനന്തപുരം • കെ എസ് ആർ ടി സി ബസ് സ്റ്റേഷൻ ആലപ്പുഴ • കെ എസ് ആർ ടി സി ബസ് സ്റ്റേഷൻ എറണാകുളം • മച്ചിങ്ങൽ ലെയിൻ തൃശൂർ • ഐ ജി റോഡ് കോഴിക്കോട് • മാവൂർ റോഡ് കോഴിക്കോട് • എൻ ജി ഒ യൂണിയൻ ബിൽഡിങ് കണ്ണൂർ • സെൻട്രൽ ബസ് ടെർമിനൽ കോംപ്ലക്സ് താവക്കര കണ്ണൂർ

CO - 2362 / 3899
ISBN - 978-93-86112-439

കടലിലും കാട്ടിലും മണലാരണ്യത്തിലും

യാത്ര • അനുഭവം

രാധാകൃഷ്ണൻ ചെറുവല്ലി

ചിന്ത പബ്ലിഷേഴ്സ്
തിരുവനന്തപുരം-695 035

രാധാകൃഷ്ണൻ ചെറുവല്ലി

തിരുവനന്തപുരം ജില്ലയിലെ ശ്രീകാര്യം സ്വദേശി. ചിന്ത പബ്ലിഷേഴ്സിൽ സബ് എഡിറ്റർ.

പ്രസിദ്ധീകരിച്ച കൃതികൾ: *യേശയ്യൻ* (നോവൽ), *ഒരേ വഞ്ചിയിലെ യാത്രക്കാർ*, *മദ്ധ്യദേശത്തെ ചരിത്രപഥങ്ങൾ* (യാത്രാവിവരണം), *ആണധികാരത്തിന്റെ ബലപ്രയോഗങ്ങൾ* (രാഷ്ട്രീയ സാമൂഹിക പഠനങ്ങൾ – എഡിറ്റർ), *സെല്ലുലോയ്ഡ് – ചരിത്രത്തിലില്ലാത്ത ജീവിതവും സിനിമയും* (എഡിറ്റർ – ജി പി രാമചന്ദ്രനൊപ്പം), *ചോരവീണമണ്ണിൽ– കർഷക സമരഭൂമിയിലെ സഞ്ചാരങ്ങൾ* (ടി എ രാജശേഖരൻ, രാജശശി കെ എന്നിവർക്കൊപ്പം).

ഭാര്യ	:	ആർ ശോഭനകുമാരി
മക്കൾ	:	ആർ ഉണ്ണികൃഷ്ണൻ ആർ ഹരികൃഷ്ണൻ
മരുമകൾ	:	രേഷ്മ എസ് രവീന്ദ്രൻ
മേൽവിലാസം	:	ഗ്രീഷ്മ, ജി ആർ എ – സി 44 ചെറുവല്ലി ലെയ്ൻ, ഗാന്ധിപുരം, ശ്രീകാര്യം പി ഒ, തിരുവനന്തപുരം 17
ഫോൺ	:	9447010396, 0471–2597376
e-mail	:	radhakrishnancheruvally@gmail.com

ഉള്ളടക്കം

പ്രസാധകക്കുറിപ്പ്

കേവലയാത്രയുടെ ആഖ്യാനങ്ങളല്ല ജനപഥങ്ങളിലൂടെയും പ്രകൃതിയിലൂടെയുമുള്ള യാത്രാനുഭവങ്ങളാണ് ഈ പുസ്തകത്തിൽ. അറബിക്കടലിൽ ഒറ്റപ്പെട്ടു കിടക്കുന്ന ലക്ഷദ്വീപു സമൂഹത്തിൽപ്പെട്ട അമിനി, കടമത്ത് ദ്വീപുകളിലെ ജീവിതവും രാജസ്ഥാൻ മരുപ്രദേശത്തെ അനുഭവങ്ങളും വനവൈവിദ്ധ്യങ്ങളുടെ രേഖാചിത്രവും ഈ പുസ്തകത്തിൽ വായിക്കാം.

ഇന്ത്യയിലെ ജീവിതം മാറുന്നുണ്ട് എന്ന വസ്തുത അംഗീകരിക്കുമ്പോൾത്തന്നെ ഓരങ്ങളിലേക്ക് മാറ്റിനിർത്തപ്പെട്ട കോടിക്കണക്കിന് മനുഷ്യരുടെ ജീവിതം പറയത്തക്ക മാറ്റങ്ങൾക്ക് വിധേയമാകാതെ തളം കെട്ടിക്കിടക്കുകയാണ്. കീഴാള ജീവിതങ്ങളുടെ അടയാളപ്പെടുത്തലുകൾ ഇന്ത്യൻ യാഥാർത്ഥ്യങ്ങൾക്കു നേരെ പിടിച്ച കണ്ണാടി കൂടിയാണ്. സാമ്പ്രദായിക യാത്രാക്കുറിപ്പുകളെ ഉല്ലംഘിക്കുന്ന രചന.

ചിന്ത പബ്ലിഷേഴ്സ്

മുഖവുര

പലകാലങ്ങളിലായി നടത്തിയ യാത്രകളാണ് കുറിപ്പുകളായി നിങ്ങൾക്കു മുന്നിലുള്ളത്. എല്ലാ യാത്രകളും അജ്ഞാത മനുഷ്യരിലേക്കും ഇടങ്ങളിലേക്കുമുള്ള യാത്രകളാണ്; ഒപ്പം അവനവനിലേക്കുള്ള യാത്രയും. ഓരോ യാത്രയും ഓരോ കണ്ടെത്തലാണ്; വീണ്ടെടുക്കലും. യാത്ര ഒരേസമയം ഓർമ്മയും മറവിയുമാണ്. ലക്ഷദ്വീപ് സമൂഹത്തിൽപ്പെട്ട അമിനി, അനുഭവങ്ങളുടെ പവിഴത്തുരുത്തുകളാണ് സമ്മാനിച്ചത്. 'കര'യുടെ സാംസ്കാരികാധിനിവേശത്തിന് തുടക്കം കുറിച്ച കേബിൾ ടിവി ലഭിച്ചു തുടങ്ങിയ നാളുകളിലാണ് അവിടെയെത്തിയത്. ഇനി അമിനി പഴയതുപോലെയാവില്ല. ആഗോളീകരണം എല്ലാ മനുഷ്യരെയും ഇടങ്ങളെയും ഒന്നുപോലെയാക്കിത്തീർക്കുന്നു. വൈവിദ്ധ്യങ്ങൾ മെല്ലെ മാഞ്ഞുപോവുകയാണ്. അതിരുമലയിൽ വന്യതയുടെ വിളികേട്ട് ഭയചകിതനായിക്കഴിഞ്ഞയാളും വയനാട്ടിൽ വഴികാട്ടിയായിത്തീർന്ന ഓട്ടോ ഡ്രൈവറും ജയ് സാൽമീറിൽ മരുഭൂമിയിൽ അസ്തമയസൂര്യനെ നോക്കിയിരിക്കെ കണ്ട സലിം എന്ന ബാലനും ഇന്നും ഒപ്പമുണ്ട്. വള്ളിക്കുടിലുകളും കുറ്റിച്ചെടികളും കരിയിലക്കാടും താണ്ടി ഞങ്ങൾക്കൊപ്പം വന്ന് യാത്ര പറയാതെ മടങ്ങിയ ഭവാനിയെന്ന പെൺപട്ടി പ്രകൃതിയും മനുഷ്യനും തമ്മിലുള്ള അഭേദ്യത ബോദ്ധ്യപ്പെടുത്തി. ഇന്ത്യയുടെ ഹൃദയത്തിൽ ഉണങ്ങാത്ത വ്രണംപോലെ നില്ക്കുന്ന ജാതീയതയുമായുള്ള സന്ധിപ്പുകളാണ് 'അദൃശ്യമതിലുകളിലും' 'ഒരു പ്രണയത്തിന്റെ അന്ത്യത്തിലും' രേഖപ്പെടുത്തിയിട്ടുള്ളത്. ദില്ലിയിൽ ഒരു പെൺകുട്ടി പീഡനത്തിനിരയായി മരണത്തോട് മുഖാമുഖം നിന്ന തണുത്തദിനങ്ങളിലാണ്

മഞ്ഞുതേടി പുറപ്പെട്ടത്. മഞ്ഞിൻകണികകളിൽ ചോരത്തുള്ളികൾ ഇപ്പോഴും കിനിഞ്ഞുകൊണ്ടിരിക്കുന്നു. ചില കുറിപ്പുകൾ യാത്രയെന്ന തിനേക്കാൾ അനുഭവം എന്ന ഗണത്തിൽപ്പെടുത്തുന്നതാണുചിതം. എന്നാൽ യാത്രയെന്ന മഹാ അനുഭവത്തിൽ എല്ലാം ഉൾച്ചേർന്നിരിക്കു ന്നു.

രാധാകൃഷ്ണൻ ചെറുവല്ലി

1

അമിനി ദ്വീപിലെ വിശേഷങ്ങൾ

ഭാരത് സീമ ചെറിയൊരു കപ്പലാണ്. കൊച്ചിതുറമുഖം വിടുമ്പോൾ ഉച്ച കനത്തിരുന്നു. കപ്പലിനുള്ളിൽ ദ്വീപിലേക്കുള്ള യാത്രക്കാരാണ്. കരയിലെ വിശേഷങ്ങളും അവശ്യസാധനങ്ങളുമായി അവർ താന്താങ്ങളുടെ തുരുത്തുകളിലേക്ക് മടങ്ങുകയാണ്.

കപ്പൽ നീങ്ങുമ്പോഴുണ്ടായ കലപിലവർത്തമാനങ്ങൾ അവസാനിച്ചിരിക്കുന്നു.

മൗനത്തിന്റെ മഹാസമുദ്രത്തിൽ സ്വന്തം കപ്പലുകളോടിക്കുകയാണിവർ.

കപ്പലിന്റെ മേൽത്തട്ടിൽ നിന്നാൽ കടൽക്കാറ്റേല്ക്കാം, കടലിലെ കാഴ്ചകൾ കാണാം. കൊച്ചി ഇപ്പോൾ ഒരു നേർത്ത വരമാത്രം. പടി

ഭാരത് സീമ

ഞ്ഞാറേക്ക് നീങ്ങുന്തോറും കടലിന്റെ അപാരത കൂടുതൽ ദൃശ്യമാകുന്നു. ഫെബ്രുവരിയിലെ കടൽ ശാന്തമാണ്; കടലിന്റെ അപാരനീലിമ അമ്പരപ്പിക്കുന്നതും. യാത്രകളുടെ റാണിതന്നെയാണ് കപ്പൽ യാത്ര. കപ്പലിന്റെ മുഴക്കം യാത്രയുടെ താളമാകുന്നു. പിന്നിടുന്നിടങ്ങളിൽ, വെള്ളത്തിൽ രൂപപ്പെടുന്ന ചാലുകൾ നീണ്ടുപോകുന്നു.

മുകൾത്തട്ടിൽനിന്നു നോക്കുമ്പോൾ കടൽക്കാക്കകളുടെ കൂട്ടങ്ങൾ കാണാം. മത്സ്യങ്ങൾ ദൃശ്യമാവുന്നിടത്താണത്രെ കടൽക്കാക്കകളുടെ കലമ്പൽ. കപ്പലിനു സമാന്തരമായി ചെറിയ സ്രാവുകൾ ഓളങ്ങൾമുറിച്ച് കടന്നുപോയി. ചെറിയമത്സ്യങ്ങളുടെ വലിയൊരു നിര കടലിൽ നൃത്തം വച്ചു. കഴിഞ്ഞയാത്രയിൽ ആരോ വലിച്ചെറിഞ്ഞ മിനറൽ വാട്ടർ കുപ്പികൾ ഒഴുകിനടക്കുന്നു. പിന്നെക്കണ്ടത് ഇടത്തരം മത്സ്യങ്ങളുടെ നീണ്ടുപോകുന്ന പ്രകടനമാണ്. ദ്വീപ് നിവാസികൾ പറഞ്ഞു: "ട്യൂണ മത്സ്യങ്ങൾ." ദ്വീപ് പ്രദേശങ്ങളിൽ ഏറ്റവുമധികം കണ്ടുവരുന്നത് ട്യൂണ അഥവാ ചൂര മത്സ്യങ്ങളാണ്.

കൊച്ചിയുടെ വിദൂരക്കാഴ്ചയും അപ്രത്യക്ഷമായി. നീലിച്ച കടലും അതിലെ അലകളും കപ്പലിന്റെ മുഴക്കവുമല്ലാതെ മറ്റെല്ലാം മാഞ്ഞുപോയി. ക്രമേണ കടലിന്റെ അപാരത നഷ്ടമാകുന്നു. ഒരു ചിരപരിചിത പ്രദേശത്തിലെ കുളത്തിൽ ചെറിയൊരു നൗകയിൽ സഞ്ചരിക്കുംപോലെ. ഉച്ചയും വൈകുന്നേരവും പിന്നിട്ട് സന്ധ്യ കടന്നു വരികയാണ്. കടലിനുള്ളിലെ ആദ്യ സന്ധ്യ. ആകാശ നീലിമയിൽ ആരോ ചെഞ്ചായം പൂശി. അതിനുമുകളിൽ കറുത്ത രേഖകൾ കോറിയിട്ടു. കറുത്ത മേഘങ്ങളുടെ തുണ്ടുകൾ തകർത്ത് സൂര്യൻ പ്രത്യക്ഷപ്പെട്ടു. ചുവന്നു തുടുത്ത സൂര്യഗോളം പാതിയും വെള്ളത്തിനടിയിലേക്ക് മുങ്ങിയപ്പോൾ കടലിന്റെ നിറം മാറി. നിറങ്ങളുടെ കുടമാറ്റം. ഒരു ക്യാമറയിലും ഒതുങ്ങാത്ത കാഴ്ചകൾ. ആദ്യ യാത്രക്കാർ ആനന്ദനൃത്തം ചവിട്ടി. മൂവിക്യാമറകളും സ്റ്റിൽ ക്യാമറകളും സജീവമായി. അവർ എല്ലാം ഒപ്പിയെടുത്തു. ക്യാമറ കൈയിലെടുത്തപ്പോൾ കണ്ണെടുക്കാൻ മറന്നുപോയവരുമുണ്ടാവാം ഇവരിൽ.

ആകാശത്ത് നക്ഷത്രങ്ങൾ വന്നു. കപ്പലിന്റെ മേൽത്തട്ടിൽ കിടന്ന് മാനത്തുനോക്കുമ്പോൾ കാണുന്നത് മുമ്പുകാണാത്ത കാഴ്ചയാണ്. കടൽ തഴുകിപ്പോകുന്ന തണുത്തകാറ്റ്. ഇരുട്ട് പതുക്കെപ്പതുക്കെ പുറംകാഴ്ചകൾക്കുമേൽ തിരശ്ശീലയിട്ടു. ഇപ്പോൾ നാം ഇത്തിരിവട്ടത്തിലേക്കു ചുരുങ്ങുന്നു. പുറത്ത് ഇരുട്ട്. കപ്പലിന്റെ സഞ്ചാരം അനുഭവപ്പെടില്ല. വീട്ടുമുറ്റത്ത് മലർന്നുകിടന്ന് ആകാശം കാണുമ്പോലെ. ഒരു കുറുക്കൻ അങ്ങേപ്പറമ്പിൽനിന്ന് ഇപ്പോൾ ഓരിയിടുമെന്നും പാതിരാക്കിളി ഇപ്പോൾ കരയുമെന്നും പുലർച്ചക്കോഴികൾ സമയം തെറ്റി കൂവുമെന്നും ചീവിടുകൾ കരയുമെന്നും കാറ്റത്ത് തെങ്ങോലകൾ ആടുമെന്നും നാം കരുതിപ്പോകും.

നക്ഷത്രങ്ങളെ കണ്ടും കടൽക്കാറ്റേറ്റും കപ്പലിന്റെ മുകൾത്തട്ടിൽ കിടന്നുതന്നെ ഉറങ്ങി. അസ്തമയംപോലെ ഉദയവും. ദിനസരികളുടെ സങ്കീർണ്ണതകളിലേക്കുണരുന്ന ഒരു സാധാരണ പുലർച്ചയല്ലല്ലോ ഇത്.

കപ്പലിൽത്തന്നെ പ്രാതൽ കഴിച്ചു. വീണ്ടും മുകൾത്തട്ടിലേക്ക്. സഹ യാത്രികർ പലരും ഭാണ്ഡങ്ങൾ മുറുക്കുന്ന തിരക്കിൽ. കണ്ണൂർ ഐ ടി ഐയിലെ അദ്ധ്യാപകരും അവരുടെ കുടുംബാംഗങ്ങളും ഉൾപ്പെടുന്ന സംഘത്തോടൊപ്പമാണ് യാത്ര. ദ്വീപിൽ നമ്മെ സ്വീകരിക്കാൻ ആളുണ്ടെങ്കിൽ മാത്രമേ യാത്രാപെർമിറ്റ് കിട്ടൂ, ദ്വീപ് നിവാസികളല്ലാത്തവർക്ക്.

കടലിന്റെ തെക്കേ ചക്രവാളത്തിൽ ഒരു നേർത്ത രേഖ തെളിഞ്ഞു വന്നു. യാത്ര അവസാനത്തോടടുക്കുന്നു. നേർത്ത രേഖയ്ക്ക് കനംവയ്ക്കുകയും ഒരു പച്ചത്തുരുത്തായി അതു കാണപ്പെടുകയും ചെയ്തു. കടമത്ത് ദ്വീപിനടുത്താണിപ്പോൾ കപ്പൽ. ആഴം കുറവായതുകാരണം ദ്വീപിന് സമീപത്തേക്ക് കപ്പലടുക്കില്ല. ആഴക്കടലിൽ കപ്പൽ നില്ക്കും. ദ്വീപിൽനിന്നും ഔട്ട്ബോർഡ് യന്ത്രം ഘടിപ്പിച്ച ബോട്ടുകളും ഉരുക്കളും കപ്പൽ ലക്ഷ്യമാക്കി പാഞ്ഞുവരുന്നുണ്ട്. കടൽക്കൊള്ളക്കാരെപ്പറ്റിയുള്ള ഹോളിവുഡ് ചിത്രം കാണുംപോലെ. വൻ തിരകൾ ഭേദിച്ച് അവരെത്തുകയാണ്. നങ്കൂരമിട്ട കപ്പലിന്റെ കൂറ്റൻ വാതിൽ തുറക്കുന്നതുതന്നെ ഒരു കാഴ്ചയാണ്. കപ്പൽക്കവാടത്തിലൂടെ നീലസമുദ്രം കൂടുതൽ വ്യക്തതയോടെ, ഭീതിയോടെ ദൃശ്യമായി. ഇപ്പോൾ കടൽ കൈകൊണ്ട് തൊടാം.

കപ്പലിന്റെ കവാടത്തിനടുത്തു നിന്നാൽ താഴെവന്നടുത്ത ഉരുക്കളിലും ബോട്ടുകളിലും സാധനങ്ങൾ കയറ്റിയിറക്കുന്നതുകാണാം. ദ്വീപിലേക്കുള്ള നിത്യോപയോഗ സാധനങ്ങൾ, നിർമ്മാണ സാമഗ്രികൾ എന്നിവ കരയിൽനിന്നും എത്തണം. അരി, നേന്ത്രക്കുലകൾ, പച്ചക്കറികൾ എന്നിവ ബോട്ടുകളിലേക്ക് ഇറക്കുന്ന മനുഷ്യരുടെ പേശിബലം ശ്രദ്ധിക്കാതിരിക്കാനാവില്ല. ഒത്ത മനുഷ്യർ. കടലിനോട് മല്ലടിച്ച് ഉരുക്കുമാതിരിയായ ശരീരം. കപ്പൽ ചൂളം വിളിച്ചു. പുറപ്പാടിനുള്ള സമയമായി. കപ്പലിൽനിന്നും ആദ്യം ഇറങ്ങിയ യാത്രക്കാർ ബോട്ടുകളിൽ പാതി ദൂരം പിന്നിട്ടു കഴിഞ്ഞു. കയറ്റിറക്ക് ഇനിയും തീർന്നിട്ടില്ല.

മിനിടീച്ചർ പെട്ടെന്നൊരത്ഭുതം കണ്ടു. തന്റെ ക്ലാസിൽനിന്നും മാസങ്ങൾക്കുമുമ്പ് മുങ്ങിയ അബ്ദുൽ ഹക്കീം ഇതാ ഔട്ട് ബോർഡ് യന്ത്രം ഘടിപ്പിച്ച ബോട്ടിലേക്ക് വാഴക്കുലകൾ കയറ്റുന്നു. കപ്പലിലേക്കു തലയുയർത്തിയ ഹക്കീം ടീച്ചറെ കണ്ടു. പിന്നെ എല്ലാം വേഗത്തിലായിരുന്നു. കുലകൾ കയറ്റിയ ബോട്ട് അതിവേഗം കടമത്തു ദ്വീപിലേക്കു പാഞ്ഞുപോയി. ഹക്കീം തിരിഞ്ഞുനോക്കാൻ ധൈര്യപ്പെട്ടില്ല.

ഈ ടീച്ചറന്മാർ എന്തിനാണിവിടെയും കറങ്ങി നടക്കുന്നതെന്നവൻ സംശയിച്ചിട്ടുണ്ടാവും. ദ്വീപിലെ കുട്ടികൾ കണ്ണൂർ ഐ ടി ഐയിൽ പഠിക്കുന്നുണ്ട്. എങ്ങനെയെങ്കിലും കോഴ്സ് ഒന്നു പൂർത്തിയാക്കിയാൽ സർക്കാർ ജോലി ഉറപ്പ്. പക്ഷേ, മിക്കവരും പഠനം പൂർത്തിയാക്കില്ല. കരയിൽ പിടിച്ചിട്ട മീൻപോലെയാണത്രെ ദ്വീപു കുട്ടികൾ. ഇടയ്ക്കവരൊന്നുമുങ്ങും. പിന്നെ പലപ്പോഴും പൊങ്ങലുണ്ടാവില്ല.

അരമണിക്കൂറിനുള്ളിൽ മറ്റൊരു ദ്വീപ് ദൃശ്യമായി. കടമത്തുപോലെ നീളത്തിലല്ല അല്പം വട്ടത്തിലാണ് അമിനിദ്വീപിന്റെ കിടപ്പ്. അമിനിയി

ലേക്കുള്ള കവാടം ഒരു ബോട്ടുജെട്ടിയാണ്. രണ്ടു കിലോമീറ്റർ ഇപ്പുറത്താണ് കപ്പൽ നങ്കൂരമിട്ടത്. കപ്പൽ ലക്ഷ്യമാക്കി വന്ന ബോട്ടുകളിലൊന്നിൽ ഞങ്ങൾ കയറിക്കൂടി.

കപ്പലിൽനിന്നും ബോട്ടിലേക്ക്

ആഴക്കടൽ പിന്നിടുന്നതോടെ കാഴ്ചയാകെ മാറുകയാണ്. അടിയിലെ മണൽപ്പരപ്പുവരെ തെളിഞ്ഞു കാണാവുന്ന നീല ജലാശയം. ജലസസ്യങ്ങളും മത്സ്യങ്ങളും ഒഴുകിപ്പോകുന്നു. കപ്പലിനടുത്തെ വമ്പൻ ഓളങ്ങൾ കുഞ്ഞോളങ്ങൾക്ക് വഴിമാറി. കുഞ്ഞോളങ്ങളെ മുറിച്ചുമാറ്റി ബോട്ട് തീരത്തേക്കുനീങ്ങി. ജെട്ടിയിലെ കുറ്റിയിലേക്ക് കയറെറിഞ്ഞു പിടിച്ച് ബോട്ട് കരയ്ക്കടുപ്പിച്ചു.

2

അമിനിദ്വീപിന്റെ സൗഹൃദത്തുരുത്തിലേക്ക് ഞങ്ങളെ സ്വീകരിക്കാൻ ഖലീൽ എത്തിയിരുന്നു. ടീച്ചറന്മാരെ ചെറിയൊരു നാണത്തോടെയാണ് ഖലീൽ സ്വീകരിച്ചത്. ഒരു മദ്ധ്യവയസ്കൻ ഓടിനടന്ന് ഞങ്ങളുടെ ഭാണ്ഡങ്ങൾ ഇറക്കിവച്ചു. ഖലീൽ പറഞ്ഞു: “ബാപ്പ മടലപ്പുര സെയ്ത് മുഹമ്മദ് കോയാ സാഹിബ്. തറവാട്ട് കാരണവർ നേരിട്ടെത്തിയിരിക്കുകയാണ് കരയിൽനിന്നുള്ള ഒരു സംഘത്തെ സ്വീകരിക്കാൻ.”

തീരത്താകെ ചാവോക്കുമരങ്ങളാണ്. ചാവോക്കുമരങ്ങളിൽ കാറ്റുപിടിക്കുമ്പോൾ നേർത്ത ചൂളംവിളി ഉയരുന്നു. പുന്നയുടെയും പൂവരശിന്റെയും പച്ചത്തഴപ്പുകൾ തലയെടുപ്പോടെ നില്ക്കുന്നു. ബോട്ടുജെട്ടിയിലേക്ക് മത്സ്യങ്ങളുമായി വരുന്നവരും മത്സ്യബന്ധനത്തിനായി ആഴക്കടലിലേക്ക് പോകാൻ തയ്യാറെടുക്കുന്നവരും സ്ഫടികജലത്തിൽ നീന്തിത്തിമിർക്കുന്ന കുട്ടികളും മാനത്തുനിന്നും പറന്നുവീഴുന്ന കടൽക്കാക്കകളും ചേർന്ന കൊളാഷാണ് ആദ്യ കാഴ്ച.

കോയാസാഹിബ് ഇളയ മകൻ നൂറുൽ മീനുമായി ദ്വീപ് അഡ്മിനിസ്ട്രേഷന്റെ അമിനി ഓഫീസിലേക്കും പൊലീസ് സ്റ്റേഷനിലേക്കും പോയി. രേഖകൾ പ്രകാരമുള്ള സന്ദർശകർ എത്തിയെന്ന് അധികൃതരെ ബോദ്ധ്യപ്പെടുത്തണം. രജിസ്റ്ററുകളിൽ ഒപ്പിട്ട് കോയാ സാഹിബിന്റെ പുറകെ ഞങ്ങൾ നടന്നു.

തെങ്ങാണ് അമിനിദ്വീപിലെ പ്രധാനമരം. കടച്ചക്കപ്ലാവുകൾ സമൃദ്ധിയായി വളരുന്നു. മുരിങ്ങയും പപ്പായയും വീട്ടുമുറ്റങ്ങളിൽ വളർന്നു നില്ക്കുന്നു. ചവിട്ടുവഴികൾ സിമന്റിട്ട റോഡിലേക്കു നയിക്കുന്നു. റോഡിനിരുവശവും പ്ലാസ്റ്റിക് മാലിന്യങ്ങൾ കുന്നുകൂടിക്കിടക്കുന്നു. പ്ലാസ്റ്റിക് സൃഷ്ടിക്കുന്ന പാരിസ്ഥിതിക പ്രശ്നങ്ങളെപ്പറ്റി ആരും ബോധവാന്മാരാണെന്നു തോന്നുന്നില്ല.

അമിനി: ഒരു ആകാശക്കാഴ്ച

തെങ്ങുകഴിഞ്ഞാൽ പ്രധാനമായുള്ളത് വാഴയാണ്. നാട്ടിൽ കാണുന്ന ഒട്ടുമിക്ക വാഴയിനങ്ങളും ദ്വീപിലെ വീട്ടുമുറ്റങ്ങളിൽ കാണാൻ കഴിഞ്ഞു. കോയാസാഹിബിന്റെ തറവാട്ടു വീട്ടിലേക്ക് നടന്നു പോകുമ്പോൾ ദ്വീപിലെ സസ്യജാലങ്ങളെ നിരീക്ഷിച്ചു. അലങ്കാരച്ചെടികളുടെ കൂട്ടത്തിൽ ബോഗൻവില്ലയ്ക്കാണ് മുന്തിയ സ്ഥാനം. മണൽപ്രദേശമായതുകാരണം അവ തഴച്ചുവളരുന്നു. ചെമ്പകമരങ്ങൾ പൂവിട്ടു നില്ക്കുന്നതു കണ്ടു. കണിക്കൊന്ന മരങ്ങളും പലതരത്തിലുള്ള കൊന്നമരങ്ങളും തഴച്ചുവളരുന്നു. അരളിയും റോസയും തുളസിയും ചില വീടുകളുടെ മുന്നിലുണ്ട്. പലതരത്തിലുള്ള പച്ചമുളകും കാന്താരിയും വച്ചു പിടിപ്പിച്ചിട്ടുണ്ട്. അമരിച്ചെടിയാണ് പടർപ്പുല്ലുകളിൽ പ്രധാനി. അരിപ്പുല്ലുകളും കറുകപ്പുല്ലുകളും തെങ്ങിൻതടങ്ങളിൽ വളർന്നുവരുന്ന കള്ളിച്ചെടികളും അങ്ങിങ്ങു കണ്ടു. നറുനീണ്ടിച്ചെടികൾ വ്യാപകമായി വളരുന്നുണ്ട്. മരച്ചീനി വച്ചു പിടിപ്പിക്കാൻ പലരും ശ്രമിച്ചിരിക്കുന്നു. വെറ്റക്കൊടി തെങ്ങിൻചുവടുകളിൽവച്ചു പിടിപ്പിച്ചിട്ടുള്ളതായും കണ്ടു. അങ്ങിങ്ങ് ചില കമുക് മരങ്ങൾ കണ്ടു. ചേമ്പ് വ്യാപകമായി കൃഷിചെയ്യപ്പെട്ടിട്ടുണ്ട്.

വീടുകൾ കേരള മാതൃകയിലുള്ളതാണ്. അമ്പതുകളിലെ കേരളത്തിനു സമാനമായ ഭവനനിർമ്മാണരീതികൾ. ഓടുമേഞ്ഞവ, ഓല മേഞ്ഞവ. പുത്തൻ കോൺക്രീറ്റു കെട്ടിടങ്ങൾ അങ്ങുമിങ്ങും ഉയർന്നു വരുന്നു. നിർമ്മാണ സാമഗ്രികൾ കപ്പൽ മാർഗ്ഗം എത്തണം. അതു കാരണം ഭവന നിർമ്മാണം ചെലവേറിയ ഏർപ്പാടാണ്.

കോയാസാഹിബിന്റെ വീട്ടിൽനിന്നും രുചികരമായ ഭക്ഷണം. സ്ത്രീകൾ വാതിലിനു പിറകിലാണ് നില്ക്കുക. പ്രായമായ സ്ത്രീകൾ വിളമ്പുന്നതിന് സഹായിക്കും. കരയിലെ വിശേഷങ്ങൾക്ക് അവർ കാതോർത്തു. കരയും കരയിലെ ജീവിതവും അവർക്ക് സ്വപ്നസമാനമാണ്. കോയാസാഹിബ് പലവട്ടം കൊച്ചിയിൽ പോയിട്ടുണ്ട്; മംഗലാപുരത്തും. ബീടർ അമിനി വിട്ടു പുറത്തുപോയിട്ടില്ല.

ഞങ്ങൾക്ക് രണ്ടു വീടുകളാണ് കോയാകുടുംബം ഒരുക്കിയിരിക്കുന്നത്. കുടുംബസമേതം വന്നവർക്ക് ഒന്ന്. ഒറ്റയാന്മാർക്ക് മറ്റൊന്ന്. ബന്ധുഗൃഹങ്ങൾ ഒഴിപ്പിച്ചാണ് ഞങ്ങളെ പാർപ്പിച്ചത്. ഞങ്ങളുടെ വീടിനു മുന്നിൽ ഒരു കടയുണ്ട്. 'സക്കീന സ്റ്റോഴ്സ്.' സക്കീന തന്നെയാണ് കട നടത്തുന്നത്. സക്കീനയുടെ ഭർത്താവ് അബൂബക്കർക്ക് രാഷ്ട്രീയമുണ്ട്. അയാൾ ബി ജെ പി യാണ്. അമിനി യൂണിറ്റിന്റെ സെക്രട്ടറി. അമിനിയിലെയും ലക്ഷദ്വീപിലെയും രാഷ്ട്രീയം സങ്കീർണ്ണമാണ്. ഇന്ത്യൻ നാഷണൽ കോൺഗ്രസിലെ പി എം സഈദിന്റെ സാമ്രാജ്യമായിരുന്നു ലക്ഷദ്വീപ്. കോൺഗ്രസിനോട് എതിർപ്പുള്ളവർ ബി ജെ പി യിലോ ജനതാദൾ (യു)വിലോ പ്രവർത്തിക്കും. കേന്ദ്ര ഭരണകക്ഷിയുമായുള്ള സാമീപ്യം വഴി നേട്ടമുറപ്പിക്കാനാണ് എൻ ഡി എ ഘടക കക്ഷികൾ. കേരളത്തിൽ പഠിക്കാനെത്തുന്ന ദ്വീപ് കുട്ടികൾ എസ് എഫ് ഐയിൽ പ്രവർത്തിക്കും. സി പി ഐ (എം)ന്റെ ഒരു ഘടകം ഇപ്പോൾ ലക്ഷദ്വീപിൽ സജീവമാണ്. സി പി ഐ ഘടകവും തുടങ്ങിയിട്ടുണ്ട്. കേരളത്തിൽ

അമിനിയിലെ കോൺക്രീറ്റ് പാത

എസ് എഫ് ഐ ആയിരുന്നവർ കോൺഗ്രസിന് എതിരായിരിക്കും. ഇടതു പക്ഷത്തിന്റെ അഭാവത്തിൽ അവർ ജനതാദൾ (യു)വിൽ ചേർന്നിരുന്നു. കാര്യങ്ങൾ ഇപ്പോൾ മാറിവരുന്നു.

അടുത്ത വീട്ടിലെ സ്ത്രീകൾ എത്തിനോക്കി. കരയിൽ നിന്നെത്തിയ ഖലീലിന്റെ മാഷ്മാരെ ആദരവോടെ വണങ്ങി. തെങ്ങുമായി ബന്ധപ്പെട്ട താണ് ദ്വീപിലെ ജീവിതം. പറമ്പുകളിൽ തേങ്ങാക്കൂമ്പാരങ്ങൾ കാണാം. മുളച്ചുതുടങ്ങിയ തേങ്ങകളിൽനിന്നും അടർത്തിമാറ്റിയ പൊങ്ങ് കൂട കളിൽ ശേഖരിക്കുന്നുണ്ട്. കൊതിതീരെ പൊങ്ങ് കഴിക്കാനായത് ദ്വീപിൽ വച്ചാണ്. മുന്തിയ പൊങ്ങ് എടുത്തുതരാൻ കുട്ടികൾ മത്സരിച്ചു.

വീടിനുമുന്നിൽ സിമന്റിട്ട റോഡാണ്. തെക്കുവടക്കായാണ് പ്രധാന റോഡ്. സ്കൂൾ സമയമായപ്പോൾ കുട്ടികൾ സൈക്കിളിൽ കൂട്ടംകൂട്ട മായി എത്തി. ആൺകുട്ടികൾക്കും പെൺകുട്ടികൾക്കും സൈക്കിളുണ്ട്. ചിലർക്കെല്ലാം മോട്ടോർബൈക്കുണ്ട്. ഒന്നോ രണ്ടോ കാറാണ് അമിനി ദ്വീപിലുള്ളത്. ബസ് ഇല്ല. ട്രാക്ടറിൽ ഘടിപ്പിച്ച ട്രക്കാണ് പ്രധാനമായും കാണുന്ന വാഹനം. കൊപ്രയും ഓലയും വാഴക്കുലയും കയറ്റിയ ട്രാക്ടർ ശബ്ദമുണ്ടാക്കി കടന്നുപോയി.

3

നിറചിരിയുമായി ഒരു ചെറുപ്പക്കാരനെത്തി. സമൃദ്ധമായ മുടി ചന്ത ത്തിൽ ചീകിയൊതുക്കിയിട്ടുണ്ട്. വൃത്തിയുള്ള വേഷം. പതിവ് ദ്വീപു കാഴ്ചയല്ല ആളിൽ കാണുന്നത്. മടലപ്പുര സെയ്ദ് മുഹമ്മദ് കോയ അവർകൾ ഞങ്ങളുടെ ക്ഷേമാന്വേഷണത്തിനായി ഏർപ്പാടു ചെയ്തിരി ക്കുന്ന ബന്ധുവാണ് ആൾ. പള്ളിച്ചപ്പുര അബ്ദുൾ റസാക്ക്. സഞ്ചാരി. നിഷേധി.

ചവിട്ടുപടിയിലിരുന്ന് റസാക്ക് സ്വന്തം കഥ വിവരിച്ചു. ലക്ഷദ്വീപ് അഡ്മിനിസ്ട്രേഷനിലെ സീനിയർ ഉദ്യോഗസ്ഥനായ നെല്ലാലചെറ്റ അബുസാലിയുടെ മകൻ. രണ്ട് സഹോദരങ്ങൾ. അനുജൻ മറൈൻ ജിയോളജിയിൽ എം എസ് സി കഴിഞ്ഞ് കേന്ദ്ര സർവ്വീസിലാണ്. അനു ജത്തി കൊച്ചി സർവ്വകലാശാലയിൽ എം എസ് സി ചെയ്യുന്നു. റസാക്ക് പത്തിൽ രണ്ടു പ്രാവശ്യം തോറ്റു. ഗുണം പിടിക്കാത്തവനെന്നുപറഞ്ഞ് ബാപ്പ തഴഞ്ഞു. അമ്മയുടെ തറവാടായ പള്ളിച്ചപ്പുരയിൽ താമസമാക്കി. അച്ഛന്റെ വീട്ടിലെ സന്ദർശകൻ.

കൊപ്ര വില്ക്കാൻ മംഗലാപുരത്തേക്ക് ബാപ്പ റസാക്കിനെ അയച്ചു. ഉരുമാത്രം തിരിച്ചുവന്നു. തോണിക്കാർ പറഞ്ഞു. കൊപ്രവിറ്റ കാശുമായി റസാക്കിനെ കാണാതായി. തെരഞ്ഞുവലഞ്ഞ തോണിക്കാർ അമിനി യിൽ പാട്ടാക്കി. പള്ളിച്ചപ്പുര അബ്ദുൾ റസാക്ക് കാശുമായി മുങ്ങി. നാടു കാണാൻ തന്നെ റസാക്ക് തീരുമാനിക്കുകയായിരുന്നു. മംഗലാപുരത്തു നിന്നു മൈസൂരിലേക്ക്. മൈസൂരിൽനിന്നും വയനാട് വഴി കോഴിക്കോട്

എത്തി. കോഴിക്കോടുനിന്നും തിരുവനന്തപുരത്തേക്കും തിരിച്ച് കൊച്ചിയിലും കറങ്ങി. സിനിമകണ്ടു. സിഗരറ്റ് വലിച്ചു. മുന്തിയ മദ്യത്തിന്റെ രുചിയറിഞ്ഞു. വലിയ വലിയ ഹോട്ടലുകളിൽ തങ്ങി. കൊച്ചിയിൽ അലഞ്ഞു. കബളിപ്പിക്കപ്പെട്ടു. വലഞ്ഞു. നിസ്വനായി അമിനിയിൽ മടങ്ങിയെത്തി.

4

32 സ്ക്വയർ കിലോമീറ്ററിലായി വ്യാപിച്ചുകിടക്കുന്ന 27 ദ്വീപുകൾ അടങ്ങിയ പ്രദേശത്തെയാണ് ലക്ഷദ്വീപ് എന്നു വിളിക്കുന്നത്. ഇതിൽ 10 ദ്വീപുകളിൽ മാത്രമേ ജനവാസമുള്ളൂ. 1) മിനിക്കോയി (4.4 ച കി മി), 2) കല്പേനി (2.3), 3) ആന്ത്രോത്ത് (4.8), 4) അഗത്തി (2.7), 5) കവറത്തി (3.6), 6) അമിനി (2.6), 7) കടമത്ത് (3.1), 8) കിൽത്തൻ (1.6), 9) ചെത്ത്ലത്ത് (1.0), 10) ബിത്ര (0.1).

ചേരമാൻ പെരുമാൾ എന്നൊരു ചക്രവർത്തി കേരളം വാണിരുന്നു എന്ന വിശ്വാസത്തിന് ചരിത്രരേഖകളുടെയോ തെളിവുകളുടെയോ പിൻബലമില്ലെന്ന് പ്രശസ്ത ചരിത്രകാരനായ എ ശ്രീധരമേനോൻ രേഖപ്പെടുത്തുന്നു. പുരാതന കാലത്തോ മദ്ധ്യകാലത്തോ കേരളത്തിൽ വന്നുപോയ സഞ്ചാരികളാരും തന്നെ ഇങ്ങനെ ഒരു രാജാവിനെപ്പറ്റിയോ, അദ്ദേഹത്തിന്റെ മതപരിവർത്തനത്തെപ്പറ്റിയോ പരാമർശിച്ചു കാണുന്നില്ല. എന്നാൽ ചേരമാൻ പെരുമാളിന്റെ കഥ കേരളത്തിലെന്നപോലെ ലക്ഷദ്വീപിലും പ്രചാരത്തിലുണ്ട്.

അറബിവ്യാപാരികളുമായുള്ള സമ്പർക്കത്തിൽ ഇസ്ലാം മതം സ്വീകരിച്ച ചേരമാൻ പെരുമാൾ ആരെയും അറിയിക്കാതെ കടൽമാർഗ്ഗം മെക്കയിലേക്കു തിരിച്ചു. രാജാവിനെ അന്വേഷിച്ച് പായ്ക്കപ്പലുകളിൽ അലഞ്ഞ ഒരു സംഘം കപ്പൽഛേതത്തെത്തുടർന്ന് ലക്ഷദ്വീപുകളിലൊന്നിൽ എത്തപ്പെട്ടു എന്നും ഈ വിവരം കോലത്തിരിരാജാവിനെ അറിയിച്ചുവെന്നും രാജാവിന്റെ സമ്മതത്തോടെ കൂടുതൽ പേർ ദ്വീപിലേക്ക് കുടിയേറി എന്നുമാണ് വിശ്വാസം. അറബ് രാജ്യങ്ങളുമായി നിരന്തരം ബന്ധപ്പെട്ടിരുന്ന കേരളക്കരയിൽ ഇത്തരമൊരു ദ്വീപുസമൂഹത്തെപ്പറ്റി ആരും അറിഞ്ഞിരുന്നില്ല എന്നകാര്യം വിശ്വസനീയമല്ല. ദ്വീപ്ഭാഷ പഴയമലയാളമാണെന്നതുതന്നെ കേരളീയരിൽ നിന്നാണ് ആദ്യകുടിയേറ്റം എന്ന കാര്യം ഉറപ്പാക്കുന്നു.

അമിനി, ആന്ത്രോത്ത്, കല്പേനി, കവറത്തി എന്നീ ദ്വീപുകളിലാണ് ആദ്യകുടിയേറ്റം. കുടിയേറ്റത്തിനുമുമ്പ് തദ്ദേശവാസികളായ ജനവിഭാഗങ്ങൾ അവിടെ ഉണ്ടായിരുന്നു എന്നതിന് നരവംശ ശാസ്ത്രപരമായ തെളിവുകളില്ല. ആദ്യ കുടിയേറ്റം നടന്ന ദ്വീപുകളെ 'തറവാട് ദ്വീപുകളെന്നും' തുടർന്ന് തറവാട് ദ്വീപുകളിൽനിന്നും കരയിൽനിന്നും കുടിയേറ്റം നടത്തിയ ദ്വീപുകളെ 'മേലാച്ചേരി ദ്വീപുകളെന്നു'മാണ് വിളിക്കുന്നത്.

ദില്ലി മുതൽ ലക്ഷദ്വീപുവരെ ആരവല്ലി

രാജസ്ഥാനിലെ ആരവല്ലി പർവ്വതനിരകളുടെ തുടർച്ചയാണത്രെ കടലിൽ മുങ്ങിനിവർന്ന ലക്ഷദ്വീപുകൾ. 1956 ൽ ഓയിൽ ആന്റ് നാചറൽ ഗ്യാസ് കമീഷൻ നടത്തിയ പഠനവും അന്താരാഷ്ട്ര ഇന്ത്യൻ മഹാസമുദ്ര എക്സ്പിഡിഷ്യന്റെ ഭാഗമായി സോവിയറ്റ്യൂണിയന്റെ ഗവേഷണക്കപ്പലുകൾ ഭൂമി തുരന്ന് നടത്തിയ പരീക്ഷണവും ഇതു തെളിയിക്കുന്നു. ഇന്ത്യൻ കോണ്ടിനന്റൽ ക്രസ്റ്റ് (Indian continental crust) ലക്ഷദ്വീപുവരെ നീണ്ടിട്ടുണ്ട്. വൻകരയിൽനിന്നും അടർന്നുമാറിയ ഈ പ്രദേശത്ത് ചുഴലിക്കാറ്റു വഴിയും, തെക്കു പടിഞ്ഞാറൻമൺസൂൺ വഴിയും അടിഞ്ഞുകൂടിയ കടൽ സസ്യങ്ങളും പവിഴപ്പുറ്റുകളും, മണലും ചേർന്ന് ദ്വീപുകൾ രൂപപ്പെടുകയായിരുന്നു. ദ്വീപ് രൂപീകരണപ്രക്രിയ ഇപ്പോഴും നടക്കുന്നുണ്ട്. ചില ദ്വീപുകൾ വേഗത്തിൽ വളർന്നുകൊണ്ടിരിക്കുകയാണത്രെ! വിചിത്രമെന്നേ പറയേണ്ടു ഭരണകേന്ദ്രമായ ദില്ലി ആരവല്ലി പർവ്വതത്തിന്റെ അങ്ങേയറ്റത്തും കേന്ദ്രഭരണ പ്രദേശമായ ലക്ഷദ്വീപ് ഇങ്ങേയറ്റത്തും സ്ഥിതി ചെയ്യുന്നു. വേർപെടുത്താനാവാത്ത ദൃഢബന്ധം തന്നെ!

5

ലക്ഷം ദ്വീപുകൾ എന്നാണ് ഒരർത്ഥം, എന്നാൽ ആകെ 27 ദ്വീപുകളേ ഉള്ളൂ. പിന്നെങ്ങനെ 'ലക്ഷദ്വീപ്' എന്നു പേരുവന്നു? കൃത്യമായ ഉത്തരമില്ല. ബ്രിട്ടീഷ് ഈസ്റ്റിന്ത്യാ കമ്പനി കണ്ണൂർ രാജാവിന് നാലു കിഴക്കൻ ദ്വീപുകൾ നോക്കി നടത്തുന്നതിന് ഒരു ലക്ഷം രൂപ വായ്പ നല്കിയത്രെ. ലക്ഷംരൂപയുടെ ദ്വീപ് എന്നയർത്ഥത്തിൽ ലക്ഷദ്വീപായെന്നാണ് അനുമാനം. ഇതിനും ചരിത്രത്തിൽ തെളിവില്ല. മലബാറിലേക്കുള്ള കപ്പൽ യാത്രയിൽ സഞ്ചാരികൾ ലക്ഷ്യമാക്കിയിട്ടുള്ള അടയാളസ്ഥലം എന്ന നിലയിൽ-ലക്ഷ്യമാക്കപ്പെടുന്ന ദ്വീപ് ലോപിച്ച് ലക്ഷദ്വീപ് എന്ന പേരു സിദ്ധിച്ചുവെന്നും കരുതുന്നവരുണ്ട്.

ആദ്യകുടിയേറ്റങ്ങൾ

എ ഡി ഒന്നാം നൂറ്റാണ്ടിൽ മൺസൂൺ ട്രേഡ് വിന്റിന്റെ (monsoon trade wind) കണ്ടെത്തലോടെ സമുദ്ര സഞ്ചാരികൾക്ക് അറേബ്യ ചുറ്റാതെ ഏഥൻസിൽനിന്നും കേരളത്തിലെ മുസിരിസിലേക്ക് അറബിക്കടൽ മുറിച്ചുകടന്നെത്താൻ എളുപ്പത്തിൽ കഴിഞ്ഞു. അവർക്ക് ലക്ഷദ്വീപ് ഒരു പ്രധാന അടയാളപ്രദേശവും വിശ്രമകേന്ദ്രവുമായി. എ ഡി 90 മുതൽ പല സഞ്ചാരികളും അറബിക്കടലിലെ ഈ ദ്വീപ്സമൂഹത്തെപ്പറ്റി പരാമർശിച്ചിട്ടുണ്ട്. മാർക്കോപോളോ (എ ഡി 1254–1324) പരാമർശിക്കുന്ന ഇന്ത്യൻ ദ്വീപുകളായ ആണുങ്ങളുടെ ദ്വീപും പെണ്ണുങ്ങളുടെ

ദ്വീപും യഥാക്രമം മിനിക്കോയിയും ലക്ഷദ്വീപുമാണെന്ന് അനുമാനിക്കപ്പെടുന്നു.

പോർച്ചുഗീസുകാരുടെ വരവുവരെയുള്ള ലക്ഷദ്വീപിന്റെ ചരിത്രം കരയുമായി ബന്ധപ്പെട്ടതാണ്. 11-ാം നൂറ്റാണ്ടിലെ *മൂഷികവംശം* എന്ന സംസ്കൃത കൃതിയിൽ അറബിക്കടലിലെ ദ്വീപുകൾ കീഴടക്കിയതായി പരാമർശമുണ്ട്. കേരളത്തിന്റെ സവിശേഷതയായി കരുതപ്പെടുന്ന മരുമക്കത്തായം ലക്ഷദ്വീപ് സമൂഹങ്ങളിൽ ഇപ്പോഴും നിലനില്ക്കുന്നു. അനാദികാലം മുതൽക്കേ നിലനിന്നുപോരുന്ന പ്രതിഭാസമല്ല മരുക്കമത്തായം. 11-ാം നൂറ്റാണ്ടുമുതൽക്കാണ് ഈ സമ്പ്രദായം ആവിർഭവിച്ചിട്ടുള്ളതായി കണക്കാക്കപ്പെടുന്നത്. ചോള-ചേര യുദ്ധവും ചോള ഭീഷണി നേരിടാൻ ചെറുപ്പക്കാരെ നിർബ്ബന്ധപൂർവ്വം ചേകവന്മാരായി റിക്രൂട്ട് ചെയ്യപ്പെട്ടതും പിതൃകേന്ദ്രീകൃത കുടുംബ വ്യവസ്ഥയിൽ ഉലച്ചിൽ ഉണ്ടാക്കിയിട്ടുണ്ടാവണം. ചോള-ചേര യുദ്ധകാലത്താണ് രാഷ്ട്രീയ അധികാര ശ്രേണിയിലേക്ക് ബ്രാഹ്മണർ ഉയർത്തപ്പെട്ടതും അവർ ജന്മിമാരായി മാറിയതും. നമ്പൂതിരിമാരുടെ സ്വാധീനവും മരുമക്കത്തായത്തെ ഊട്ടിയുറപ്പിച്ചിട്ടുണ്ട്. ലക്ഷദ്വീപുകളിലെ മരുമക്കത്തായം ആ ദ്വീപുകളിൽ കുടിയേറിയത് കേരളക്കരയിൽ നിന്നാണെന്നുള്ളതിന് മറ്റൊരു തെളിവാണ്. പതിനാലാം നൂറ്റാണ്ടു മുതൽക്കാണ് ദ്വീപിലേക്ക് കുടിയേറ്റം നടത്തിയിട്ടുള്ളത്.

മലബാറിൽ നിന്നുള്ള ഹിന്ദുക്കളാണ് ആദ്യ കുടിയേറ്റക്കാർ. ലക്ഷദ്വീപിലെ ഉപരിവർഗ്ഗം തങ്ങൾ സവർണ്ണ ഹിന്ദുക്കളുടെ പിന്തുടർച്ചക്കാരാണെന്ന് അവകാശപ്പെടുന്നു. പല പുരാതന കുടുംബങ്ങളും വീട്ടുപേരിനൊപ്പം "ഇല്ലം" എന്നു ചേർത്തുകാണുന്നത് ഇതിനുതെളിവായി അവർ എടുത്തുകാട്ടുന്നു. മുസ്ലീം പള്ളികളുടെ വാസ്തുശില്പരീതി ഹൈന്ദവ ക്ഷേത്രങ്ങളുടേതിനുതുല്യമായതും ലക്ഷദ്വീപിൽനിന്നും കണ്ടെടുത്ത ഹിന്ദുദൈവങ്ങളുടെ വിഗ്രഹവും ഹിന്ദുക്കളാണ് ആദ്യകുടിയേറ്റക്കാർ എന്നു തെളിയിക്കുന്നു. എന്നാൽ ലക്ഷദ്വീപിൽ ഏറക്കുറെ എല്ലാവരും മുസ്ലീംമതം സ്വീകരിച്ചിട്ടുള്ളവരാണ്. എ ഡി 663-ൽ ഉബൈദുള്ള എന്ന മുസ്ലീം സന്ന്യാസിയാണ് മതപരിവർത്തനം നടത്തിയത് എന്നാണ് വിശ്വാസം. 'മുമ്പെ മുല്ലാക്ക' എന്നാണ് ദ്വീപിൽ ഉബൈദുള്ള അറിയപ്പെടുന്നത്. ഇതിനൊന്നും തന്നെ ചരിത്രപരമായ പിൻബലം ഇല്ല.

ചേരന്മാരുടെ തകർച്ചയെത്തുടർന്ന് സ്വതന്ത്രരായ കോലത്തിരിമാരുടെ നിയന്ത്രണത്തിൽ ലക്ഷദ്വീപ് വരുന്നത് എ ഡി 11-ാം നൂറ്റാണ്ടിലാണ്. കുടിയേറ്റക്കാരിലെ പ്രമുഖനെ 'മുതലാൾ' എന്ന പദവി നല്കി ഭരണകർത്താവാക്കി. പ്രധാന കുടുംബങ്ങൾ ചേർന്ന കൗൺസിലായിരുന്നു ഭരണസമിതി. കയർവ്യാപാരത്തിൽ നിന്നുണ്ടാകുന്ന ലാഭമല്ലാതെ കോലത്തിരിമാർക്ക് മറ്റു വരുമാനമൊന്നും ദ്വീപിൽനിന്നും ലഭിച്ചിരുന്നില്ല. പ്രധാന കുടിയേറ്റ കുടുംബത്തിന് നാടുവാഴി പദവി ലഭിച്ചിരുന്നു.

പോർച്ചുഗീസുകാർ

എ ഡി 15-ാം നൂറ്റാണ്ടിൽ പോർച്ചുഗീസുകാർ അറബിക്കടലിൽ എത്തി. നിരന്തരമായ പോർച്ചുഗീസ് ആക്രമണങ്ങൾ ദ്വീപ് നിവാസികൾക്കും കോലത്തിരിക്കും ശല്യമായിത്തീർന്നു. 16-ാം നൂറ്റാണ്ടിന്റെ മദ്ധ്യത്തോടെ കോലത്തിരി 6000 പണത്തിന് ലക്ഷദ്വീപിനെ കണ്ണൂരിലെ ആലി രാജാവിനു ജാഗിർ ആയി നല്കി. പോർച്ചുഗീസുകാരുടെ ആഗമനം ആലി രാജാക്കന്മാർക്ക് കടുത്ത വ്യാപാര വെല്ലുവിളി ഉയർത്തി. സാമൂതിരിയുമായി ശത്രുതയിലായ പോർച്ചുഗീസുകാർ കോലത്തിരിയുമായി അടുത്തു. 1503 ൽ പോർച്ചുഗൽ വൈസ്രോയി അൽബുക്കർക്ക് ലക്ഷദ്വീപിനെ പോർച്ചുഗീസ് ഭരണത്തിൻകീഴിലാക്കി. ദ്വീപിലേക്ക് കപ്പൽ ഗതാഗതത്തിന് പോർച്ചുഗീസുകാർ പാസ് ഏർപ്പെടുത്തിയത് കോലത്തിരിയെ ക്ഷുഭിതനാക്കി. ഈ അവസരം മുതലാക്കിയ സാമൂതിരി കോലത്തിരിയുമായി ചേർന്ന് 1507 ൽ പോർച്ചുഗീസുകാരെ കടന്നാക്രമിച്ചു. 1525 ൽ പോർച്ചുഗീസ് വൈസ്രോയി കുറഞ്ഞ ചെലവിൽ കയർ നല്കണമെന്ന വ്യവസ്ഥയിന്മേൽ ദ്വീപ് ഭരണം കോലത്തിരിക്കു നല്കാൻ തയ്യാറായി. എന്നാൽ കയർ നല്കുന്നതിനെക്കാൾ നല്ലത് ദ്വീപ് കൈയൊഴിയുന്നതാണെന്നു മനസ്സിലാക്കിയ കോലത്തിരി അപ്രകാരം തന്നെ ചെയ്തു. ദ്വീപിലും പോർച്ചുഗലിന്റെ കിരാതഭരണം തുടങ്ങി. എന്നാൽ തന്ത്രപൂർവ്വം ഒരു വിരുന്നിനു ക്ഷണിച്ച് ഭക്ഷണത്തിൽ പാമ്പിൻവിഷം ചേർത്തു നല്കി മുഴുവൻ പോർച്ചുഗീസ് പടയാളികളെയും ഉദ്യോഗസ്ഥരെയും ദ്വീപുനിവാസികൾ കൊന്നൊടുക്കി. ഈ സംഭവം നടന്നതായി പറയപ്പെടുന്ന അമിനി ദ്വീപിലെ 'പാമ്പുപറമ്പ്' ഇപ്പോഴും സ്മാരകമായി സൂക്ഷിച്ചിട്ടുണ്ട്.

അറയ്ക്കൽ ഭരണം

കോലത്തിരിയുടെ മന്ത്രിമാരിലൊരാളായ അരയൻകുളങ്ങര നായർ പണിതതാണ് അറയ്ക്കൽ കൊട്ടാരം. കോലത്തിരി വംശത്തിലെ ഒരു രാജകുമാരി മുസ്ലീം യുവാവുമായി പ്രണയത്തിലാവുകയും അറയ്ക്കൽ രാജാവ് ഇവരുടെ വിവാഹം നടത്തിക്കൊടുക്കുകയും ചെയ്തു. ഇവർക്കായി പ്രത്യേകം കൊട്ടാരവും നാട്ടുരാജ്യവും നല്കി. ആ കുടുംബത്തിലെ മുതിർന്നയാൾ ആണായാലും പെണ്ണായാലും അതിന്റെ തലവനായിരിക്കും. പുരുഷനാണെങ്കിൽ ആലിരാജാവെന്നും സ്ത്രീയാണെങ്കിൽ അറയ്ക്കൽബീവി എന്നും വിളിച്ചു. ആലിരാജാവിന് മികച്ച നാവികസേനയുണ്ടായിരുന്നു. 'ആഴിരാജാ' എന്ന പേരും അദ്ദേഹത്തിന് സിദ്ധിച്ചിരുന്നു. ലക്ഷദ്വീപിന്മേൽ ലഭിച്ച അധികാരം ആലിരാജയുടെ പദവി ഉയർത്തി. 1766 ൽ ഹൈദർ അലി കോലത്തുനാട് കീഴടക്കി. ഇതിന് ആലിരാജയുടെ പിന്തുണയുണ്ടായി. കോലത്തുനാടിന്റെ ഭരണം ആലി രാജാവിലായതോടെ ലക്ഷദ്വീപിന്റെ പൂർണ്ണ നിയന്ത്രണം അറയ്ക്കൽ രാജവംശത്തിൽ വന്നുചേർന്നു. അറയ്ക്കൽ കുടുംബത്തിന് സാമ്പത്തിക

ചൂഷണത്തിനുള്ള ഉപാധിമാത്രമായി ലക്ഷദ്വീപ്. അഗത്തി, കല്പേനി, ആന്ത്രോത്ത്, മിനിക്കോയി എന്നീ ദ്വീപുകളിൽ ആലിരാജാവ് കാര്യക്കാരെ ഏർപ്പാടാക്കി. കാര്യക്കാർ കരയിൽനിന്നുള്ള ഉദ്യോഗസ്ഥന്മാരായിരുന്നു. ദ്വീപിലേക്ക് ആവശ്യമുള്ള വസ്തുക്കൾ കാര്യക്കാർ കരയിൽ നിന്നും എത്തിക്കും. പകരം ദ്വീപുല്പന്നങ്ങൾ ശേഖരിക്കും.

ടിപ്പുവിനുകീഴിൽ

ഹൈദർ അലിയുടെ മരണശേഷം ടിപ്പു ഭരണമേറ്റു. ടിപ്പുവിന്റെ സഖ്യകക്ഷിയായ അറയ്ക്കൽബീവിയുടെ അധികാരം കുറയ്ക്കാൻ അവസരം നോക്കിയിരുന്ന ബ്രിട്ടീഷുകാർ 1783 ൽ ബീവിയെക്കൊണ്ട് 'സൗഹൃദ' ക്കരാറിൽ ഒപ്പുവയ്പിച്ചു. ദ്വീപ് ഉല്പന്നങ്ങളുമായി കണ്ണൂരേക്കുപോയ നാല് വള്ളങ്ങളെ ബ്രിട്ടീഷുകാർ വഴിയിൽ തടഞ്ഞു. അതിൽനിന്നും രക്ഷപ്പെട്ട രണ്ടു വള്ളങ്ങൾ മംഗലാപുരത്തെത്തി ടിപ്പുവിനെ കണ്ടു. കയറുല്പന്നങ്ങൾ വില്ക്കുകയും ദ്വീപു ഭരണമേറ്റെടുക്കണമെന്ന് ആവശ്യപ്പെടുകയും ചെയ്തു. 1787 ൽ അമിനിദ്വീപസമൂഹം എന്നറിയപ്പെടുന്ന അമിനി, കടമത്ത്, കിൽത്തൻ, ചെത്തലത്ത്, ബിത്ര എന്നീ ദ്വീപുകളുടെ ഭരണം ടിപ്പു ഏറ്റെടുത്തു. മറ്റ് ദ്വീപുകൾ അറയ്ക്കൽ ഭരണത്തിൽ തുടർന്നു.

രണ്ട് ജില്ലകൾക്കു കീഴിൽ ദ്വീപ് ഭരണം

1790 ഡിസംബർ 16 ന് ബ്രിട്ടീഷുകാർ കണ്ണൂർകോട്ട കീഴടക്കി. അറയ്ക്കൽ ബീവി കീഴടങ്ങി. 1791 ൽ കിഴക്കൻ ദ്വീപുകൾ കമ്പനി ഭരണത്തിൻ കീഴിലായി. 1794 ൽ ടിപ്പുവിന്റെ പതനത്തോടെ അമിനിദ്വീപുകളുടെ ഭരണം ഈസ്റ്റിന്ത്യാകമ്പനി ഏറ്റെടുത്തു. സൗത്ത് കാനറ ജില്ലയുടെ ഭാഗമാക്കി ഭരണം തുടങ്ങി. കിഴക്കൻ ദ്വീപുകൾ ബ്രിട്ടീഷുകാർ ഏറ്റെടുത്തെങ്കിലും മേൽനോട്ടാധികാരം വാർഷികത്തുകയ്ക്ക് അറയ്ക്കൽ ബീവിക്കുതന്നെ നല്കി. വാർഷികത്തുക നല്കുന്നതിൽ മുടക്കം വന്നതോടെ 1875 ൽ ഈ ദ്വീപുകളുടെ ഭരണം ബ്രിട്ടീഷുകാർ മലബാർ ജില്ലയുടെയും ഭാഗമാക്കി. അങ്ങനെ വടക്കൻ ദ്വീപുകൾ സൗത്ത്കാനറ ജില്ലയുടെയും തെക്കൻ ദ്വീപുകൾ മലബാർ ജില്ലയുടെയും ഭരണത്തിൻകീഴിലായി. 1956 നവംബർ 1 ന് ഭാഷാ സംസ്ഥാന രൂപീകരണത്തിന്റെ ഭാഗമായി ലക്ഷദ്വീപ് സമൂഹം ഒറ്റ ഭരണയൂണിറ്റായി. 1973 ലാണ് ലക്ഷദ്വീപ് എന്ന് ഔദ്യോഗികമായി ഈ പ്രദേശത്തെ നാമകരണം ചെയ്യുന്നത്.

6

അമിനി, ദ്വീപുകാർക്ക് അമേനിയാണ്. കടലിൽ ചിതറിവീണ പച്ചത്തുരുത്തുകളിൽ ഒന്ന്. അമിനിയുടെ ഏത് ഭാഗത്തുനിന്ന് നോക്കിയാലും കടൽമാത്രമേ കാണാനുള്ളൂ; വടക്കുമാറി ഒരു മങ്ങിയ നേർരേഖപോലെ കടമത്തുദ്വീപിന്റെ കാഴ്ച ഒഴികെ. മംഗലാപുരത്തിന്റെ തെക്കു പടിഞ്ഞാറായി 304 കിലോമീറ്റർ അകലെയാണ് അമിനിദ്വീപ് കടക്കുന്നത്. മറ്റ് ദ്വീപുകളെപ്പോലെ അമിനിയും വളർന്നുകൊണ്ടിരിക്കുകയാണ്. 1959 ലെ കണക്കനുസരിച്ച് 259.48 ഹെക്ടർ ഭൂമിയാണ് അമിനിദ്വീപിൽ ഉണ്ടായിരുന്നത്. 1983 ആയപ്പോൾ ഒരേക്കറോളം ഭൂമികൂടി രൂപപ്പെട്ടിട്ടുണ്ട്.

ഉച്ചയുറക്കത്തിനുശേഷം ഞങ്ങളെയും കൂട്ടി റസാക്ക് നടക്കാനിറങ്ങി. ഞങ്ങളുടെ യാത്രകാണാൻ ആളുകൾ മുറ്റത്തേക്കും റോഡുവക്കിലേക്കും ഇറങ്ങിവന്നു. കരയിൽനിന്നുള്ള (ഖലീലിന്റെ) മാഷുമാരെ കാണാൻ. റസാക്ക് ചെറിയൊരു ഹീറോ ആവുകയാണ്. നിഷേധിയെന്ന് പേരും വാങ്ങി തെക്കുവടക്ക് കറങ്ങിനടന്ന റസാക്കിനു കൈവന്ന സുവർണ്ണാവസരം അയാൾ പാഴാക്കിയില്ല. റസാക്കിനെ കാണുമ്പോൾ പെൺകുട്ടികളുടെ ചിരിയിൽ ഒരു നിലാവിന്റെ സ്പർശമുണ്ട്. യാത്രാമദ്ധ്യേ റസാക്കിന്റെ ബന്ധുഗൃഹങ്ങളിൽ കയറി. നടുമുറ്റവും നാലുകെട്ടുമുള്ള വീട്. മലബാറിലെ വീടുകൾപോലെ മച്ചുള്ള വീടുകൾ ഏറെയുണ്ട്. സുലൈമാനിയും പലഹാരങ്ങളും കഴിച്ചിറങ്ങുമ്പോൾ കുട്ടികൾ ഒരു പ്ലാസ്റ്റിക് കൂടുനിറയെ പൊങ്ങുമായെത്തി. ഞങ്ങളുടെ പൊങ്ങുകൊതി ദ്വീപിൽ പാട്ടായിരിക്കുന്നു!

തെങ്ങിൻതോപ്പുകൾക്കിടയിലൂടെ നടക്കുമ്പോൾ ഉമ്മമാർ വിളിച്ചു പറഞ്ഞു: “സൂക്ഷിക്കണം മച്ചിങ്ങ വീഴും.” ചിരിവന്നു പോയി. കേരം തിങ്ങും കേരളനാട്ടിൽനിന്നും വന്ന മഹാന്മാരെ മച്ചിങ്ങ കാട്ടി വിരട്ടുന്നോ? ദീപുകാർ തമ്മിൽ സംസാരിക്കുന്നത് ദ്വീപുഭാഷയിലാണ്. പ്രത്യേക ലിപിയില്ല. പ്രാകൃത മലയാളത്തോടൊപ്പം പേർഷ്യനും കന്നടയും സിംഹള ഭാഷയും കൂടിക്കലർന്നതാണ് ദ്വീപുഭാഷ. കുടിയേറ്റക്കാലത്ത് കേരളക്കരയിൽനിന്നു വേറിട്ട ഭാഷ സ്വതന്ത്രമായി വളർന്നതാവണം. കേരളത്തിലെ മലയാളം മലബാറിയും തിരുവിതാംകൂറുമായി വളർന്ന് തമിഴും കന്നടയും പേർഷ്യനും ഇംഗ്ലീഷും പോർച്ചുഗീസും ഒക്കെ കലർന്ന് വേറൊരു വഴിക്ക് തിരിഞ്ഞു. രണ്ടു ഭാഗത്തേക്കു പിരിഞ്ഞുപോയ സഹോദരർ. മലയാളമാണ് പഠനഭാഷ. ദ്വീപുനിവാസികൾ നമ്മോടു പറയുന്ന മലയാളം അച്ചടി മലയാളമാണ്. അതിന് തെല്ലൊരു കൗതുകമുണ്ട്.

തെങ്ങിൻതോപ്പ് പിന്നിട്ട് കടൽക്കരയിലെത്തി. ആകെ രണ്ടര സ്ക്വയർ കിലോമീറ്റർ വിസ്തീർണ്ണമുള്ള അമിനി ദ്വീപിന്റെ ചുറ്റും ഒന്നര സ്ക്വയർ കിലോമീറ്റർ ലഗൂണുണ്ട്. ആഴം കുറഞ്ഞ കടൽപ്പരപ്പിനെയാണ് ‘ലഗൂൺ’ എന്നു പറയുന്നത്. ഒരു സ്ഫടികപാത്രത്തിനകത്തെന്നപോലെ സുതാര്യവും സുവ്യക്തവുമായി അടിപ്പരപ്പുകാണാം. ചില സ്ഥലങ്ങളിൽ

ഒരു കിലോമീറ്ററോളം മുട്ടിനു താഴെ വരെ മാത്രമേ കടൽവെള്ളം ഉണ്ടാവൂ. രാപ്പകലുകൾ മാറിവരുന്ന വേലിയേറ്റയിറക്കങ്ങൾ കൗതുകകരമാണ്. വേലിയിറക്കമുള്ളപ്പോൾ ലഗൂണിന്റെ സ്ഥലത്ത് പേരിന് മാത്രമേ വെള്ളമുണ്ടാകൂ. കടൽ ഉൾവലിഞ്ഞിട്ടുണ്ടാകും. കുഴികളിൽ ചെറു കടൽ സസ്യങ്ങളും ജലജീവികളും തേരട്ടപോലെ വെള്ളത്തിനടിയിൽ പതുങ്ങിക്കിടക്കുന്ന കോക്ക (ഒരുതരം ജലജീവി. തേരട്ടയെക്കാൾ വലുപ്പം)കൾ. സന്ന്യാസി ഞണ്ടിന്മേലും പവിഴപ്പുറ്റിലും ഷെല്ലുകളിലും ചവിട്ടിയാവും നാം അപ്പോൾ നടക്കുക. വേലിയേറ്റമുള്ളപ്പോൾ കരവരെ നീളുന്ന ആകാശനീലിമ കലർന്ന വെള്ളത്തിൽ എണ്ണിയാലൊടുങ്ങാത്ത ജലസസ്യങ്ങളും മത്സ്യജാലങ്ങളും ജലജീവികളും. പവിഴപ്പുറ്റു നിറഞ്ഞ കടൽപ്പരപ്പിലൂടെ നടന്നുപോകുന്നത് രസകരവും അതേസമയംതന്നെ ആയാസകരവുമാണ്. പല ആകൃതിയിൽ പ്രകൃതി തീർത്ത പവിഴപ്പുറ്റുകൾ ജീവജാലങ്ങളുടെ ഫോസിലുകളാണ്. അനുമതി നല്കിയാൽ കോടിക്കണക്കിന് രൂപയുടെ പവിഴപ്പുറ്റുകൾ കപ്പൽ കയറും. കൗതുകമുണർത്തുന്ന പവിഴപ്പുറ്റുകൾ, പലതരം ഷെല്ലുകൾ എന്നിവ ശേഖരിക്കുന്നത് നമ്മെ ശരിക്കും കുഴയ്ക്കും. ഒന്ന് സെലക്ട് ചെയ്ത് കവറിൽ നിക്ഷേപിക്കുമ്പോഴേക്കും അതിനെക്കാൾ മനോഹരമായ നിരവധി ഇതാ കടലിനടിയിൽ. നമ്മുടെ സൗന്ദര്യബോധം കടുത്ത വെല്ലുവിളി തന്നെ നേരിടേണ്ടി വരും.

ജലസസ്യങ്ങൾക്കിടയിൽ സ്വർണ്ണമത്സ്യങ്ങൾ. പ്രകൃതി പോറ്റുന്ന പേരറിയാനാവാത്ത പതിനായിരക്കണക്കിന് ചെറു മത്സ്യങ്ങൾ! അലങ്കാരത്തിനായി പ്രകൃതി തന്നെ തെരഞ്ഞെടുത്ത കൂറ്റൻ ഫിഷ്ടാങ്ക്. ചന്തത്തിൽനിന്നും ചന്തത്തിലേക്ക് നീണ്ടുപോകുന്ന തീരം. ആകാശനീലിമയിൽനിന്നും കടും നീലനിറത്തിലേക്ക് മാറുന്നത് ഏകദേശം ഒരു കിലോ മീറ്റർ ഉള്ളിലാണ്. അവിടെ ആഴക്കടൽ തുടങ്ങുന്നു. വലവീശി മത്സ്യം പിടിക്കുന്നവർ അവിടെയാണ് നില്ക്കുക. ലഗൂണിനപ്പുറം ആഴക്കടലിന്റെ പൂമുഖത്തുനിന്നും ഒറ്റയ്ക്കൊരു മനുഷ്യൻ കൈവല വീശുന്നു. അയാൾ ഒന്നും അറിയുന്നില്ല. ഏകാഗ്രതയോടെ, ഏണസ്റ്റ് ഹെമിങ്വേയുടെ *കിഴവനും കടലും* എന്ന നോവലിലെ സാന്തിയാഗോയെപ്പോലെ!

ദീപസ്തംഭം

ആഴക്കടലിന്റെ അതിർത്തി

മത്സ്യബന്ധനത്തിൽ ഏർപ്പെട്ടിരിക്കുന്നവർക്ക് രാത്രികാലങ്ങളിൽ തിരിച്ചറിയാൻ ഒഴുകിനടക്കുന്ന ചെറിയ ദീപസ്തംഭങ്ങൾ രാത്രിയാവുന്നതോടെ കടൽ സുന്ദരിയുടെ അരയിലെ അരഞ്ഞാണമായി മാറും. ദ്വീപിന്റെ തെക്കേയറ്റത്തെ ദീപസ്തംഭത്തിലേക്കു നടക്കുമ്പോൾ ഒരു കൂട്ടം പെൺകുട്ടികളെ കണ്ടു. അപരിചിതരെ കണ്ടപ്പോൾ ആദ്യം അവർ ഒഴിഞ്ഞു മാറി. മണലിൽ, പവിഴപ്പുറ്റുകളും ഷെല്ലുകളും കുന്നിക്കുരുക്കളും ഉപയോഗിച്ച് അവർ കളിക്കുകയും ആർത്തു ചിരിക്കുകയുമായിരുന്നു. തലയിലെ തട്ടം ശരിയാക്കി വിടർന്ന കണ്ണുകളുമായി അവർ തിരിച്ചു നോക്കി. അങ്ങോട്ടു ചെന്നപ്പോൾ അവർ ഓടിപ്പോയില്ല.

സ്കൂൾ വിദ്യാഭ്യാസം ലഭിച്ചിട്ടുള്ളവരാണ് എല്ലാവരും. പ്ലസ്ടു കഴിഞ്ഞവരും കോളേജിൽ പഠിച്ചവരുമുണ്ട്. കരയിലെ വർത്തമാനങ്ങളിൽ അവർ മുങ്ങിനിവർന്നു. അച്ചടി മലയാളത്തിൽ അവരുടെ കൊഞ്ചലിന് നല്ല ചേല്. റസാക്കിന് സ്വന്തം മുഖത്തുനിന്നും കള്ളലക്ഷണം ഒഴിവാക്കാനാവുന്നില്ല. അയാളുടെ ദ്വീപുഭാഷയിലെ ചോദ്യങ്ങൾ അവർ അവഗണിച്ചു. രാത്രിവരെ അവർ കടപ്പുറത്തുണ്ടാകും. ആരും നിയന്ത്രണത്തിന്റെ ചാട്ടവാറുകൾ ചുഴറ്റുന്നില്ല. നൂറുശതമാനവും മുസ്ലീങ്ങൾ മാത്രമുള്ള ഈ ദ്വീപിൽ പെൺകുട്ടികൾക്ക് ഇത്ര സ്വാതന്ത്ര്യമോ?

പരമ്പരാഗത വിശ്വാസങ്ങൾ പലതും ഈ ചെറിയ തുരുത്തുകളിൽ ചിറകറ്റു വീഴും!

സ്വാതന്ത്ര്യാനന്തരം സ്ഥാപിക്കപ്പെട്ട ദീപസ്തംഭം തലയെടുപ്പോടെ നില്ക്കുന്നു. കെട്ടിയടയ്ക്കപ്പെട്ട സ്ഥലത്തേക്ക് അനുവാദത്തോടെ കയറിക്കൂടി. അസംഖ്യം ചവിട്ടുപടികൾ പിന്നിട്ട് ഒന്നാം തട്ടിൽ നില്ക്കുമ്പോൾ പച്ചപ്പുതപ്പ് കൈയെത്തും ദൂരത്ത്. വിശാലമായ കടും നീലക്കടൽ, ഇളംനീല ലഗൂൺ ബോർഡർ. ദീപസ്തംഭത്തിന്റെ ഉത്തുംഗതയിൽനിന്നും താഴേക്കുനോക്കുമ്പോൾ ദ്വീപിന്റെ അങ്ങേത്തീരം കാണാം. നീണ്ടു പോകുന്ന ലഗൂണും.

ഖലീലിനൊപ്പം കുളിക്കാൻ പുറപ്പെടുകയാണ്. ഓലച്ചെറ്റകൾ കൊണ്ടു മറച്ച വേലികൾ വകഞ്ഞുമാറ്റി മുത്തങ്ങപ്പുല്ലുകൾ തീർത്ത മെത്തയിൽ ചവിട്ടി നീലയമരിച്ചെടികളെ മറികടന്ന് തീരത്തേക്കെത്തി. സിമന്റ് ബ്ലോക്കുകൾകൊണ്ട് തീർത്ത കടലതിർത്തിയിൽ ഓളങ്ങൾ തഴുകിയകലുന്ന തിരകളില്ല. ഓളം മാത്രം. സന്ന്യാസി ഞണ്ടുകൾ തപസ്സിലാണ്. കുസൃതികളായ കടൽഞണ്ടുകൾ മാളങ്ങളിലൊളിച്ചു. കടലിൽ ഒരു കപ്പൽ തെളിഞ്ഞു കാണാം. അതിന്റെ നിഴൽമാതിരി അപ്പുറത്ത് വേറൊന്ന്. മത്സ്യബന്ധനബോട്ടുകളും ചെറുവള്ളങ്ങളും പണിത്തിരക്കിലാണ്. ബോട്ടു ജെട്ടിയിൽനിന്ന് കടമത്ത് ദ്വീപിലേക്ക് പോകുന്ന ഔട്ട്ബോർഡ് യന്ത്രം ഘടിപ്പിച്ച ബോട്ടുകൾ നങ്കൂരത്തൂണുകളിൽനിന്നും കയർ വേർപെടുത്തി യാത്രയ്ക്കൊരുങ്ങുന്നു. ജലത്തിൽ മുങ്ങിക്കിടക്കുന്നവരുടെ ചിത്രം ഓളങ്ങളുടെ ഞൊറികൾക്കുള്ളിലൂടെ കാണാം. അവർക്കൊപ്പം ഒഴുകിപ്പോകുന്ന ചെറുമത്സ്യങ്ങൾ. മുഖംമൂടിയണിഞ്ഞ്

വെള്ളത്തിലേക്ക് കുതിക്കുമ്പോൾ കാഴ്ചകൾ മാറുന്നു. കൺമുന്നിൽ സ്വർണ്ണമത്സ്യങ്ങൾ, പൂവാലൻ മീനുകൾ, മരതകസസ്യങ്ങൾ, പവിഴപ്പുറ്റുകൾ. നീന്തൽ കഴിഞ്ഞ് വെയിലത്തിട്ട് സ്വയം ഉണക്കി വെള്ളത്തിലേക്ക് കുതിക്കാം.

7

ഞങ്ങൾക്കൊപ്പം യാഷിദ് ഉണ്ട്. ഇപ്പോൾ റസാക്കിനെ സഹായിക്കാൻ വന്നുചേർന്നവൻ. യാഷിദ്, പള്ളിച്ചപ്പുര കോയാകുടുംബത്തിലെ അംഗമല്ല. അനാഥനായ യാഷിദിനെ സെയ്ദ് മുഹമ്മദ് കോയ എവിടന്നോ കൂട്ടിക്കൊണ്ട് വന്നതാണ്. അവൻ ഇന്ന് പള്ളിച്ചപ്പുരയിലെ കാര്യക്കാരനാണ്. എവിടെയുമുണ്ട് അവൻ. രാവിലെ പത്തിരിയുമായി എത്തിയ റസാക്കിനൊപ്പം ഉച്ചവെയിലിലെ മഴപോലെയാണവൻ എത്തിയത്. അവന്റെ ചിരിയിൽ ജന്മാന്തര സൗഹൃദത്തിന്റെ സാഗരമാണ് അലയടിച്ചത്. ദ്വീപുകാഴ്ചകൾ പകർത്താൻ കൊണ്ടുവന്ന ഹാന്റിക്യാം ഇപ്പോൾ അവന്റെ കൈയിലാണ്. അതുവെച്ചുള്ള അവന്റെ കലാപരിപാടികൾ ഉള്ളു നടുക്കും. എന്നാൽ അവനത് അഭിമാനത്തിന്റെ വകയാണ്. ഞങ്ങളുടെ യാത്രകളിൽ ക്യാമറ പിടിക്കാനുള്ള അവകാശം അവൻ ഏറ്റെടുത്തു. “ഞാനിത് തരൂല്ല” അവൻ ഇടയ്ക്കിടയ്ക്ക് പറയും. യാഷിദ് യഥാർത്ഥത്തിൽ അനാഥനല്ല. ഉമ്മ ജീവിച്ചിരിപ്പുണ്ട്. ബാപ്പയ്ക്ക് മറ്റൊരു ബീവി കൂടിയുണ്ട്. ബാപ്പയോട് കലഹിച്ചാണത്രെ കോയാസാഹിബിനോടൊപ്പം കൂടിയത്. പേര് ചോദിച്ചാൽ യാഷിദ് ഗൗരവത്തിൽ പറയും, കെ സി യാഷിദ്–കുലുവാടചെറ്റ യാഷിദ്. കടലിലേക്കിറങ്ങിയവരുടെ വസ്ത്രവും ചെരുപ്പും സൂക്ഷിക്കുകയാണ് യാഷിദ്. കടലിൽ മുങ്ങി നിവർന്ന് നോക്കുമ്പോൾ തുണികൾക്കൊപ്പം യാഷിദിനെ കാണാം. അവൻ മറ്റുള്ളവരടുത്തില്ലാത്തപ്പോൾ മൂകനാകും. ഒഴിവുസമയങ്ങളിൽ അവൻ ഒറ്റയ്ക്ക് കടൽക്കരയിലേക്ക് നടക്കും. നീലക്കടൽ നോക്കി ഒറ്റ ഇരിപ്പാണത്രെ!

സന്ധ്യക്ക് കടൽ കളവുപോയി. പകൽ മുങ്ങിക്കുളിച്ച കടലിനെ സന്ധ്യക്കു നടക്കാനിറങ്ങുമ്പോൾ കാണുന്നില്ല. ലഗൂൺ കടന്ന് കടൽ ഉള്ളിലേക്ക് പോയിരിക്കുന്നു. തിരശ്ശീല ഉയർത്തിയും താഴ്ത്തിയും കടൽ നടത്തുന്ന നാടകങ്ങൾ വിസ്മയകരമാണ്. ഞങ്ങളുടെ വിസ്മയം കണ്ട് ഒരു കിഴവൻ സന്ന്യാസിഞണ്ട് തോടിനുള്ളിൽ കയറാൻ മറന്നു.

അമിനി ദ്വീപിലെ കുട്ടികളും യുവതികളും സ്ത്രീകളും ഏറെ സ്വാതന്ത്ര്യം അനുഭവിക്കുന്നുണ്ട്. ദ്വീപു പര്യടനം കഴിഞ്ഞ് മടങ്ങുമ്പോൾ വഴിയരികിൽനിന്ന് പ്രായംചെന്ന സ്ത്രീ റസാക്കിനോടു ചോദിച്ചു:

“മേലാബാ എല്ലാ കഴിഞ്ഞിച്ച് ബന്നതാ കീളാബായ്ക്ക്?”

റസാക്ക് ദ്വീപു ഭാഷയിൽ മറുപടി നല്കി.

“സംഗതി എന്താ?”

റസാക്ക് വിശദീകരിച്ചു.

പടിഞ്ഞാറ് കഴിഞ്ഞിട്ടാണോ കിഴക്കേക്ക് വന്നത് എന്ന് ചോദിക്കുകയായിരുന്നു.

മേലാബാ - പടിഞ്ഞാറ്
കീളാബാ - കിഴക്ക്
ബടക്കേബാ - വടക്ക്
തെക്കേബാ - തെക്ക്

ഫറം എന്നാൽ?

രാത്രി ഏറെ വൈകിയും കോൺക്രീറ്റ് റോഡിലൂടെ സ്ത്രീകൾ ഒറ്റയ്ക്കും സംഘം ചേർന്നും നടക്കുന്നതു കണ്ടു. രാത്രിയാകുമ്പോഴേക്കും സ്ത്രീകൾ കൂടുതൽ ഉല്ലാസവതികളാകുന്നു. അവർ റോഡുകളിലൂടെയും ചവിട്ടുവഴികളിലൂടെയും മണൽപ്പരപ്പിലൂടെയും സംഘം ചേർന്നു നടക്കുന്നു. വർത്തമാനം പറഞ്ഞ് കിലുകിലെ ചിരിക്കുന്നു. യാത്രയ്ക്കിടയിലാണ് ഒരു കാര്യം ശ്രദ്ധയിൽപ്പെട്ടത്. തെങ്ങിൻമടൽ കൊണ്ട് നിർമ്മിച്ച ചാരുള്ള ബഞ്ചുപോലുള്ള ഒരു സംവിധാനം അവിടവിടെക്കണ്ടു. ഇതാണ് ഫറം. യുവതികളും യുവാക്കളും ഫറങ്ങളിലിരുന്ന് വർത്തമാനം പറയുന്ന കാഴ്ച നമുക്ക് സങ്കല്പിക്കാൻ പോലും കഴിയാത്തതാണ്. യുവതികൾക്കും യുവാക്കൾക്കും പ്രത്യേക ഫറങ്ങൾ!

ബോട്ടു ജെട്ടിക്കടുത്ത് അമിനി അഡ്മിനിസ്ട്രേഷന്റെ ഓഫീസ്. തൊട്ടടുത്ത് പൊലീസ് സ്റ്റേഷനുണ്ട്. 1991 ലെ കണക്കുപ്രകാരം അമിനി ദ്വീപിലെ ജനസംഖ്യ 6447 ആണ്. ലക്ഷദ്വീപ് സമൂഹത്തിൽ ഏറ്റവും ജനസാന്ദ്രതയുള്ളത് അമിനിയിലാണ്. ചതുരശ്രകിലോമീറ്ററിന് 2500 പേരോളം വസിക്കുന്നു!

1981 ലെ സെൻസസ് പ്രകാരം ഇത് 2,072 ആയിരുന്നു. 1956 നവംബർ ഒന്നിന് ലക്ഷദ്വീപ് യൂണിയൻ ടെറിറ്ററി എന്ന പദവിക്കു കീഴിലായി 1964 വരെ കോഴിക്കോടായിരുന്നു ദ്വീപ് അഡ്മിനിസ്ട്രേറ്ററുടെ ഓഫീസ്. ഇപ്പോഴത് കവറത്തിയിലാണ്.

8

അഡ്മിനിസ്ട്രേറ്റർ

ഭരണഘടനയുടെ ആർട്ടിക്കിൾ 239(1) അനുശാസിക്കും പ്രകാരം ഇന്ത്യൻ യൂണിയൻ പ്രസിഡന്റാണ് അഡ്മിനിസ്ട്രേറ്ററെ നിയമിക്കുന്നത്. സർക്കാർ നയം നടപ്പിലാക്കലാണ് ഇദ്ദേഹത്തിന്റെ ചുമതല. നിയമവാഴ്ച ഉറപ്പാക്കലിന്റെ ചുമതലയും ഇദ്ദേഹത്തിനായിരിക്കും. ഭരണനിർവ്വഹണത്തിൽ അദ്ദേഹത്തെ സഹായിക്കാൻ സെക്രട്ടറി (അഡ്മിനിസ്ട്രേഷൻ) എന്ന ഉദ്യോഗസ്ഥനു കീഴിലുള്ള സെക്രട്ടറിയേറ്റ് സംവിധാനമുണ്ട്.

കളക്ടറുടെ കൂടി ചുമതലയുള്ള ഡെവലപ്മെന്റ് കമീഷണറാണ് വികസന പ്രവർത്തനങ്ങൾക്ക് നേതൃത്വം നല്കുന്നത്. നിയമവാഴ്ച ഉറപ്പാക്കാൻ ഒരു പൊലീസ് സൂപ്രണ്ടിന്റെ കീഴിലുള്ള പൊലീസ് സംവിധാനവുമുണ്ട്.

ഉപദേശക കൗൺസിൽ (1957)

ഭരണത്തിന് ജനകീയമുഖം നല്കാൻ 17 അംഗ ഉപദേശക കൗൺസിലുണ്ട്. അഡ്മിനിസ്ട്രേറ്ററുടെ ശുപാർശ പ്രകാരം പ്രസിഡന്റാണ് ഇവരെ നോമിനേറ്റ് ചെയ്യുന്നത്. പൊതുനയങ്ങളും വികസനവും സബ്സിഡിയും കേന്ദ്രസർക്കാർ ആവശ്യപ്പെടുന്ന വിഷയങ്ങൾ സംബന്ധിച്ചും അഡ്മിനിസ്ട്രേറ്റർ കൗൺസിലിന്റെ ഉപദേശം തേടണം. ദ്വീപിൽ നിന്നുള്ള പാർലമെന്റംഗം കൗൺസിൽ അംഗമായിരിക്കും.

ഉപദേശക കമ്മിറ്റി (1968)

ഉപദേശക കമ്മിറ്റിയിൽ അഡ്മിനിസ്ട്രേറ്റർ, പാർലമെന്റ് അംഗം എന്നിവർക്കു പുറമേ ഉദ്യോഗസ്ഥരല്ലാത്ത 5 പേരുണ്ടാകും. ഇതിൽ ഒരു പ്രതിനിധി സഹകരണസംഘങ്ങളുടെ പ്രതിനിധിയായിരിക്കും. വർഷത്തിൽ രണ്ടു പ്രാവശ്യം കമ്മിറ്റി ചേരും. നയപരമായ കാര്യങ്ങൾക്കു പുറമേ സ്റ്റേറ്റ് ലിസ്റ്റിലുള്ള വിഷയങ്ങൾ, ധനകാര്യം, ആഭ്യന്തരമന്ത്രാലയം നിർദ്ദേശിക്കുന്ന വിഷയങ്ങൾ എന്നിവയ്ക്കുമേൽ ഈ കമ്മിറ്റി ഉപദേശങ്ങൾ നല്കും.

ക്രമസമാധാനം

ഇന്ത്യക്ക് ആകെ മാതൃകയാണ് ഈ ദ്വീപസമൂഹം. കുറ്റകൃത്യങ്ങൾ ഇല്ലെന്നുതന്നെ പറയാം. 1973 ജനുവരി 24 ന് ആന്ത്രോത്ത് ദ്വീപിൽ ഒരു കുടുംബ വഴക്കിനെത്തുടർന്ന് കുഞ്ഞിസീതിക്കോയ എന്നയാൾ കുത്തിക്കൊല്ലപ്പെട്ടു. 1000 വർഷത്തെ ദ്വീപ് ചരിത്രത്തിൽ ആദ്യമായി നടന്ന കൊലപാതകം. കൊലപാതകങ്ങളും മോഷണങ്ങളും ഇല്ലെന്നുതന്നെ പറയാം. സ്ത്രീകൾക്കു നേരെയുള്ള അതിക്രമങ്ങളും കുറവാണ്. അഞ്ചു നേരവും നിസ്കരിക്കുന്ന ഇസ്ലാംമത വിശ്വാസികളാണ് ദ്വീപിൽ. ഇസ്ലാമിക ജീവിതരീതിയുടെയും ആഭ്യന്തരനിയമങ്ങളുടെയും സ്വാധീനം ഈ അവസ്ഥയ്ക്ക് കാരണമാകാം. പുറംലോകത്തുള്ളവരുടെ അസാന്നിദ്ധ്യം പരമ്പരാഗത ജീവിതരീതികൾക്കും ആചാരങ്ങൾക്കും ഉള്ള സ്വാധീനം എല്ലാം ഇതിന് സഹായകരമാകുന്നു. എന്നാൽ ആഗോളവല്ക്കരണ കാലത്തെ പുതിയ ജീവിതരീതി ദ്വീപിലും മാറ്റങ്ങൾ വരുത്തുന്നുണ്ട്. രാഷ്ട്രീയ സംഘർഷങ്ങൾ കൂടിവരികയാണ്. കഴിഞ്ഞ രണ്ടു ലോകസഭാതിരഞ്ഞെടുപ്പുകളുമായി ബന്ധപ്പെട്ട് തീവെയ്പ്പും അക്രമവും അരങ്ങേറി. തിരഞ്ഞെടുപ്പ് വേളയിൽ ജനതാദൾ (യു) സ്ഥാനാർത്ഥിയായ

(പിന്നീട് വിജയിച്ച് എം പി ആയ) ഡോ. പൂക്കുഞ്ഞിക്കോയയുടെ വീടിനു മുന്നിലെ കിണറിൽ വിഷം കലർത്തിയ സംഭവം ഏവരെയും ഞെട്ടിച്ചിരുന്നു. ഖലീലിന്റെ ബന്ധുവാണ് ഡോ. കോയ എന്ന് പിന്നീടറിഞ്ഞു. വിഷം കലർത്തപ്പെട്ട കിണർ ഞങ്ങൾ നേരിൽ കാണുകയുണ്ടായി. കിണറിൽ വിഷം കലർത്തി എന്ന വാർത്ത വ്യാജമാണെന്ന് അഭിപ്രായവും കേട്ടു.

9

പഴയ ഹിന്ദുക്കൾ ആണ് ദ്വീപുവാസികളെങ്കിലും നൂറ്റാണ്ടുകളായി ഇസ്ലാംമതത്തിനു കീഴിൽ വളർന്നു വന്നപ്പോൾ ഹിന്ദു വിശ്വാസത്തിന്റെ ഭാഗമായ ഭൂത പ്രേതപിശാചുക്കൾ ദ്വീപിൽ സാന്നിദ്ധ്യമുറപ്പിച്ചില്ല.

"ജിന്നാണ് ദ്വീപ് അടക്കി വാഴുന്ന ഭീകരൻ."

റസാക്ക് പറഞ്ഞു.

ജിന്നിന്റെ ആക്രമണം അപ്രതീക്ഷിതമായിട്ടായിരിക്കും. രാത്രി കോൺക്രീറ്റ് റോഡിലൂടെ പോകുന്നയാൾ വിജനപ്രദേശങ്ങളിലെത്തുമ്പോൾ ഉച്ചത്തിൽ പാട്ടുപാടും. നിലാവുള്ള രാത്രികളിൽ റോഡിൽ തെങ്ങോലകളുടെ നിഴലും ചന്ദ്രികയുടെ ആദ്യവെളിച്ചവും വീണു കിടക്കുന്നുണ്ടാവും. സൈക്കിൾ അങ്ങനെ കാട്ടിലെത്തും (അമിനിയിലും കാടോ? സംശയം തലപൊക്കും). കാടു പിന്നിടുമ്പോൾ ക്യാരിയറിൽ ആരോ കയറിക്കൂടിയതായി മനസ്സിലാക്കും. ഒരു ചാക്ക് കൊപ്ര കയറ്റിയതുപോലെ. ഹാന്റിബാർ വെട്ടിച്ച് ജീവനുംകൊണ്ട് പായും. എത്ര കുടഞ്ഞാലും ജിന്ന് പോവുകയില്ല. പേടിപ്പിക്കുകയേ ഉള്ളൂ. ജീവനെടുക്കുകയില്ല. റസാക്ക് കൈ പൊക്കി കൈവള്ളയിലെ കറുത്ത ചരട് കാട്ടിത്തന്നു. ജിന്നിനെ അകറ്റാൻ ഇതേയുള്ളൂ വഴി. മൊല്ലാക്ക മൂപ്പൻ ജപിച്ചു കെട്ടിയത്.

റസാക്ക് പിന്നെയും പറയുകയാണ് ഇപ്പൊ സ്ഥിതി മാറി. കേബിളില്ലേ? കേബിൾ. അത് അടുത്ത കാലത്തെത്തിയതാണ്. മിക്ക വീട്ടിലും കേബിൾ ടി വിയുണ്ട്. ഏഷ്യാനെറ്റും സൂര്യയും, കൈരളിയുമൊക്കെ കാണാം. രാത്രി ഏഴാകുന്നതോടെ കുട്ടികൾ ഞെട്ടിവിറയ്ക്കാൻ തുടങ്ങും. സീരിയൽ യക്ഷികളും അമിനി ദ്വീപുകാരെ ഭയപ്പെടുത്തുന്നു. ജഗതി ശ്രീകുമാറും ജഗദീഷും സലീംകുമാറും അമിനിയിലെ ഇഷ്ടതാരങ്ങളാണ്. കേബിൾ എത്തിയതോടെയാണ് സിനിമയും എത്തിയത്. ജഗതിയെപ്പറ്റി പറയുമ്പോൾ ദ്വീപുകാർ ചിരിക്കാൻ തുടങ്ങും. കേബിൾ ടി വി വൻകരയുമായി ദ്വീപിനെ അടുപ്പിക്കുന്നു. വാർത്തകളിലൂടെ കേരള രാഷ്ട്രീയം അവിടെ വിതയ്ക്കുന്നു. രാഷ്ട്രീയ ചർച്ചകൾ മുറുകുന്നു. അവരുടെ നാഭീനാളബന്ധം കേരളവുമായിട്ടാണല്ലോ!

ദ്വീപിലെ കാടു കാണുമ്പോൾ

യക്ഷികളുടെയും ജിന്നുകളുടെയും കഥ പറഞ്ഞിരിക്കുമ്പോഴാണ് റസാക്ക് ആദ്യമായി കാടിന്റെ കാര്യം പരാമർശിക്കുന്നത്.

കാടിന്റടുത്തൂടെ ബരുമ്പം ചങ്കു കിടുങ്ങും.
കാലുനീങ്ങൂല്ല....
രാത്രി ചന്ദ്രനുള്ളപ്പോ നെഴലുകൾ ആളാവും.
സൈക്കിളിലാണു ബരബെങ്കി ഏറെ
സൂക്ഷിക്കണം. പുറകിബയറ്റുകൂടും.
ഹാന്റിലുബെട്ടും. അപ്പ ക്കരുതിക്കോളീ
പുറകി ജിന്നുണ്ടെന്ന്.
പിന്നെ.... ചബിട്ടോടുചബിട്ട്....
പോണസ്ഥലത്തൂടെ പിന്നേം പിന്നേം
പോണതായിത്തോന്നും.
രാത്രിമുഴുവൻ ചവിട്ടിയവരുണ്ട്.

ഈ കാടൊന്നു കാണണം. റസാക്കിനോടു പറഞ്ഞു. കോൺക്രീറ്റു വഴിയിലൂടെ റസാക്കിനു പിന്നാലെ നടക്കുമ്പോൾ കടലിരമ്പം കേൾക്കാം. കടലിനക്കരെ ഒരു കരയുണ്ടെന്നു വിശ്വസിക്കാൻ തോന്നില്ല.

"കാട്ടിൽ എല്ലാത്തരം വാഴയുമുണ്ട്. കൃഷി ചെയ്യണത് കാട്ടിലാ."

കാട്ടിൽ കൃഷിയോ? ഏതാനും ഫർലോങ് നടന്ന് കഴിഞ്ഞപ്പോൾ ആൾപ്പാർപ്പ് കുറഞ്ഞുതുടങ്ങി. വീടുകളെല്ലാം കടലോരത്താണ്. നടുവിലേക്കു പോകുന്തോറും വീടുകൾ കുറയുന്നു. പിന്നെ വിജനതയാണ്. തെങ്ങുകൾക്ക് വലിപ്പം കൂടിത്തുടങ്ങുന്നു. നിബിഡമായ തെങ്ങിൻതോപ്പുകൾക്കിടയിൽ വാഴയും ചേമ്പും പടർന്ന കാടുകൾ. സാമാന്യം ഫലഭൂയിഷ്ഠമായ മണ്ണ്. ഈർപ്പം ഇതര പ്രദേശങ്ങളേക്കാൾ കൂടുതൽ. തെങ്ങുകളാലും വാഴകളാലും കടച്ചക്ക മരങ്ങളാലും മൂടപ്പെട്ട ഇരുളുറങ്ങുന്ന പ്രദേശമാകുന്നു ദ്വീപുകാരുടെ കാട്. ഒരു കണ്ടൽക്കാടെങ്കിലും പ്രതീക്ഷിച്ചു. നിരാശ പുറത്തു കാട്ടിയില്ല.

പണക്കാരായ കോയമാരുടെ കൈവശമാണ് 'കാട്' എന്ന കൃഷിയിടം. ലക്ഷദ്വീപിന്റെ ചരിത്രകാരനായ എല്ലിസ് (Ellis) അമിനിയിലെ 'തോട്ടം' അഥവാ കാട് എന്നു വിവക്ഷിക്കുന്ന പ്രദേശങ്ങളെപ്പറ്റി ഇപ്രകാരം രേഖപ്പെടുത്തുന്നു: "മുൻകാലങ്ങളിൽ ദ്വീപിന്റെ കേന്ദ്രഭാഗങ്ങളിൽ തോട്ടങ്ങൾ നിർമ്മിച്ചിരുന്നതായി കാണുന്നു. കരയിലെ നെല്പാടങ്ങൾപോലെ പരന്ന പ്രദേശങ്ങൾ. അമിനിയിലെ തോട്ടങ്ങൾ അഥവാ കാട്ടിൽ നെല്ലും മറ്റുധാന്യങ്ങളും കൃഷിചെയ്തിരുന്നു. ക്രമേണ തോട്ടങ്ങൾ തെങ്ങും വാഴയും കൃഷി ചെയ്തു തുടങ്ങുകയും ധാന്യങ്ങൾ അപ്രത്യക്ഷമാവുകയും ചെയ്തു."

കൃഷിക്കുവേണ്ടി ഒരുക്കിയെടുത്ത ഈ തോട്ടങ്ങൾ അഥവാ കാടുകൾ ജനവാസകേന്ദ്രങ്ങളല്ല. ചരിത്രപരവും സാമ്പത്തികവുമായ കാരണങ്ങളുണ്ടാവാം ഇതിന്. തോട്ടങ്ങൾ ഒരുക്കിയെടുത്ത് കൃഷിയിറക്കുന്നത് ആദായകരമല്ലാത്തതിനാൽ ഒഴിവാക്കിയതുമാവാം. കൃഷി മുഖ്യതൊഴിലല്ലാത്തതിനാൽ കൃഷിയിടങ്ങൾക്കരികിൽ വാസമുറപ്പിക്കേണ്ടതില്ലല്ലോ? പ്രധാന തൊഴിൽ മത്സ്യബന്ധനമാകയാൽ ആളുകൾ കടലോരങ്ങളിൽ വസിക്കാൻ തുടങ്ങി. 'കാട്' വിജനമായി.

10

തറവാടികളും തനക്കാംപിറന്നവരും പിന്നെ കുടിയാത്തികളും മേലാച്ചേരിക്കാരും

ദ്വീപു നിവാസികൾ പട്ടികവർഗ്ഗത്തിൽപ്പെട്ടവരാണ്. മുസ്ലീങ്ങളാണ് ഒട്ടുമിക്കയാളുകളും. സുന്നിവിഭാഗത്തിൽപ്പെട്ട ഷാഫികളാണ് ഭൂരിപക്ഷം പേരും. ഇസ്ലാം ഹിന്ദുമതത്തിലുള്ളതുപോലുള്ള ജാതിവിഭജനത്തെ അംഗീകരിക്കുന്നില്ല. എന്നാൽ അഞ്ചുനേരം നിസ്കരിക്കുന്ന മുസ്ലീങ്ങളായ ദ്വീപുജനതയ്ക്കിടയിൽ ജാതിഭേദം നിലനില്ക്കുന്നു. ഞങ്ങൾ പാർപ്പുറപ്പിച്ച വീടിനടുത്തുള്ള ഒരു കുടുംബം കോയമാരോടു കാട്ടുന്ന ഭയഭക്തി ബഹുമാനത്തിന്റെ ഗുട്ടൻസ് പിടികിട്ടിയിരുന്നില്ല. റസാക്കിനോടും തുല്യ ബഹുമാനം ആ വീട്ടുകാർ കാട്ടിയിരുന്നു. അവർ മേലാച്ചേരിക്കാരാണെന്നാണ് റസാക്ക് പറഞ്ഞത്. അതൊരു വീട്ടുപേരായിരിക്കും എന്നാണ് ഞങ്ങൾ കരുതിയത്. ലക്ഷദ്വീപിനെപ്പറ്റിയുള്ള ഇന്ത്യാ ഗവൺമെന്റ് ഗസറ്റീയർ അമിനി ദ്വീപിലെ ജാതിവ്യവസ്ഥയെപ്പറ്റി വിശദമായി പരാമർശിക്കുന്നുണ്ട്.

കോയമാരാണ് ലക്ഷദ്വീപിലെ ഭൂവുടമാവർഗ്ഗം. ഇവർ ആദ്യകാല കുടിയേറ്റക്കാരും സവർണ്ണസമുദായങ്ങളുടെ പിന്തുടർച്ചക്കാരുമാണെന്ന് അവകാശപ്പെടുന്നു. ഒട്ടുമിക്ക ദ്വീപുകളിലെയും ഭൂസ്വത്തിൽ സിംഹഭാഗവും ഇവരുടെ കൈകളിലാണ്. പഴയ ഹിന്ദു-നായർ കുടുംബങ്ങളിലേതുപോലെ മരുമക്കത്തായമാണ് ഇവിടെ നിലനില്ക്കുന്നത്. കോയമാരെയാണ് അമിനിദ്വീപിൽ 'തറവാടികൾ' എന്നു പറയുന്നത്. ആദ്യം കുടിയേറിയ ദ്വീപുകളെ തറവാട് ദ്വീപുകളെന്നും തറവാട് ദ്വീപുകളിൽ നിന്നോ കരയിൽനിന്നോ കുടിയേറപ്പെട്ട താണ ജാതിക്കാർ അധിവസിക്കുന്ന ദ്വീപുകളെ മേലാച്ചേരി ദ്വീപുകളെന്നും വിളിക്കുന്നു.

ജാതിശ്രേണി

കോയമാർ/തറവാടികൾ: ദ്വീപിലെ ഭൂവുടമാവകാശികളാണ് തറവാടികൾ. കോയമാർ എന്ന് അറിയപ്പെടുന്ന തറവാടികൾക്കു കീഴിൽ

മാത്രമായിരുന്നു ആദ്യകാലങ്ങളിൽ കുടിയാന്മാരുണ്ടായിരുന്നത്.

തനക്കാം പിറന്നവർ: ഇവരും ഭൂവുടമകളാണ്. പക്ഷേ, ഇവർക്കു കീഴിൽ കുടിയാന്മാരില്ല. സാമൂഹ്യസ്ഥാനം കോയമാർക്ക് തൊട്ടുതാഴെ.

കുടിയാത്തികൾ: പേരു സൂചിപ്പിക്കുംപോലെ 'കുടികിടപ്പുകാരായ കുടിയാന്മാരാണ് കുടിയാത്തികൾ.'

മേലാച്ചേരികൾ: നഗരങ്ങളിലെ ചേരിനിവാസികളെപ്പോലെ ഇവർ ഭൂരഹിതരും തെങ്ങുകയറ്റക്കാരുമാണ്. താണ ജാതിയിൽപ്പെട്ട തിയ്യന്മാരും മുക്കുവരുമാണ് മേലാച്ചേരിയിൽപ്പെട്ടവരായിമാറിയത്.

മതപരമായ ഭിന്നത വിശ്വാസത്തെ സംബന്ധിച്ച് ഇല്ല. എന്നാൽ ഓരോ വിഭാഗത്തിനും തങ്ങളുടേതായ മോസ്കുകളാണുള്ളത്. മാറ്റത്തിന്റെ ചെറിയ ഓളങ്ങൾ ദൃശ്യമാണെങ്കിലും ജാതിക്രമം ഇപ്പോഴും പ്രബലമാണ്. ചില വിഭാഗങ്ങൾ തമ്മിലുള്ള വിവാഹം അനുവദനീയമല്ല. ഉയർന്ന ജാതിയിലെ പുരുഷന് താണജാതിക്കാരിയെ വിവാഹം കഴിക്കാം. എന്നാൽ താണജാതിക്കാരന് ഒരു ഉയർന്ന ജാതിക്കാരിയെ വിവാഹം കഴിക്കാനാവില്ല. ഉയർന്ന ജാതിക്കാരനായ പുരുഷൻ താണ ജാതിക്കാരിയെ വിവാഹം ചെയ്തു ജനിക്കുന്ന കുഞ്ഞിന് അച്ഛന്റെ ജാതിയായിരിക്കും ലഭിക്കുക.

മേലോച്ചേരിക്കാരുടെ അവകാശപ്പോരാട്ടങ്ങൾ

19-ാം നൂറ്റാണ്ടിന്റെ അവസാനത്തോടെ കോയമാരും മേലാച്ചേരിക്കാരും തമ്മിലുള്ള വൈരുദ്ധ്യം ശക്തിപ്പെട്ടു. ജന്മിമാരായ കോയമാരുടെ സാമ്പത്തിക ചൂഷണത്തിനു പുറമെ സാമൂഹ്യഅടിച്ചമർത്തലുകളും രൂക്ഷമായിരുന്നു. അന്ന് മേലാച്ചേരിക്കാരനോ മേലാച്ചേരിക്കാരിക്കോ കുപ്പായം ധരിക്കാനോ, ചെരിപ്പിടാനോ കുട ചൂടാനോ അവകാശമുണ്ടായിരുന്നില്ല. ബാർബർമാരായും സ്വർണ്ണപ്പണിക്കാരായും കൊല്ലന്മാരായും ചുമടെടുപ്പുകാരായും തെങ്ങുകയറ്റക്കാരായും പണിയെടുത്തിരുന്നത് മേലാച്ചേരിക്കാരായിരുന്നു. ഇത്തരം തൊഴിലിൽ ഏർപ്പെടാൻ മാത്രമേ അവരെ അനുവദിച്ചിരുന്നുള്ളൂ. ഇതു തങ്ങളുടെ അവകാശമായി മേലാളന്മാർ കരുതിപ്പോന്നു. മേലാച്ചേരിക്കാർ കൂടുതൽ സ്വാതന്ത്ര്യം അനുവദിക്കണമെന്നാവശ്യപ്പെട്ട് ശബ്ദമുയർത്തി. ദ്വീപിലെ പാരമ്പര്യ വഴക്കങ്ങൾക്കെതിരെ അഭിപ്രായം പറയാൻ ദ്വീപ് അധികൃതർ തയ്യാറായിരുന്നില്ല. എന്നാൽ 1913 ൽ ഡബ്ല്യു ആർ റാബ്ജോൺസ് (W R Rabjohns) എന്ന ഇൻസ്പെക്ടർ മേലാച്ചേരിക്കാർക്ക് കുട ചൂടാനും ആഘോഷവേളകളിൽ പാട്ടുപാടാനും, കോട്ടുധരിക്കാനും അനുവാദം നല്കി. രാജ്യം സ്വാതന്ത്ര്യം നേടുന്നതുവരെ നീണ്ടുനിന്നു മേലാച്ചേരിക്കാരുടെ സാമൂഹ്യനീതിക്കായുള്ള പോരാട്ടം.

കോയ-മേലാച്ചേരി സംഘർഷത്തിന്റെ ഫലം സാമ്പത്തിക രംഗത്തുണ്ടായി. കോയമാരുടെ തെങ്ങിൽനിന്നും തേങ്ങയിടാൻ മേലാച്ചേരിക്കാർ വിസമ്മതിച്ചു. അവർ കൂലിക്കൂടുതൽ ചോദിച്ചു. കോയമാർ കരയിൽ

നിന്നും വൻതോതിൽ തെങ്ങുകയറ്റക്കാരെ ദ്വീപിലേക്കു കൊണ്ടു വന്നു. മേലാച്ചേരിക്കാർ അടക്കുന്ന തേങ്ങയുടെ മൂന്നിലൊന്ന് ആവശ്യപ്പെട്ടിരുന്ന സാഹചര്യത്തിൽ കരയിൽനിന്നുള്ള തെങ്ങുകയറ്റക്കാരെ കൊണ്ടു വന്നത് ആദായകരമായി. കരയിൽ നിന്നുള്ളവർ കുറ്റകൃത്യങ്ങളിൽ ഏർപ്പെടാൻ തുടങ്ങിയതോടെ ദ്വീപിലേക്കുള്ള കുടിയേറ്റത്തിന് നിബന്ധനകളും കൊണ്ടുവരാൻ നിർദ്ദേശിക്കപ്പെട്ടു. എന്നാൽ സർക്കാർ ഈ നിബന്ധന അംഗീകരിച്ചില്ല. കരയിൽനിന്നുള്ള തൊഴിലാളികളുടെ കടന്നുവരവ് സാമൂഹ്യ ഇടകലരലിന് സാഹചര്യം ഒരുക്കുമെന്നതിനാലാണ് ഈ നിലപാടെടുത്തത്. ക്രമസമാധാനപ്രശ്നം ഉടലെടുത്താൽ കളക്ടർക്ക് ഇക്കാര്യത്തിൽ ആവശ്യമായ നിയന്ത്രണങ്ങൾ ഏർപ്പെടുത്താൻ 1912 ൽ സർക്കാർ അനുമതി നല്കി. എന്നാൽ ഇക്കാര്യത്തിൽ ചട്ടങ്ങൾ രൂപപ്പെടുന്നത് 1949ൽ മാത്രമാണ്.

11

മരുമക്കത്തായ ദായക്രമമാണ് മറ്റ് ദ്വീപുകളിലെന്നപോലെ അമിനി ദ്വീപിലും നിലനില്ക്കുന്നത്. സഹോദരിയുടെ മകന് പിന്തുടർച്ചാവകാശം ലഭിക്കുന്ന സമ്പ്രദായമാണ് മരുമക്കത്തായം. അച്ഛന്റെ തറവാട്ടിലെ സ്വത്തിനുമേൽ യാതൊരവകാശവും സ്വന്തം മക്കൾക്ക് ലഭിക്കുകയില്ല. സ്വത്തവകാശം കുടുംബത്തിലെ സ്ത്രീകളിലൂടെയാണ് കൈമാറപ്പെടുന്നത് (തായ്‌വഴി). ജീവിതകാലം മുഴുവൻ വീട്ടിൽ ജീവിക്കാം എന്ന അവകാശം മാത്രമേ പുരുഷന്മാർക്കുള്ളൂ. ഞങ്ങൾക്ക് ആതിഥേയത്വം വഹിച്ച കോയാസാഹിബിന്റെ മൂത്തപുത്രി കോയേബി എന്ന അയിഷത്ത്ബിക്ക് ലഭിക്കുന്ന പ്രത്യേക ആദരവ് മരുമക്കത്തായത്തിന്റെ സംഭാവനയാണെന്ന് പിന്നീടാണ് തിരിച്ചറിഞ്ഞത്. കോയാസാഹിബിന്റെ പുത്രൻ ഖലീലിന്റെ കുടുംബം അയാളുടെ അമ്മയുടെ തറവാടാണ്. അവന്റെ അവകാശം അവിടെയാണ്. അവൻ ജീവിക്കുന്ന കോയാസാഹിബിന്റെ കുടുംബത്തിന്റെ അവകാശി കോയേബിയും സഹോദരിമാരുമാണ്.

മരുമക്കത്തായ സമ്പ്രദായം കഴിഞ്ഞ നൂറ്റാണ്ടുവരെ പ്രബലമായിരുന്നു ഈ കേരളക്കരയിലും. തിരുവിതാംകൂർ പ്രദേശത്ത് ഈ സമ്പ്രദായം അപ്രത്യക്ഷമായെങ്കിലും ആശയമണ്ഡലത്തിൽ ഇപ്പോഴും നിലനില്ക്കുന്നുണ്ട്. വിവാഹച്ചടങ്ങുകളിലും മറ്റും അമ്മയുടെ സഹോദരനുള്ള പ്രാധാന്യം ഇതിന്റെ തിരുശേഷിപ്പാണ്. മലബാർ പ്രദേശങ്ങളിൽ ഒരു ഫോസിൽ രൂപത്തിലെങ്കിലും ഇപ്പോഴും മരുമക്കത്തായ സമ്പ്രദായം നിലനില്ക്കുന്നുണ്ട്. മനുഷ്യസംസ്കാരത്തിന്റെ വികാസപരിണാമങ്ങളിൽ എവിടെയോ വച്ച് മരുമക്കത്തായം സ്വീകാര്യമായ ഒരു സമ്പ്രദായമായി മാറുകയായിരുന്നു. മാർത്താണ്ഡവർമ്മയുടെ കാലത്ത് മരുമക്കത്തായത്തിൽനിന്നും മക്കത്തായ സമ്പ്രദായത്തിലേക്കുള്ള പരിവർത്തനത്തെ നിഷ്ഠുരം അടിച്ചമർത്തിയതിന്റെ കഥ നാം പഠിച്ചിട്ടുണ്ട്. റോമാക്കാരുടെ

ജെൻസ് എന്ന പേരിലുള്ള കുടുംബസംവിധാനം ഇതിനു സമാനമായ ഒന്നാണ്. തെക്കേ ഇന്ത്യയുടെ പല ചരിത്രകാരന്മാരും എ ഡി 11–ാം നൂറ്റാണ്ടിൽ നൂറുകൊല്ലത്തോളം നീണ്ടുനിന്ന ചോള–ചേര പോരാട്ടങ്ങളുടെ അനന്തരഫലം എന്ന രീതിയിൽ ഉദയം ചെയ്തതാണ് ഈ സമ്പ്രദായം എന്ന് അടയാളപ്പെടുത്തുന്നു.

ലക്ഷദ്വീപിലെ കൂട്ടുകുടുംബസ്വത്തിനെ കേരളത്തിലുള്ളതുപോലെത്തന്നെ തറവാട് സ്വത്ത് എന്നാണ് വിളിക്കുന്നത്. മരുമക്കത്തായ സമ്പ്രദായമാണ് നിലനിന്നിരുന്നതെങ്കിലും 1970 മുതൽക്കാണ് മരുമക്കത്തായം എന്നപേർ ദ്വീപിൽ പ്രചാരത്തിൽ വരുന്നത്. കേസുകളുമായി ബന്ധപ്പെട്ട വക്കീൽമാരും വ്യവഹാരികളും മലയാളം ഭാഷ അഭ്യസിച്ച വിദ്യാസമ്പന്നരുമാണ് ഈ പദം പ്രചാരത്തിൽ വരുത്തിയത്. മരുമക്കത്തായ ദായക്രമ നിയമങ്ങളാണ് തറവാട്ട് സ്വത്ത് അഥവാ പരമ്പരാഗതസ്വത്ത് കൈമാറ്റങ്ങളെ നിയന്ത്രിക്കുന്നത്. പ്രത്യേകമായി ക്രോഡീകരിക്കപ്പെട്ട നിയമങ്ങൾ വാസ്തവത്തിൽ നിലവിലില്ല.

വെള്ളിയാഴ്ച സ്വത്ത്

പരമ്പരാഗതമായി കൈവന്ന തറവാട് സ്വത്തിനെയാണ് വെള്ളിയാഴ്ച സ്വത്ത് എന്നു പറയുന്നത്. ആദ്യമനുഷ്യനായ ആദാമിന്റെ സൃഷ്ടി നടന്നത് വെള്ളിയാഴ്ചയാണെന്നാണ് വിശ്വാസം. മുസ്ലീംസമുദായാംഗങ്ങൾ പൊതുവായി സമ്മേളിക്കുന്നതും വെള്ളിയാഴ്ചയാണ്. അതിൽനിന്നാവാം പൊതുവായ സ്വത്ത് അഥവാ കുടുംബത്തിലെ എല്ലാവർക്കും അവകാശപ്പെട്ട സ്വത്തിന് വെള്ളിയാഴ്ച സ്വത്ത് എന്നു പേര് വന്നത്.

ലക്ഷദ്വീപിൽ പൊതുസ്വത്ത് അഥവാ തറവാട് സ്വത്ത് രൂപപ്പെട്ടതിനു പിന്നിൽ ഉബൈദുള്ളതങ്ങളുടെ ഐതീഹ്യം പ്രചാരത്തിലുണ്ട്. ചരിത്രപരമായ ചില വസ്തുതകളും ഇതിനുപിന്നിൽ കണ്ടേക്കാം. ഉബൈദുള്ളതങ്ങൾ അഥവാ മുൻപെമുല്ലാക്കയാണ് ഹിജ്റ 41–ൽ (എ ഡി 663) ദ്വീപ് നിവാസികളായ ഹിന്ദുക്കളെ ഇസ്ലാം മതത്തിലേക്ക് പരിവർത്തനം ചെയ്യിച്ചത്. ഇത്തരത്തിൽ കൂട്ടമതംമാറ്റം നടത്തിയവരുടെ സ്വത്ത് മുസ്ലീം പിന്തുടർച്ച നിയമപ്രകാരം കൈകാര്യം ചെയ്യാൻ ഇസ്ലാം മതം അനുശാസിക്കുന്നില്ല. അതുകൊണ്ട് അവരുടെ സ്വത്ത് (യുദ്ധത്തിൽ പിടിച്ചെടുത്ത സ്വത്തുപോലെ) വക്കഫ് ചെയ്തു. 1818 ൽ അഗത്തിയിലുണ്ടായ ഒരു കേസിനെത്തുടർന്ന് ഇത് വക്കഫ് സ്വത്താണെന്ന് ഉറപ്പിച്ചു. വക്കഫ് ചെയ്ത ഭൂസ്വത്തും ആടുമാടുകളും കൈകാര്യം ചെയ്യാൻ ഓരോ കുടുംബത്തിലെയും ഏറ്റവും മുതിർന്ന ഒരാളെ ചുമതലപ്പെടുത്തി. ഇദ്ദേഹത്തെ കാരണവർ എന്നുവിളിച്ചു. വീടും പറമ്പും മരങ്ങളും മൃഗങ്ങളുമുൾപ്പെട്ട തറവാട്ട് സ്വത്ത് നോക്കിനടത്തുക എന്ന ചുമതലയാണ് കാരണവർക്കുള്ളത്. കാരണവർക്ക് തറവാട്ട് സ്വത്ത് പണയംവയ്ക്കാനുള്ള അധികാരമുണ്ട്. സ്വത്തിൽനിന്നുള്ള വരുമാനം ഉപയോഗിച്ച് പണയം തിരിച്ചെടുക്കാം. തറവാട്ട് സ്വത്ത് വില്ക്കാൻ കാരണവർക്ക് അധികാരമില്ല.

തറവാട്ടിലെ സ്വത്ത് അനുഭവിക്കാൻ കൂട്ടുകുടുംബത്തിലെ എല്ലാ അംഗങ്ങൾക്കും തുല്യ അവകാശമുണ്ടായിരിക്കും.

തറവാട്ടിലെ എല്ലാ അംഗങ്ങളുടെയും അനുവാദം ഉണ്ടെങ്കിൽ മാത്രമേ തറവാട്ടുസ്വത്ത് പങ്കുവയ്ക്കാനാകൂ.

തിങ്കളാഴ്ച സ്വത്ത്

സ്വയാർജ്ജിത സ്വത്തുക്കളെയാണ് തിങ്കളാഴ്ച സ്വത്തുക്കൾ എന്നു പറയുന്നത്. തിങ്കളാഴ്ച സ്വത്തുക്കളുടെ ദായക്രമം മുഹമ്മദൻസ് നിയമപ്രകാരം (ഇസ്ലാമിക നിയമം) നിർവ്വഹിക്കപ്പെടുന്നു. വസ്തു ആർജ്ജിച്ചയാൾക്ക് സ്വന്തം ഇഷ്ടപ്രകാരം എപ്രകാരം വേണമെങ്കിലും സ്വത്ത് കൈമാറാം. എന്നാൽ അയാളുടെ ചരമശേഷം ഈ വസ്തുക്കൾ ദ്വീപിലെ മുസ്ലീം നിയമപ്രകാരം കൈമാറുകയാണെങ്കിൽ മകന് രണ്ടു പങ്കും മകൾക്ക് ഒരു പങ്കുമായിരിക്കും ലഭിക്കുന്നത്.

ദ്വീപിലെ ശ്രദ്ധേയമായ ഈ മരുമക്കത്തായ സംവിധാനത്തെ പിന്തുണയ്ക്കുന്നവർ മുന്നോട്ടുവയ്ക്കുന്ന വാദം ഇപ്രകാരമാണ്:

1. വസ്തുക്കൾ തുണ്ടുതുണ്ടാകാതെ സൂക്ഷിക്കാനും പ്രത്യേകം പ്രത്യേകം വീടിനായി വസ്തു പങ്കുവയ്ക്കപ്പെടുമ്പോൾ വീടിരിക്കാൻ മാത്രം സ്ഥലമില്ലാത്തവർ അതു വില്ക്കാൻ ഇടയാകുന്ന സാഹചര്യം ഒഴിവാക്കാനും ഈ സമ്പ്രദായം സഹായിക്കും. ഇത് ദ്വീപിലെ പാരിസ്ഥിതികാവസ്ഥയെ സഹായിക്കും.
2. കാശുള്ളവർ ഭൂമി വാങ്ങിക്കൂട്ടുന്നത് ഒഴിവാക്കാനാകും.
3. സ്ത്രീധനസമ്പ്രദായം കടന്നുവരാതെ നിലനിർത്തുന്നു.
4. സ്ത്രീകൾക്കുള്ള മേധാവിത്തം നിലനിർത്താനും അതുവഴി സ്ത്രീപദവി ഉയർത്തിനിർത്താനുമാവുന്നു.

ഇവിടെ ഒരു കാര്യം വ്യക്തമാക്കേണ്ടതുണ്ട്. 'തറവാട്' എന്നു പറഞ്ഞാൽ വ്യക്തികൾ അടങ്ങുന്ന വീടോ ഒരു പുരുഷൻ, അയാളുടെ ഭാര്യയും കുഞ്ഞുങ്ങളും എന്നിവർ ചേർന്ന ഒരു വീടോ അല്ല. ദ്വീപിലെ സമൂഹത്തിന്റെ പ്രാഥമികമായ ഒരു ഗണമാണ് തറവാട്. പല വീടുകളും കുടുംബങ്ങളും അടങ്ങുന്ന ശൃംഖല. തറവാട്ട് കാരണവർക്ക് ഭരണനിർവ്വഹണത്തിൽ ചോദ്യം ചെയ്യപ്പെടാനാവാത്ത അധികാരമാണുള്ളത്. ആദ്യകാലങ്ങളിൽ തറവാടിന്റെ മഹിമയും മഹത്ത്വവും വിജയവും മാത്രമായിരുന്നു കാരണവന്മാർക്കുമുന്നിലുണ്ടായിരുന്നത്. എന്നാൽ പില്ക്കാലത്ത് കേരളത്തിലെ നായർ തറവാടുകളിൽ സംഭവിച്ചതുപോലെ കാരണവരുടെ കരുതലും വിധേയത്വവും സ്വന്തം ഭാര്യയോടും മക്കളോടും ആയി. തറവാട് സ്വത്ത് ഭാര്യക്കും കുട്ടികൾക്കുംവേണ്ടി തിരിമറി നടത്തുന്നതിടംവരെ എത്തി. യുവതലമുറ ഇതിനെ ചോദ്യം ചെയ്തുതുടങ്ങി. അങ്ങനെ ശൈഥില്യത്തിന്റെ വിത്തുകൾ തറവാട്ടിനുള്ളിൽ വീണു മുളയ്ക്കുവാൻ തുടങ്ങി. 1956 നുശേഷം വിദ്യാഭ്യാസത്തിലും വാർത്താവിനിമയരംഗത്തും വന്നിട്ടുള്ള മാറ്റങ്ങൾ 'തറവാട്' എന്ന് ആശയത്തെതന്നെ ചോദ്യം

ചെയ്തു. തറവാട്ടുസ്വത്ത് പങ്കുവയ്ക്കാൻ പാടില്ല എന്ന ആശയത്തെ മൗലിക അവകാശത്തിന്റെ ലംഘനം എന്ന രീതിയിലും കണ്ടു തുടങ്ങി. ജീവനാംശത്തിനുവേണ്ടി യുവാക്കൾ കാരണവന്മാർക്കുനേരെ കേസു കൊടുക്കുന്ന സംഭവങ്ങൾ വ്യാപകമായി. തറവാട്ട് സ്വത്തു നിലനിർത്താനോ സൂക്ഷിക്കാനോ യുവാക്കൾ തയ്യാറാവുന്നില്ല എന്ന വാദമാണ് പല കേസുകളിലും കാരണവന്മാർ മുന്നോട്ടുവച്ചത്. ഒടുവിൽ "തന്നിഷ്ടം ചെയ്യാൻ" സ്വത്തിന്റെ ഒരു പങ്ക് കാരണവർക്ക് ചാർത്തിക്കിട്ടുകയുണ്ടായി. അതിന്മേലും തർക്കവിതർക്കങ്ങൾ രൂപപ്പെട്ടു.

ഇത്തരം സാമ്പ്രദായിക വഴക്കങ്ങൾക്കെതിരായ അഭിപ്രായങ്ങൾ ഉയർന്നുവരുന്നത് സ്വാഭാവികം മാത്രമാണ്. കേരളത്തിലും കർണ്ണാടകത്തിലും നിലനിന്നിരുന്ന ഇത്തരം വഴക്കങ്ങൾ ഭരണഘടനാചട്ടങ്ങൾക്ക് വഴിമാറി. അത്ഭുതകരമെന്നുപറയാം, ഇത്തരം നാട്ടുവഴക്കങ്ങൾ ബാധകമായവരിൽനിന്നല്ല ദ്വീപ് ഭരണകൂടത്തിന്റെ ഭാഗത്തുനിന്നാണ് വിവിധ ദ്വീപുകളിലെ ദായക്രമങ്ങൾ ഏകീകരിക്കാൻ നീക്കമുണ്ടായത്. 1971 ൽ ദ്വീപ് ഭരണകൂടം ജുഡീഷ്യൽ ഓഫീസർമാരടങ്ങുന്ന ഒരു കമ്മിറ്റിയെ ഇതിനായി നിയോഗിച്ചു. ഇവർ തെളിവെടുത്ത ബഹുഭൂരിപക്ഷം ദ്വീപുവാസികളും 'തറവാട് സംവിധാനം' തുടരുന്നതാണ് നല്ലതെന്ന് അഭിപ്രായപ്പെട്ടു. മരുമക്കത്തായദായക്രമം നിർത്തലാക്കാൻ ഉദ്ദേശിച്ച് 1982–83 ൽ ദ്വീപിലെ പൗരന്മാരുടെ കൗൺസിൽ (Citizen's Council) മുമ്പാകെ വച്ച നിർദ്ദേശം നടപ്പിലാകാതെ മാറ്റി വയ്ക്കപ്പെട്ടു.

കാലം മാറുകയാണ്. മൊബൈൽ ഫോണും, ഇന്റർനെറ്റും, കേബിൾ ടി വിയും ആധുനിക ജീവിതസംവിധാനങ്ങളും ഉന്നതവിദ്യാഭ്യാസവും വർദ്ധിച്ച യാത്രാസൗകര്യങ്ങളും വ്യാപകമായതോടുകൂടി മരുമക്കത്തായ സമ്പ്രദായത്തിന് ഉലച്ചിൽ തട്ടിത്തുടങ്ങി. പല തറവാടുകളും അംഗങ്ങൾ പരസ്പരം സമ്മതിച്ച് പങ്കുവയ്ക്കപ്പെട്ടുകഴിഞ്ഞു. സ്വയാർജ്ജിത സ്വത്തുക്കളും പിതൃകേന്ദ്രീകൃതകുടുംബ സംവിധാനങ്ങളും വ്യാപകമായിത്തുടങ്ങി. പഴയ മാതൃകയിലുള്ള കാരണവന്മാർക്ക് ഇനി അധികകാലം തങ്ങളുടെ 'പദവി' നിലനിർത്താനാകുമെന്നു തോന്നുന്നില്ല. ദായക്രമത്തിനുള്ള ഒരുപാധിമാത്രമായി ദ്വീപിൽ ഇപ്പോൾ കൂട്ടുകുടുംബം നിലനില്ക്കുന്നു.

12

അമിനിയിലെ പച്ചപ്പരപ്പുകൾക്കിടയിലൂടെ ഹൃദയരേഖപോലെ കടന്നുപോകുന്ന സിമന്റുപാത. ഇന്ന് വഴികാട്ടാനിറങ്ങിയത്, ഖലീലിന്റെ പുന്നാര അനുജൻ നൂറുൽ അമീൻ. കൗമാരത്തിന്റെ അവസാന പടവുകൾ കയറുകയാണ് അമീൻ. അമീനുണ്ടൊരു ചെല്ലപ്പേര്–അയ്യയ്യെ ബംബം. അമീനുമാത്രമല്ല അമിനിയിലെ കുട്ടികൾക്കെല്ലാമുണ്ട് വിചിത്രമായ വിളിപ്പേരുകൾ. സെയ്ത് മുഹമ്മദ്കോയയുടെ മൂന്നുമക്കളായ ഖലീൽ, റസൂൽഅമീൻ, ഐഷത്ത് ബീവി എന്നിവരെ പല ഘട്ടങ്ങളി

സൈക്കിൾ: പ്രധാന വാഹനം.

ലായി പരിചയപ്പെടുത്തിക്കഴിഞ്ഞു. ഖലീലിനെ ബീവെകൊാ എന്നും അയിഷത്ത് ബീവിയെ കോയേബീയെന്നുമാണ് വീട്ടിൽ വിളിക്കുക.

അമീൻ അറിവുകളുടെ ഭണ്ഡാരമാണ്. ദ്വീപിനെപ്പറ്റി എന്തും അവ നോട് ചോദിക്കാം. ചരിത്രമാകട്ടെ, രാഷ്ട്രീയമാകട്ടെ, സാമൂഹ്യപ്രശ്ന ങ്ങളാകട്ടെ അവന്റേതായ വ്യാഖ്യാനത്തോടെ അവതരിപ്പിക്കും. മുമ്പെ മുല്ലാക്കയുടെ ഐതീഹ്യവും ദ്വീപുകളെ പോർച്ചുഗീസുകാരിൽനിന്നും പൊരുതി രക്തസാക്ഷിത്വം വരിച്ച ഖാസി അബൂബക്കറിന്റെ കഥയും അവരുടെ സ്മാരകമായ പാമ്പുംപള്ളിയുടെ അരമതിലിലിരുന്ന് പറയു മ്പോൾ അവന്റെ മുഖം ദ്വീപുകടൽപോലെ ശാന്തമായിരുന്നു. എന്നാൽ പോർച്ചുഗീസുകാർക്ക് വിരുന്നൊരുക്കി ഭക്ഷണത്തിൽ പാമ്പിൻ വിഷം കലർത്തി നല്കി വകവരുത്തിയ ഭാഗം വർണ്ണിക്കുമ്പോൾ അമീന്റെ മുഖത്ത് കടലിരമ്പി. അമിനി ദ്വീപിലെ ഏതു വീടും അമീന്റെ വീടാണ്. അടുക്കളവഴിയാണവൻ വീടുകളിലേക്ക് കയറുന്നത്. കരയിൽ നിന്നെ ത്തിയ ഖലീലിന്റെ മാഷുമാരെ ക്ഷണിച്ചു വരുത്തി ദ്വീപ് പലഹാരങ്ങൾ തീറ്റിക്കുമ്പോൾ കുസൃതിച്ചിരിയോടെ അടുക്കളയിൽ അമീന്റെ മിന്ന ലാട്ടം.

കരിക്കിൻ വെള്ളവും പൊങ്ങും ആവോളം കഴിച്ചുള്ള യാത്രകൾ, ദ്വീപിനെ കൂടുതൽ കൂടുതൽ അറിയാനുള്ള യാത്രകൾ കൂടിയായി. അമി നിയിൽ മത്സ്യബന്ധനമാണ് പ്രധാനതൊഴിൽ. ട്യൂണ അഥവാ 'ചൂര' മത്സ്യങ്ങളാണ് ഇവിടെ സുലഭം. ട്യൂണ മത്സ്യങ്ങളെ വൻ പാത്രങ്ങളിൽ അവിച്ചുണക്കിയെടുക്കുന്ന 'മാസ്' ഒരു കയറ്റുമതി ഉല്പന്നമാണ്. കടലി നോടു ചേർന്ന ചെറിയ ചെറിയ മാസ്ഫാക്ടറികൾ കാണാം. ഏകദേശം ഒരു ലക്ഷം സ്ക്വയർ കിലോമീറ്റർ വരുന്ന കടൽ സമ്പത്താണ് ദ്വീപിനു ള്ളത്. ആഴക്കടലും ആഴം കുറഞ്ഞ ലഗൂണുകളും പവിഴപ്പുറ്റും നിറഞ്ഞ

ദ്വീപസമൂഹങ്ങളും ലക്ഷദ്വീപിനെ മത്സ്യസമ്പത്തിന് അനുയോജ്യമാക്കുന്നുണ്ട്. സെപ്തംബർ മുതൽ മെയ്‌വരെയുള്ള കാലമാണ് മത്സ്യബന്ധന സീസൺ എന്നറിയപ്പെടുന്നത്. തെക്കുപടിഞ്ഞാറൻ മൺസൂൺ കാലത്ത് ആഴക്കടൽ മത്സ്യബന്ധനം ബുദ്ധിമുട്ടാകും. അത്യാധുനിക മത്സ്യബന്ധന ബോട്ടുകൾക്കും പ്രതികൂല കാലാവസ്ഥയെ മുറിച്ചുകടക്കാൻ പ്രയാസമായിരിക്കും. ശാന്ത സുന്ദരമായ കടൽ മൺസൂൺ കാലത്ത് രൗദ്രഭാവം കൈക്കൊണ്ട് കപ്പലുകൾക്ക് പുറംകടലിൽ തന്നെ നങ്കൂരമിട്ട് നില്ക്കേണ്ടതായി വരും.

ട്യൂണ മത്സ്യത്തെ മാസ് രൂപത്തിലാക്കി കേടുകൂടാതെ സൂക്ഷിക്കുന്ന പരമ്പരാഗത രീതിയെപ്പറ്റി 14-ാം നൂറ്റാണ്ടിൽ മാലി ദ്വീപു സന്ദർശിച്ച ഇബനുബത്തൂത്ത രേഖപ്പെടുത്തിയിട്ടുണ്ട്. ഈ രീതി വലിയ മാറ്റമൊന്നും കൂടാതെ അമിനി ദ്വീപിലും തുടരുന്നു. നാലായി മുറിച്ച ചൂര മത്സ്യത്തെ കടൽ വെള്ളത്തിൽ കഴുകുന്നു. വലിയ ചെമ്പു പാത്രത്തിൽ തുല്യ അളവിൽ ശുദ്ധജലവും കടൽവെള്ളവും എടുക്കുന്നു. കഴുകിയെടുത്ത കഷണങ്ങൾ ഇരുമ്പ് പ്രതലത്തിൽ വച്ച് പുകയ്ക്കുന്നു. പുക കയറ്റിയ കഷണങ്ങൾ സൂര്യപ്രകാശത്തിൽ ഉണക്കിയെടുക്കുന്നു. ഉണക്കിയെടുത്ത മാസ് കയറ്റി അയയ്ക്കാൻ പാകത്തിൽ വൃത്തിയുള്ള ടിന്നുകളിൽ നിറയ്ക്കുന്നു. ചെറിയൊരു കഷണം മാസ് ഉപയോഗിച്ച് വലിയൊരു ചട്ടി മീൻകറിവയ്ക്കാം.

ഇന്ത്യാ-പാകിസ്ഥാൻ യുദ്ധത്തിൽ രക്തസാക്ഷിയായ ജവാൻ മുത്തുക്കോയയുടെ ബലികുടീരവും പിന്നിട്ട്, പൂവിട്ടു നില്ക്കുന്ന ഗുൽമോഹറിന്റെ ചുവട്ടിലൂടെ നീലക്കടലിന്റെ ഓരത്ത് വിന്യസിച്ചിട്ടുള്ള കോൺക്രീറ്റ് മുക്കാലികൾക്കടുത്തേക്ക് നടന്നു. കടലാക്രമണം തടയാനാണ് ഇത്. വേലിയേറ്റ സമയത്ത് മുക്കാലികൾ കടന്നെത്തുന്ന കടൽ വേലിയിറക്ക സമയത്ത് ഉൾവലിയുന്നു. അപ്പോൾ തീരത്തടിയുന്ന കടൽ സസ്യങ്ങളും ജലജീവികളും ഒഴിഞ്ഞ ചിപ്പികളും പറക്കിയെടുക്കാം. വിചിത്രമായ 'കോറലുകൾ.' കടലിൽ വേലിയേറ്റവും വേലിയിറക്കവും ആവർത്തിക്കുമ്പോൾ ശംഖുകളും ചിപ്പികളും എണ്ണമറ്റ ജലജീവികളുടെ ഫോസിലുകളും വിചിത്രങ്ങളായ ശില്പങ്ങളായി മാറുന്നു. കടലിന്റെ വർണ്ണവ്യതിയാനം ആകാശവും മേഘങ്ങളുമാണ് നിർണ്ണയിക്കുക. ആഴം കുറഞ്ഞ കടൽ അടിത്തട്ടുവരെ കാട്ടിത്തരുന്നു. ഒന്നും ഒളിച്ചു വയ്ക്കുന്നില്ല, ദ്വീപുനിവാസികളുടെ മനസ്സുപോലെ.

അമീൻ ഏറെ മുന്നിലാണ്. വേലിയിറക്കമായതിനാൽ മുക്കാലികൾക്കും കടൽപ്പരപ്പിനുമിടയിലൂടെയാണ് യാത്ര. നനഞ്ഞ കൽപ്പാടുകളിൽ ഊറിവരുന്ന കടൽവെള്ളം. ഓടിയൊളിക്കുന്ന ഞണ്ടുകളും മുക്കാലികൾക്കിടയിൽനിന്നും കടലിലേക്ക് ഒലിച്ചിറങ്ങുന്ന നീർച്ചാലുകളും നീർത്തടങ്ങളും, നീർത്തടങ്ങളിൽ വിഹരിക്കുന്ന സ്വർണ്ണമത്സ്യങ്ങളും സ്വർണ്ണ മത്സ്യങ്ങളെ ഒളിപ്പിക്കുന്ന കടൽ സസ്യങ്ങളും കാഴ്ചയിൽ പുതുപുതു ഉണർവ്വുകൾ വിതറുന്നു.

കടൽതൊട്ട് കരതൊട്ട് ഒരു തുരുത്ത്

കടൽ ഒരു കാഴ്ചയല്ല. നമുക്കുള്ളിലാണ് കരയും കടലും. കടലും മനുഷ്യനും എല്ലാം ഒന്നായിത്തീർന്ന പ്രകൃതിയുടെ ഉണ്മ. നീലാകാശത്തിനുകീഴിൽ എന്തെല്ലാം നടക്കുന്നു. 'ഒന്നുതാനല്ലയോ നിങ്ങളും ഞാനുമിക്കാടും കിനാക്കളും അണ്ഡകടാഹവും' എന്ന വരികൾ ഓർമ്മയിലെത്തുന്നു.

അമിനി ദ്വീപിന്റെ വടക്കേ അറ്റത്ത് നില്ക്കുമ്പോൾ കടൽക്കാറ്റിന്റെ മാധുര്യം എന്തെന്നറിഞ്ഞു. കടലിൽനിന്ന് ഏറെ പൊങ്ങിയാണ് കര. കടലിൽനിന്നു നോക്കുമ്പോൾ തെങ്ങിൻതോപ്പിലെ നിഴലും വെളിച്ചവും. ഇനിയും ഉള്ളിലേക്ക് ഇനിയും ഉള്ളിലേക്ക് നമ്മെ കടൽ മാടിവിളിക്കും. അരക്കിലോമീറ്ററിലേറെ ഉള്ളിലേക്ക് നടന്നപ്പോൾ അമീൻ കരയിൽനിന്നും വിളിച്ചുകൂവി: "മതി മടങ്ങാം." തെങ്ങിൻതോപ്പിന്റെ ഇങ്ങേയറ്റത്ത് ഒന്നോ രണ്ടോ കൂറ്റൻ പാറകൾ, പാറമുകളിലിരുന്നു വെയിലും കാറ്റും ചേർന്നു നടത്തുന്ന നൃത്തവിരുന്ന് ആസ്വദിക്കുമ്പോൾ അങ്ങകലേക്കു ചൂണ്ടി അമീൻ പറഞ്ഞു: "കടമത്ത്. കടമത്ത് ദ്വീപ് അമിനിയിൽനിന്നും ഏകദേശം പത്തുകിലോമീറ്റർ അകലെയാണ്."

കരയിലെ വിശേഷങ്ങൾ കേട്ട് അമീന്റെ കണ്ണുനിറഞ്ഞു. കരയിലേക്ക് നീളുന്ന മോഹങ്ങൾക്കിടയിലൊരിക്കലും അമിനിയിലെ കെട്ടഴിക്കാൻ അമീൻ ഒരുക്കമല്ല. അമിനിയിലെ കഥകൾ പറഞ്ഞ് അമിനിയിലെ പാട്ടുകൾപാടി അവനിവിടത്തന്നെ കഴിയണം. അമീൻ ഏറെനേരം ഒന്നും മിണ്ടാതിരുന്നു. മായുന്ന സൂര്യന്റെ രശ്മികൾ അമീന്റെ കണ്ണുകളിൽ കാണാം.

പെട്ടന്നവൻ പാടി.

(അമിനി ദ്വീപ് കെസ്സുപാട്ടുകളുടെയും ഓടപ്പാട്ടുകളുടെയും ഖനിയാണ്. അമിനിയുടെ ചരിത്രത്തിലൂടെ നീളുന്ന അവന്റെ പാട്ട് ഇങ്ങനെ)—

എന്നും കൊഞ്ചുരൈകൊഞ്ചും
അതിനിലേ വിവരത്താൽ
അന്നുണ്ടുവിടത്തിൽ
വലിയിൽ രണ്ടോടം....
എന്താണെന്നറിയില്ല
കവറത്തിക്കോരിയാലേ
ബമ്പന്റെ വലിയ
ഷെയിക്കോടം.
പിന്നൊന്നുണ്ടമ്മേനിയിൽ
പൊന്നിലും തെളിവായി
പൊന്നുമ്മതന്റെ പ്രിയപ്പെട്ടുള്ള
മരുമകൻ മുഹമ്മദിൻ പേരിൽ
നന്നായിപ്പണിതെവുരുവും
അന്നത്തെക്കടലടിക്കിടയിൽ
പ്പെട്ടവരണ്ടും
ഒന്നിച്ച് കരയ്ക്കടിഞ്ഞേറി.....
അതിൽ
അമ്മേനിക്കാരുടെയോടം പൊളിഞ്ഞതിൽ
പ്പലകകൾ പ്പലദിക്കിൽ പാറി.....
ഒഴുകിയ പലകകൾ ഒഴുക്കിന്റെ
ഗതിയിൽവന്ന്
അമ്മേനിക്കരയ്ക്കടിഞ്ഞേറി.

അമീനു പുറകെ നടക്കുമ്പോൾ നാമൊരു സ്വപ്ന സഞ്ചാരത്തിലാണെന്നു തോന്നും. എല്ലാം മെല്ലെയാണ് സംഭവിക്കുന്നത്. കാട്ടുചേമ്പുകൾ വളർന്നു കിടക്കുന്ന ഊർവ്വര പ്രദേശങ്ങളിൽനിന്നും ദ്വീപുപക്ഷികൾ പറന്നുപൊങ്ങി. തട്ടമിട്ട കൊച്ചുസുന്ദരിമാർ അമീനു നല്കിയ പുഞ്ചിരിയിൽ പൂവരശുകൾ പൂത്തു. ആൺപെൺ ബന്ധത്തിന് കേരളസമൂഹത്തിൽ ഉള്ളത്ര മതിലുകളില്ല. സ്ത്രീധനത്തിന്റെ അഭാവവും ദായക്രമത്തിൽ സ്ത്രീകൾക്കുള്ള മുൻതൂക്കവും അവരുടെ പദവി ഉയർത്തുന്നു.

ദ്വീപിലെ രാഷ്ട്രീയത്തിൽ വൈരത്തിന്റെ ലാഞ്ഛനകൾ കണ്ടുതുടങ്ങി. യോഗം കലക്കലും കിണറ്റിൽ വിഷം ചേർക്കലും പന്തലിനു തീയിടലും സ്വതവേ ശാന്തമായ അമിനിയിൽ കലഹത്തിന്റെ വിത്തിടുന്നു. ഭരണകൂട ഭീകരത ദ്വീപു ശാന്തതയ്ക്കുമേൽ ആവരണം തീർത്തിരിക്കുന്നു. പ്രതിഷേധങ്ങളെ കടുത്ത ബലപ്രയോഗത്തിലൂടെയാണ് അഡ്മിനിസ്ട്രേറ്റർ എന്ന 'പരമാധികാരി' നേരിടുന്നത്. ദേശ സുരക്ഷയുടെ മറവിൽ ഭരണകൂടാനുകൂല രാഷ്ട്രീയം അതിന്റെ അധികാര ദ്രംഷ്ടകൾ

ആഴ്ത്തുന്നു. ചെറുത്തുനില്പിന്റെ രാഷ്ട്രീയം വരുമ്പോൾ വിധേയത്വ ത്തിന്റെ ശാന്തത വഴിമാറും. ശാന്തത എന്ന അവസ്ഥ എപ്പോഴും മാറ്റ ത്തിന് എതിരായിരിക്കും. കലങ്ങിമറിയലാണ് സമൂഹത്തിന്റെ സജീവത. കോൺഗ്രസിന്റെ കുത്തകയായ ദ്വീപു സമൂഹത്തിൽ ജനതാദൾ 'യു' കടന്നുവന്നു. 'യു'വിന്റെ പച്ചയും കേന്ദ്രഭരണ സാന്നിദ്ധ്യവും അവരുടെ സംഘപരിവാർ ബാന്ധവത്തെ ദ്വീപുകാർക്കിടയിൽ അപ്രസക്തമാ ക്കുന്നു. എല്ലാവരും മുസ്ലീങ്ങളായതിനാൽ സംഘപരിവാരത്തിന്റെ വിശ്വ രൂപം ഇവിടത്തുകാർ ശരിക്കും മനസ്സിലാക്കാത്തപോലെ. ഇടതുപക്ഷ ത്തിന്റെ പ്രത്യേകിച്ച് സി പി ഐ (എം)ന്റെ ഘടകം രൂപീകരിക്കാനുള്ള ശ്രമങ്ങൾ നടന്നുവരുന്നതായി അമീൻ പറഞ്ഞു: "അതു വന്നാൽ നമ്മ അങ്ങോട്ടു പോവും. നമ്മക്ക് കോൺഗ്രസിനെ കണ്ടൂടാ." 'യു'ക്കാരനായ അമീൻ പറഞ്ഞു നിർത്തി.

13

അമിനി ദ്വീപിന്റെ വടക്കുമാറി കടലിൽ ഒരു നേർരേഖ. ആകാശ ത്തിന്റെ വർണ്ണ വ്യതിയാനങ്ങൾക്കും മഴമേഘങ്ങളുടെ സാന്നിദ്ധ്യത്തിനും വിധേയമായി മാത്രമേ ആ രേഖ ദൃഷ്ടിപഥത്തിൽ എത്തുകയുള്ളൂ.

അമിനിയിൽ കാൽകുത്തിയ നാൾതന്നെ മനസ്സിൽ കുറിച്ചിട്ടതാണ് കടൽതാണ്ടി കടമത്ത് ദ്വീപിലേക്കുള്ള ഒരു യാത്ര. കപ്പലുകൾ പലതു വന്നുപോയെങ്കിലും കരയിലേക്കുള്ള യാത്ര നീട്ടി. യാത്രാസംഘത്തിലെ ചിലർ വേഗം മടങ്ങി. എന്തു കാണാനാ ഈ ദ്വീപിൽ! അവർ ആശ്ചര്യം കൂറി. താല്പര്യമില്ലാത്തവരെയും കൂട്ടിയുള്ള യാത്രകൾ നരകമാണ്. നരകമൊഴിഞ്ഞതിൽ സന്തോഷം – സഹയാത്രികനും സുഹൃത്തുമായ ജയറാം പറഞ്ഞു. ജയറാം ഒറ്റയ്ക്ക് ചില യാത്രകൾ നടത്തി. ഏതു സാഹചര്യത്തോടും അയാൾ വേഗം ഇണങ്ങിച്ചേരും. കടമത്തിലേക്ക് ഔട്ട് ബോർഡ് യന്ത്രം ഘടിപ്പിച്ച ബോട്ടിൽ പോകാമെന്ന വിവരം എത്തി ച്ചത് ജയറാമാണ്. അമിനി ദ്വീപിന്റെ അരഞ്ഞാണമായ ലഗൂണുകൾക്കരി കിലൂടെ നടത്തിയ സായാഹ്ന സവാരിക്കിടെ മത്സ്യബന്ധന ബോട്ടുകൾ വരുന്നതും പോകുന്നതും കണ്ടു. നീല ജലാശയത്തിൽ മുഖംമൂടിവെച്ച കോയക്കുട്ടികൾ മുങ്ങാംകുഴിയിട്ടു. അവരുടെ കുഞ്ഞിക്കാലുകൾ തുഴഞ്ഞു മാറ്റുന്ന കുഞ്ഞോളങ്ങൾ വൻ തിരകളായില്ല. അവർക്കൊപ്പം നീന്തിത്തുടങ്ങിയ മത്സ്യക്കുഞ്ഞുങ്ങൾ പോർവിമാനങ്ങളെപ്പോലെ പാറ്റേൺ തെറ്റിക്കാതെ പോയി മറഞ്ഞു.

കടമത്തു ദ്വീപിലേക്ക് ചരക്കു കയറ്റിയ ബോട്ടുകൾ പോയി. യാത്ര ക്കാരെ കൊണ്ടുപോകുന്ന വലിയ ബോട്ടുകളിൽ തിരക്ക്.

ഞങ്ങൾക്കായി ഔട്ട് ബോർഡ് യന്ത്രം ഘടിപ്പിച്ച ബോട്ട് തരപ്പെടു ത്തി കോയാസാഹിബ് ചിരിച്ചു. തലേന്നാൾ രാത്രി അദ്ദേഹം ഉറങ്ങി യിട്ടില്ല. 'ദ്വീപ് അലുവ' പേരു കേട്ടതാണ്. അതിന്റെ നിർമ്മാണ പ്രക്രിയ

സങ്കീർണ്ണവും. ശർക്കരയും നാളീകേരവും ചേരുമ്പോൾ ഉണരുന്ന സുഗന്ധം വീടിനുള്ളിലും പരിസരങ്ങളിലും നിറഞ്ഞുനിന്നു. ഉറക്കമൊഴിവാക്കി നടത്തിയ അലുവ നിർമ്മാണ യത്നത്തിൽ അയൽക്കാരെല്ലാം കൂടി. ദ്വീപ് അലുവ ഒരു പ്രത്യേക ചേരുവയാണ്. ഉണങ്ങിയ വാഴയിലകളിൽ ചേലോടെ പൊതിഞ്ഞെടുത്ത അലുവ സുരക്ഷിതമായി.

ഹാന്റിക്യാം കഴുത്തിൽ തൂക്കി ആദ്യം ബോട്ടിൽ കാലെടുത്തുവച്ചത് യാഷിദ്.

ബോട്ടൊന്നു കുലുങ്ങി. യാഷിദ് തെല്ലും കുലുങ്ങിയില്ല. ഒരു ചെറു തിരവന്ന് ബോട്ടിനെ തലോടിപ്പോയി. എല്ലാവരെയും ബോട്ടിൽക്കയറ്റി അവസാനം റസാക്ക് കാലെടുത്തുവച്ചു. യന്ത്രത്തിൽ ബന്ധിച്ചിട്ടുള്ള ചരട് ചലിപ്പിച്ചു. കാതുതുളയ്ക്കുന്ന ശബ്ദം ക്രമേണ താളാത്മകമായി. അമിനി ദ്വീപിലെ ബോട്ട്ജെട്ടിയിൽനിന്നും കൈവീശുന്ന കോയാസാഹിബ് അകലെയുള്ള കാഴ്ചയായി. കടമത്ത് ദ്വീപിന്റെ കാഴ്ച കൂടുതൽ തെളിഞ്ഞു.

ആഴം കുറഞ്ഞ കടലിന്റെ നീലക്കാഴ്ചകൾ പിന്നിട്ടു. ആഴക്കടലിലൂടെയുള്ള യാത്ര വിവരണാതീതമാണ്; പ്രവചനാതീതവും. ബോട്ടിന്റെ മുഴക്കം ഹോളിവുഡ്ഡ് ചിത്രത്തിന്റെ പിന്നണി സംഗീതംപോലെ കാതുകളെ ത്രസിപ്പിച്ചുകൊണ്ടിരുന്നു. ബോട്ടിന്റെ ഗതി നിയന്ത്രിച്ചുകൊണ്ടിരുന്ന മുഹമ്മദ് അകലേക്ക് കണ്ണുംനട്ട് നീണ്ട് നിവർന്ന് ചലനരഹിതനായി ഇരുന്നു. അയാൾ കടലേറെ കണ്ടവനാണെന്ന് റസാക്ക് പറഞ്ഞു. മംഗലാപുരത്തേക്ക് കയർകയറ്റിപ്പോയപ്പോൾ കൊടുങ്കാറ്റിൽപ്പെട്ടു. രണ്ടാഴ്ചയ്ക്കുശേഷം ശ്രീലങ്കൻ തീരത്തിനടുത്തുവച്ച് കപ്പൽ യാത്രക്കാർ രക്ഷപ്പെടുത്തുകയായിരുന്നു. ഏതു ഭാവത്തിലുള്ള കടലിലും മുഹമ്മദ് അക്ഷോഭ്യനാണ്. നിരനിരയായി ചാടിപ്പോകുന്നത് ട്യൂണയല്ല സ്രാവുകളാണെന്ന് അയാൾ അറിയിച്ചു. കടൽ കനത്തതോടെ ഗന്ധത്തിലും വന്നു മാറ്റം. കടൽച്ചൊരുക്ക് എന്നുപറയുന്ന പ്രതിഭാസത്തിന്റെ ലാഞ്ഛന.

വടക്കുനിന്നും തെക്കേ ഭാഗത്തേക്ക് തണുത്തകാറ്റ് വീശുന്നുണ്ടായിരുന്നു. ബോട്ടു തീർത്ത ഓളങ്ങളിലൂടെ ചെറിയ മത്സ്യങ്ങളുടെ നിരകൾ ഓടിമറഞ്ഞു. നെത്തോലി മീനുകളാണെന്ന് റസാക്ക് പറഞ്ഞു. മത്സ്യബന്ധനത്തിലേർപ്പെട്ടിരിക്കുന്ന ബോട്ട് വ്യൂഹങ്ങൾ തങ്ങളുടെ തൊഴിലിൽ വ്യാപൃതരാണ്. സ്റ്റാച്യു റോഡിലൂടെ നടന്നുപോകുമ്പോൾ പരിചയക്കാരോട് കുശലം പറയുന്ന ലാഘവത്തോടെ നടുക്കടലിൽ നടക്കുന്ന നർമ്മസംഭാഷണങ്ങൾ. ഒന്നും ഒന്നരയും കിലോമീറ്റർ ആഴമുള്ള കടൽ പ്രദേശത്തുകൂടെയാണ് യാത്ര. ഓളങ്ങളുടെ എണ്ണം കൂടിത്തുടങ്ങി. ഉൾക്കടലിലെ ഈ പ്രതിഭാസത്തെ ഓളങ്ങൾ എന്നുവിളിക്കാമോ എന്നറിയില്ല. ജലനിരപ്പിൽനിന്നും ഒന്നും രണ്ടും ആൾപൊക്കത്തിൽ പാഞ്ഞുവരുന്ന തിരച്ചുരുളുകൾ. അതിനു മുകളിലൂടെ ഗർത്തത്തിലേക്കു പതിക്കുന്നപോലെ ബോട്ടിന്റെ താഴ്ന്നുപൊങ്ങൽ. ഹൃദയം ഇടയ്ക്കിടയ്ക്ക് നിലച്ചുപോകുംപോലെ. റസാക്ക് പറഞ്ഞു: "പേടിക്കണ്ട ഇത് ആഴക്കട

ലിൽ എപ്പോഴും ഉണ്ടാകുന്നതാണ്. എത്ര പ്രകോപനമുണ്ടായാലും ബോട്ട് മറിയില്ല. അതിന്റെ നിർമ്മിതി അങ്ങനെയാണ്. കുറേ കഴിയുമ്പോൾ കടൽ വീണ്ടും ശാന്തമാകും." ആശ്വാസവചനങ്ങൾക്ക് അപാരമായ ശക്തിയുണ്ടെന്ന് നടുക്കടലിൽവച്ച് നമുക്ക് മനസ്സിലാകുന്നു.

പത്തു മിനിട്ട് കഴിഞ്ഞു. കടൽ വീണ്ടും ശാന്തമായി. കടമത്ത് ദ്വീപിന്റെ കാഴ്ച കൂടുതൽ തെളിഞ്ഞു. തെങ്ങിൻകൂട്ടങ്ങൾക്കിടയിലൂടെ സൂര്യകിരണങ്ങൾ പുറത്തുവരുന്നു. സൂര്യൻ ദ്വീപിനപ്പുറത്ത് തല ഉയർത്തിവരുന്നതേയുള്ളൂ. ശാന്തമായ കടലിൽ നീലാകാശത്തിന്റെ നിഴലിൽ ബോട്ടിന്റെ താളാത്മകമായ സംഗീതത്തിൽ കണ്ണുകൾ അടഞ്ഞുപോവുന്നു.

ശക്തമായ കാറ്റും അലറുന്ന കടലും സൃഷ്ടിച്ച സംഹാരരംഗത്തേക്കാണ് മിഴികൾ തുറന്നത്. കണ്ണെത്താദൂരം വരെയും കടലലകൾ ഉയർന്നുപൊങ്ങുന്നു. ആകാശത്തുനിന്നും ഓർക്കാപ്പുറത്തടർന്നു വീണ മഴത്തുള്ളികൾ തലയിൽ വീണു ചിതറി. ചരൽ വാരി എറിയുംപോലെ. മഴയുടെ മുഴക്കം. ആകാശമേഘങ്ങൾ മഴയായി, മഴച്ചാലുകളായി ബോട്ടിലേക്ക് ഒഴുകിയെത്തുംപോലെ. പുറംലോകത്തേക്കുള്ള കാഴ്ചയും മറഞ്ഞുപോയി. മത്സ്യക്കൂട്ടങ്ങൾ മഴ കാണാനായി മുകൾപ്പരപ്പിലേക്കു വന്നു. മുഹമ്മദ് അകലേക്കു നോക്കിയിരുന്ന് ബോട്ട് ചലിപ്പിച്ചു. അയാൾ മറ്റൊന്നും കാണുന്നില്ല, കേൾക്കുന്നില്ല, ലക്ഷ്യസ്ഥാനമല്ലാതെ.

യാഷിദും റസാക്കും ഞങ്ങളെ ആശ്വസിപ്പിച്ചു: "മഴയിപ്പോ പോകും. മാനം തെളിയും. അലയടങ്ങും കടലമ്മ ശാന്തമാകും. പുതിയ ആൾക്കാരെ കണ്ടപ്പോ അവളൊന്നു പേടിപ്പിച്ചതാ." റസാക്കിന്റെ വാക്കുകൾക്ക് ഉറപ്പുണ്ടായിരുന്നു. മുഖത്തു കനവും. ടാപ്പ് അടയ്ക്കുമ്പോൾ ജലപ്രവാഹം നിലയ്ക്കുംപോലെയായിരുന്നു മഴ നിന്നത്. ഒരു അവരോഹണവും ദൃശ്യമായില്ല. ടപ്പനെ അങ്ങ് നിന്നു. കടലലകളിലൂടെ ആടിയും ഉലഞ്ഞും ബോട്ട് മുമ്പോട്ടുപോയി. അലയൊതുങ്ങുമ്പോൾ ബോട്ട് കടമത്ത് ദ്വീപിന്റെ ചെറിയ തുറമുഖത്തിലേക്കെത്തി, കടമത്ത് ദ്വീപിലേക്ക് സ്വാഗത കമാനം കണ്ടു. അമിനി ദ്വീപിന്റെ അതേ സസ്യപ്രകൃതിതന്നെ. തെങ്ങുകളാണെങ്ങും.

14

അമിനി ദ്വീപിൽനിന്നും വടക്കുമാറി പത്തുകിലോമീറ്റർ അകലത്തിലാണ് കടമത്ത് ദ്വീപിന്റെ കിടപ്പ്. 8 കി മീ നീളവും അരകിലോമീറ്റർ വീതിയുമാണ് കടമത്ത് ദ്വീപിന്. ഭൂമിയുടെ ഒരു ദീർഘചതുരത്തുണ്ട്.

1991 ലെ സെൻസസ് പ്രകാരം 3985 പേരാണ് കടമത്ത് ദ്വീപിൽ വസിക്കുന്നത്. കടമത്ത് ദ്വീപിനെ ചുറ്റി 37.5 ച കി മി ലഗൂണുകളാണ്. ഒരുപക്ഷേ, ലക്ഷദ്വീപിലെ ഏറ്റവും വലിയ ലഗൂൺ. മറ്റെല്ലാ ദ്വീപുകളെയുംപോലെ കടമത്ത് ദ്വീപും വളരുകയാണ്. ജലജീവികളും ജല

കടമത്ത്: ഒരു ആകാശക്കാഴ്ച

സസ്യങ്ങളും ചത്തടിയുമ്പോൾ രൂപപ്പെടുന്ന റീഫുകൾ. റീഫുകളെ ചുറ്റി പ്പറ്റി വളരുന്ന ആവാസവ്യവസ്ഥയും മണൽത്തിട്ടകളും. അങ്ങനെ ദ്വീപ് വളരുന്നു. 1959 ലെ കണക്കുപ്രകാരം 312.46 ഹെക്ടർ പ്രദേശമാണ് ഉണ്ടാ യിരുന്നതെങ്കിൽ 1973 ൽ അത് 3.68 ഹെക്ടറും 1983 ൽ 6.8 ഹെക്ടറും വളർന്നതായി കണ്ടു.

കടമത്ത് ദ്വീപ് അമിനിയിലെ കോയമാരുടെ മേല്ക്കോയ്മയിൻ കീഴി ലായിരുന്നു. കടമത്ത് ദ്വീപിലെ സമൃദ്ധമായ തെങ്ങിൻതോപ്പുകൾ ഏറെയും അമിനിയിലെ കോയമാരുടെ വകയായിരുന്നു. മേലാച്ചേരിക്കാ രായ കീഴാളർക്ക് ഭൂമിയുടെ ഉടമസ്ഥാവകാശം തീരെ ഇല്ല എന്നുതന്നെ പറയാം. അതുകൊണ്ടുതന്നെ ആൾപ്പാർപ്പ് താരതമ്യേന കുറവാണ്. അമിനിയിലുള്ളവരുമായി വിവാഹബന്ധങ്ങൾ സാധാരണമാണ്.

കയർപിരിക്കലാണ് കടമത്ത് ദ്വീപിലെ മുഖ്യതൊഴിൽ. മത്സ്യബ ന്ധനം കഴിഞ്ഞാൽ കടമത്ത് ദ്വീപിന്റെ ഒത്ത നടുവിലൂടെ നീണ്ടുപോ കുന്ന സിമന്റുപാത. റോഡിലൂടെ പോയാൽ തെങ്ങുകൾക്കിടയിലൂടെ ഇരുഭാഗത്തെയും കടൽ കാണാം.

ഞങ്ങൾക്കായി തരപ്പെടുത്തിയിരുന്ന മാരുതി ഒമിനി വാനിൽ കയറി പ്പറ്റി. ദ്വീപിന്റെ വടക്കേഅറ്റത്ത് കര കടലിലേക്ക് സാവധാനം ഇറങ്ങി പ്പോകുന്നിടത്തേക്കായിരുന്നു ആദ്യയാത്ര. കിലോമീറ്ററോളം നീണ്ടുപോ കുന്ന ലഗൂൺ. നീന്തിത്തുടിക്കാൻ പറ്റിയ ഇടം. ഉച്ചസൂര്യനെ കൂടാതെ മണൽപ്പരപ്പിൽനിന്നും കടൽപ്പരപ്പിലേക്ക് ഊഴ്ന്നിറങ്ങി. ദ്വീപുകടൽ കണ്ടുമതിവരാത്ത ഒരു കാഴ്ച തന്നെ! നിമിഷംപ്രതി നിറംമാറുന്ന കടൽ. വേലിയേറ്റവും വേലിയിറക്കവും റീഫും ലഗൂണും തീർക്കുന്ന മായക്കാഴ്ചകൾ. കുളികഴിഞ്ഞ് വാനിൽ കയറി. എട്ടു കിലോമീറ്റർ നീണ്ടയാത്ര. ദ്വീപിലെ മുഴുവൻ ജീവിതാവസ്ഥയും നേരിൽക്കാണാൻ കഴിയുന്ന യാത്ര.

ടൂറിസ്റ്റുകൾ ഏറെ വന്നുപോകുന്നിടമാണ് കടമത്ത്. ടൂറിസംവ്യവസായം ദ്വീപിൽ പുഷ്ടിപ്പെടുകയാണ്. ദ്വീപിലെ പണക്കാർ ഈ മേഖലയിൽ പണം മുടക്കിത്തുടങ്ങിയതിന്റെ ലക്ഷണങ്ങൾ. കടലിന്റെ ചേതോഹരഭാഗങ്ങൾ വളച്ചുകെട്ടി സ്വന്തമാക്കുന്ന ലാൻഡ്മാഫിയ ഇവിടെയും വന്നുകഴിഞ്ഞു. കടമത്ത് ദ്വീപിലെ പ്രധാന തുറമുഖത്തിനോടനുബന്ധിച്ചുള്ള റിസോർട്ടിൽനിന്നും ഭക്ഷണം കഴിഞ്ഞ് പവിഴപ്പുറ്റുകൾ കാണാനായി പുറപ്പെട്ടു.

പവിഴപ്പുറ്റ് അഥവാ കോറലുകൾ

ഫൈലം സീലന്റേറിയയിലെ, മാഡ്രി പൊറേറിയ ഗോത്രത്തിൽപ്പെടുന്ന ഒരുതരം ബഹുകോശകടൽ ജീവിയാണ് കോറലുകൾ അഥവാ പവിഴപ്പുറ്റ് എന്നറിയപ്പെടുന്നത്. ഇവ ഒറ്റയായോ പറ്റമായോ കാണപ്പെടും. പോളിപ്പുകൾ എന്നു വിളിക്കപ്പെടുന്ന അനേകം കോറൽ ജീവികൾ ചേർന്നതാണ് ഒരു കോളനി. പോളിപ്പുകളിൽനിന്നും കാത്സ്യം കാർബ

പവിഴപ്പുറ്റുകൾക്കിടയിലൂടെ ഒരു ജലയാത്ര

ണേറ്റ് സ്രവം ഉണ്ടാകുന്നു. ഈ കാത്സ്യം കാർബണേറ്റ് കഞ്ചുകങ്ങൾ ചേർന്ന് പല ആകൃതിയിലുള്ള കോറൽപിണ്ഡങ്ങളായിത്തീരും. കടലിന്റെ പല മേഖലകളിലും ഇങ്ങനെയുണ്ടാകുന്ന കോറലുകളുടെ വൻനിരകൾ കാണാം. ഉയർന്ന താപനില ആവശ്യമുള്ളതിനാൽ ഉഷ്ണമേഖലാ സമുദ്രങ്ങളിലാണ് കോറലുകൾ കാണപ്പെടുന്നത്. കോറൽപിണ്ഡങ്ങളുടെ തുടർച്ചയായ വളർച്ചയുടെ ഫലമായി കടലിൽ കോറൽദ്വീപുകൾ രൂപപ്പെടുന്നു. ലക്ഷദ്വീപ് സമൂഹത്തിലെ പല ദ്വീപുകളും ഇപ്രകാരം രൂപപ്പെട്ടതാണ്. കോറലുകൾക്കിടയിൽ പലനിറത്തിലും ആകൃതിയിലുമുള്ള മത്സ്യങ്ങൾ ജീവിക്കുന്നു. അപ്പോഗോണിഡേ പൊമാസെൻട്രിഡേ എന്നീ

കുടുംബത്തിൽപ്പെട്ടവയാണിവ. പവിഴപ്പുറ്റുകൾ പലനിറത്തിലും ആകൃതിയിലും വൈവിധ്യരൂപങ്ങളാകയാൽ അവയ്ക്കിണങ്ങുന്ന വർണ്ണശബളിമയും രൂപവൈവിധ്യവും ഈ മത്സ്യങ്ങളിൽ കാണാറുണ്ട്. ശത്രുക്കളുടെ കണ്ണിൽപ്പെടാതിരിക്കാൻ പ്രകൃതിയൊരുക്കുന്ന സുരക്ഷിതകവചം! പവിഴപ്പുറ്റുകളും അതിനൊപ്പം വളരുന്ന ജലസസ്യങ്ങളും സൂക്ഷ്മജീവികളും മത്സ്യങ്ങളും ചേർന്നാണ് അത്ഭുതക്കാഴ്ചയൊരുക്കുന്നത്.

15

കടമത്ത് ദ്വീപിന്റെ ആഴം കുറഞ്ഞ കടൽ ഭാഗത്തുനിന്നും സ്ഫടികാടിത്തറയുള്ള ബോട്ടിൽ പവിഴനഗരക്കാഴ്ചകൾ കാണാനായി ഇറങ്ങിത്തിരിക്കുമ്പോൾ ജീവിതത്തിലൊരിക്കലും മറക്കാത്ത ഒരു കാഴ്ചയിലേക്കാണ് പോകുന്നത് എന്ന് കരുതിയില്ല. സൂക്ഷ്മജീവികളായ വാസ്തുശാസ്ത്ര വിദഗ്ദ്ധരാണ് ഈ നഗരത്തിന്റെ സ്രഷ്ടാക്കൾ. പരസ്പരാശ്രിതവും ബന്ധിതവുമായ സങ്കീർണ്ണ നിർമ്മിതികളാണ് ഈ നഗരത്തിൽ. അവിടെ പ്രകൃതിയുടേതായ മാലിന്യ സംസ്കരണ സംവിധാനങ്ങളും ജലശുദ്ധീകരണ പ്ലാന്റുകളും ഭക്ഷ്യവിതരണ സംവിധാനവും ആവാസകേന്ദ്രങ്ങളും വന്നുപോകുന്നവരുടേതും പ്രവാസികളുടേതുമായ സങ്കരസംസ്കൃതിയും നിലനില്ക്കുന്നു.

കോറലുകളുടെയും റീഫുകളുടെയും ജലസസ്യങ്ങളുടെയും കാഴ്ചകളിലേക്ക് കണ്ണുനട്ട് നാമിരിക്കുന്നു. ബോട്ടിന്റെ അടിത്തട്ടിലെ കണ്ണാടിയിലൂടെ സമുദ്രാന്തർഭാഗത്തെ നഗരക്കാഴ്ചകൾ മിഴിതുറക്കുന്നു. സ്വർണ്ണമത്സ്യങ്ങളും പവിഴപ്പുറ്റുകളും അത്ഭുതസസ്യങ്ങളും ഒരുക്കുന്ന ത്രിമാനദൃശ്യങ്ങൾ ഏതു ഹോളിവുഡ് ചിത്രത്തെയും വെല്ലുന്നതാണ്.

ഒരു കടൽക്കാഴ്ച

ഒരു മണിക്കൂറിലേറെ സമയം സമുദ്രത്തിന്റെ ഉൾഭാഗത്തായുള്ള പവിഴപ്പുറ്റുകൾ കാണാൻ കഴിഞ്ഞു. സ്വർണ്ണമത്സ്യങ്ങൾക്കൊപ്പം നീന്തിപ്പോകുന്ന വിഷപ്പാമ്പുകളെയും കണ്ടു. പവിഴപ്പുറ്റുകളിൽ തട്ടിയും തടഞ്ഞും ബോട്ട് മുമ്പോട്ടു നീങ്ങി. ബോട്ടിലെ സഹയാത്രികരായിരുന്ന കുട്ടികളുടെ വിടർമിഴികളിൽ പവിഴനഗരത്തിന്റെ ചിത്രങ്ങൾ പതിഞ്ഞു കൊണ്ടിരുന്നു; ജീവിതകാലം മുഴുവൻ ഹൃദയത്തിൽ ചില്ലിട്ടുസൂക്ഷിക്കാൻ.

കടമത്ത് ദ്വീപിൽനിന്നും മടങ്ങുമ്പോൾ സന്ധ്യയുടെ ആദ്യലക്ഷണങ്ങൾ കണ്ടു തുടങ്ങി. നീലക്കടലിൽ വർണ്ണ വിസ്മയങ്ങൾ തീർത്ത് സൂര്യനു ചുറ്റും മേഘങ്ങൾ വന്നു. മേഘങ്ങൾക്കുള്ളിൽനിന്നും സൂര്യൻ ഇടയ്ക്കിടയ്ക്ക് തലനീട്ടി. സന്ധ്യാകടൽ സൗമ്യമായിരുന്നു. ദൂരക്കാഴ്ചകൾ മങ്ങിത്തുടങ്ങി. ഒറ്റയ്ക്കും തെറ്റയ്ക്കും നക്ഷത്രങ്ങൾ കാണാനായി. അമിനിദ്വീപിലേക്കു കാലെടുത്തുവയ്ക്കുമ്പോൾ കടൽ ഇരുട്ടിലായിക്കഴിഞ്ഞു. അവസാന സന്ധ്യാമേഘവും മാഞ്ഞു കഴിഞ്ഞിരുന്നു.

ഭാരത്സീമയിൽ വന്ന് ടിപ്പു സുൽത്താനിൽ മടങ്ങി. കടലിൽ നങ്കൂരമിട്ടിരുന്ന ടിപ്പുസുൽത്താനിലേക്ക് പുറപ്പെടുമ്പോൾ ഞങ്ങളുടെ ഭാണ്ഡങ്ങളിൽ ദ്വീപ് അലുവയും അമിനി കടപ്പുറത്തുനിന്നും വാരിക്കൂട്ടിയ പവിഴപ്പുറ്റുകളുടെ തിരുശേഷിപ്പും കടൽജീവികളുടെ ശില്പസമാനമായ പുറംതോടുകളുമുണ്ടായിരുന്നു. രണ്ട് ദ്വീപ് തെങ്ങിൻതൈകളും വീണ്ടും വരണമെന്ന് ഓർമ്മിപ്പിക്കുമ്പോൾ കോയാ സാഹിബിന്റെ കണ്ണുകൾ ഈറനണിഞ്ഞു. കോയിബിയുടെ നിക്കാഹിന് എത്താമെന്ന് ഉറപ്പ് നല്കിയാണ് പിരിഞ്ഞത്. നാലഞ്ച് മൺസൂൺ കാലവും കൊടുങ്കാറ്റും തിരഞ്ഞെടുപ്പും കടന്നുപോയി. കോയിബിയുടെ നിക്കാഹിന് അറിയിപ്പ് കിട്ടി. പോകാനായില്ല. ഓരോ യാത്രയും ഓർമ്മയും വിസ്മൃതിയുമാണ്.

2

അതിരുമലയിലെ ഏകാകി

അഗസ്ത്യ വനം ജൈവവൈവിധ്യത്താൽ സമ്പന്നമാണ്. സന്ദർശനത്തിന് പ്രത്യേക അനുമതി വേണം. ജൈവവൈവിധ്യ സംരക്ഷണം പ്രധാന വിഷയമാകുന്നത് സമീപകാലത്ത് മാത്രമാണല്ലോ. മുമ്പ് മുൻകൂർ അനുമതിയില്ലാതെ അഗസ്ത്യവനത്തിൽ പ്രവേശിക്കാമായിരുന്നു. കേരളത്തിൽ ആനമുടി കഴിഞ്ഞാൽ ഏറ്റവും ഉയരം കൂടിയ കൊടുമുടി അഗസ്ത്യവനത്തിലെ അഗസ്ത്യാർകൂടമാണ്. ഉയരം സമുദ്രനിരപ്പിൽ നിന്നും 1890 മീറ്റർ.

ജനുവരിമുതൽ മാർച്ച് വരെയുള്ള കാലം അഗസ്ത്യമുനിയെ സന്ദർശിക്കാൻ ഭക്തർ മലകയറും. ഭക്തർ മാത്രമല്ല പ്രകൃതിസ്നേഹികളും. അഗസ്ത്യാർകൂടത്തെപ്പറ്റി ഒരു വിശ്വാസമുണ്ട്. ഒരിക്കൽ അഗസ്ത്യവനം കണ്ടവർ വീണ്ടും വീണ്ടും മലകയറും. അത് വളരെ ശരിയാണ്. അതിന്റെ അന്തർപ്രേരണ ഭക്തിയായാലും കാടിന്റെ വിളിയായാലും ഒളിച്ചോട്ടത്തിന്റെ കാമനയായാലും ആദിബോധത്തിന്റെ അജ്ഞാതത്വരയായാലും ശരിതന്നെ.

യാത്ര നിയമംമൂലം അത്രകണ്ട് ചിട്ടപ്പെടുത്താതിരുന്ന ഒരു ജനുവരി മാസത്തിലാണ് അഗസ്ത്യാർകൂടത്തിലേക്ക് പുറപ്പെട്ടത്. നെടുമങ്ങാടും വിതുരയും പിന്നിടുമ്പോഴും പുലരിയെത്തിക്കഴിഞ്ഞിരുന്നില്ല. സർക്കാർ ജേഴ്സിഫാമിനടുത്തുള്ള ചായക്കടയിൽ പുട്ടുകുറ്റിയിൽനിന്നും ആവിവരുന്നുണ്ടായിരുന്നു. ഗോതമ്പുമാവും ചിരകിയെടുത്ത വരണ്ട തേങ്ങയും ആവിയിൽ വേകുമ്പോൾ ഉയരുന്ന സുഗന്ധത്തിന്റെ പശ്ചാത്തലത്തിലാണ് കിഴക്ക് വെള്ളകീറിയതും പ്രസന്നമായ നീലാകാശത്തിന്റെ ചുവട്ടിൽ അഗസ്ത്യാർകൂടത്തിന്റെ ഒരു തുണ്ടു പ്രത്യക്ഷപ്പെട്ടതും. ആകാശത്തിനു ചുവട്ടിൽ കൊടുമുടിയുടെ നീലത്തലപ്പിനു കീഴെ

മഞ്ഞിന്റെ ആവരണം. യാത്രയ്ക്കിടയിലെ ചായകുടി, അപരിചിതത്വ ത്തിന്റെ മഞ്ഞുരുകൽ, തണുപ്പിൽനിന്നും രക്ഷതേടി അടുപ്പിനു ചുറ്റു മുള്ള സംഘം ചേരൽ, മുൻയാത്രയുടെ സാഹസിക വർണ്ണനകൾ, ഇതെല്ലാം ചേരുമ്പോഴാണ് അഗസ്ത്യാർകൂടത്തിലേക്കുള്ള യാത്ര ത്രസി പ്പിക്കുന്നതാകുന്നത്.

ബസ് ബോണക്കാടേക്കുള്ള ചുരം കയറുമ്പോൾ ഈറക്കാടുകളും തേയിലത്തോട്ടങ്ങളും കറങ്ങിവരുന്നു, സിനിമയിലെ ക്രെയിൻ ഷോട്ടു പോലെ. തേയിലച്ചെടികൾക്ക് തണലേകാൻ വച്ചുപിടിപ്പിച്ചിട്ടുള്ള സിൽവർഓക്കിന്റെ ഇലകൾ കാറ്റിലിളകി. പച്ചയും വെള്ളിയും പൂശിയ ഇലകൾ മഞ്ഞുകാലത്തെ വരവേറ്റുകഴിഞ്ഞു. റോഡുവക്കത്തെ ശീമ ക്കൊന്നയിൽ പിങ്കും വെള്ളയും കലർന്ന പൂക്കൾ കുലകളായിഞാന്നു കിടന്നു. കാക്കപ്പൂക്കൾ യാത്രക്കാർക്ക് സ്വാഗതപ്പൂച്ചെണ്ടുകൾ ഒരുക്കി. തോട്ടത്തിലൂടെ ഒഴുകിപ്പോകുന്ന ചെറിയ അരുവികളുടെ സംഗീതം ബസിന്റെ ഇരമ്പലിൽ മുഴങ്ങി.

ബോണക്കാട് എസ്റ്റേറ്റ്

തലവഴി ചാക്കുവസ്ത്രങ്ങൾ പുതച്ച് തമിഴ്പെണ്ണുങ്ങൾ കൊളുന്തു നുള്ളുന്നു. രാവിലത്തെ *തൂളിയടിയിൽ ചിതറിവീണ മഞ്ഞുതുള്ളികൾ മൂക്കിലും പുരികങ്ങളിലും തങ്ങിനിന്നു. സമൃദ്ധിയുടെ നാളുകളായിരുന്നു അത്. പ്രതിസന്ധികൾ ചുരം കയറി തോട്ടങ്ങളിൽ എത്തിയിരുന്നില്ല. നുള്ളിക്കൂട്ടിയ കൊളുന്തുകൾക്കുമുന്നിൽ പെണ്ണുങ്ങൾ അളവും കാത്തി

* മഞ്ഞുപെയ്ത്തിന്റെ പ്രാദേശിക രൂപം.

രുന്നു. കാക്കിനിക്കറും ബെൽറ്റും തൊപ്പിയുമായി ദ്വാരപാലകവേഷത്തിൽ കങ്കാണിമാർ കാവൽ നിന്നു. ഫാക്ടറിയും പരിസരവും രാവിലെമുതൽ തന്നെ സജീവമായി. ചായക്കടകളിൽ ആവിപറക്കുന്ന ചായമോന്തിക്കുടിച്ച് ജോലിക്ക് തയ്യാറെടുക്കുന്ന ആണുങ്ങളും പെണ്ണുങ്ങളും. ഫാക്ടറിയുടെ ഇരമ്പത്തിൽ ആളുകളുടെ സംസാരം ഉച്ചത്തിലായി. പശുക്കൂട്ടങ്ങൾ ഫാക്ടറി പരിസരത്ത് അലഞ്ഞു നടക്കുന്നു. പശുവിൻചാണകത്തിന് കാലിത്തീറ്റ തിന്നുണ്ടായ ദുർഗ്ഗന്ധമല്ല. ഔഷധസസ്യങ്ങളും നാട്ടുപുല്ലുകളും തിന്ന് സ്വതന്ത്രരായി നടക്കുന്ന പശുക്കളുടെ ചാണകത്തിൽ നിന്നുമുയർന്ന സുഗന്ധമായിരുന്നു. ഈ ചാണകമായിരിക്കും ഒരു കാലത്ത് വീടിനകം മെഴുകാനായി ഉപയോഗിച്ചിരുന്നത്. ഇന്ന് തൊഴുത്തിൽനിന്നും ശേഖരിക്കുന്ന ചാണകം തൊട്ടാൽ കുളിക്കണം.

അഗസ്ത്യാർ കൂടത്തിലെത്താൻ ബോണക്കാട്ടുനിന്നും ഇരുപത്തിനാലു കിലോമീറ്റർ ദൂരം വനപാതയിലൂടെ കാൽനടയായി പോകണം. എല്ലാം തികഞ്ഞ ഒരു വനപ്രദേശമാണിത്.

പടർന്നു പന്തലിച്ച കൂറ്റൻ ഒറ്റമരങ്ങൾ, കുറ്റിക്കാടുകൾ, മൊട്ടക്കുന്നുകൾ, പുൽമേടുകൾ, ഈറക്കാടുകൾ, കാട്ടുകമുകുകൾ തല ഉയർത്തി നില്ക്കുന്ന അത്യുന്നത പർവ്വത ശിഖരങ്ങൾ, ഉയരം കുറഞ്ഞ ബോൺസായിക്കാടുകൾ, എല്ലാം കടന്നുവേണം അഗസ്ത്യരെക്കാണാൻ.

ഫോറസ്റ്റ് ചെക്ക് പോസ്റ്റ് കഴിഞ്ഞ് രണ്ടുവാര നടക്കുമ്പോഴേക്കും ചീവീടുകളുടെ നിലയ്ക്കാത്ത രോദനമാണ് നമ്മെ വരവേല്ക്കുന്നത്. നടക്കുന്തോറും അകന്നുപോകുന്ന രോദനം. മലമുഴക്കിപ്പക്ഷികളുടെ ഒറ്റപ്പെട്ട ഗർജ്ജനങ്ങൾ, മലയണ്ണാന്റെ നിലയ്ക്കാത്ത ചിലയ്ക്കൽ. കാട്ടുകോഴികളുടെ ചിറകൊച്ചകൾ. വനത്തിന്റെ ഗന്ധവും സ്വരവും നമ്മെ സ്വപ്നാടനത്തിനാണ് ക്ഷണിക്കുന്നത്. വളർന്നു മുറ്റിയ പേഴുമരങ്ങളിൽ

കാട്ടുപാത

നിറയെ പൂക്കളും കായ്കളും. പച്ചനിറത്തിലുള്ള മൊട്ടുകൾ വിടർന്ന് വൃത്താകാരത്തിലുള്ള കിന്നരികൾ ചാർത്തിയ വെള്ളപ്പൂക്കൾ. തടികളിൽ പറ്റിപ്പിടിച്ചിരിക്കുന്ന കുലകുലയായുള്ള പച്ചക്കായകൾ. മുമ്പ് നാട്ടിൻപുറങ്ങളിൽ പേഴുമരങ്ങൾ സാധാരണ കാഴ്ചയായിരുന്നു. കുരുമുളക് പടർത്താനും മൺവെട്ടിക്കൈ, നിലന്തല്ലി എന്നിവയുടെ നിർമ്മിതിക്കും അത്യുത്തമമായിരുന്നു പേഴ്. ഇന്ന്, ഇങ്ങ് അഗസ്ത്യവനത്തിലേക്കു ചുരുക്കിയിരിക്കുന്നു, ഈ നാട്ടുമരം.

പേഴുമരങ്ങളുടെ വളഞ്ഞനിഴലുകൾ പതിക്കുന്നിടത്തുനിന്നും ചവിട്ടുവഴി രണ്ടായി പിരിയുന്നു. ബോണാഫോൾസിലേക്കുള്ള വഴിയാണ് ഒന്ന്. മലഞ്ചെരിവ് വെട്ടിമാറ്റിയ മാതിരി കിഴുക്കാംതൂക്കായ പ്രദേശത്തേക്കിറങ്ങിപ്പോകുമ്പോൾ താഴെ നില്ക്കുന്നയാളിന്റെ ചുമലിനടുത്താവും നമ്മുടെ കാലുകൾ. ഇഞ്ചിപ്പുല്ലിന്റെ തലപ്പിൽ പിടിച്ചും വേരുകളുടെ പടർപ്പിൽ ചവിട്ടിയും, ശ്വാസം പിടിച്ചും ഇടയ്ക്കിടയ്ക്ക് കിതച്ചും കല്ലുകൾക്കൊപ്പം ഉരുണ്ടുവീഴുന്നത് തെളിനീർ തടാകത്തിനരുകിലേക്ക്. അനാദികാലം മുതൽക്കെ മലവെള്ളപ്പാച്ചിലും ഉരുൾപൊട്ടലും വഴി രൂപപ്പെട്ട ഈ

ബോണാ ഫാൾസ്

വെള്ളച്ചാട്ടം ഏതു വേനലിലും ഒരു നീർച്ചാൽ ബാക്കിയാക്കുന്നു.

തണുത്ത വെള്ളത്തിൽത്തന്നെ കഴിയണമെന്നുണ്ടായിരുന്നു; ശ്വാസം കിട്ടാനായി നിവരേണ്ടിയിരുന്നില്ലെങ്കിൽ. ടൈഗർ, ടെട്ര, നിലംപതുങ്ങി, കയിലി, മാനത്തുകണ്ണി തുടങ്ങി അസംഖ്യം മത്സ്യങ്ങൾ തെളിനീറ്റിൽ കിളിത്തട്ടുകളിക്കുന്നു. ജലജീവികൾ പരിശീലനം സിദ്ധിച്ച സന്ന്യാസിമാരെപ്പോലെ ജലനടത്തം ചെയ്യുന്നു. ഉണ്ടും ഉറങ്ങിയും കഴിയാം. അല്ലെങ്കിൽ, അടുത്ത കേന്ദ്രത്തിലേക്കു പോകാം. മഴ വരും, വെയിൽ വരും, ആനയോ കാട്ടുപോത്തോ വന്നേക്കാം. അപരിചിത സ്ഥലത്തെ അന്തിയുറക്കം വേണ്ടെന്നുവച്ച്, ഇറങ്ങിയതത്രയും കയറി നടന്നു. ഉരു

ളൻകല്ലുകളിൽ തീർത്ത പ്രകൃതിശില്പങ്ങളിൽ പ്രാർത്ഥനയോടെ കാലുകൾ വച്ചു. ചൂടുപിടിക്കുന്ന കാലടികൾ കുളിർ വെള്ളത്തിൽനിന്നും കയറാൻ വിസമ്മതിച്ചു.

സഞ്ചാരികൾക്കായി ഈറക്കുടിൽ. അട്ടയാറിന്റെകരയിൽ, ഈറക്കട്ടിലിൽ, യാത്രാക്ഷീണം ഇറക്കിവച്ചു. തണുത്ത വെള്ളത്തിൽനിന്നും ഉന്മേഷം നിറച്ചു. അടുപ്പിൽ കഞ്ഞിവച്ചു. തീ കത്തിക്കയറുമ്പോൾ കാടുകൾക്കപ്പുറം തീഗോളം ജ്വലിച്ചുതന്നെ നിന്നു. ഈറക്കാടുകൾക്കിടയിലൂടെ കടന്നുവന്ന സ്വർണ്ണരശ്മികൾ അട്ടയാറിലെ ജലപ്രവാഹത്തിൽ വീണു മുറിഞ്ഞു.

ഇരുട്ട് കടന്നുവന്നത് വേഗത്തിലാണ്. ചീവീടുകളുടെ രോദനം പ്രപഞ്ചോല്പത്തിയിൽനിന്നും തുടങ്ങി അനന്തമായ കാലത്തോടൊപ്പം ചരിക്കുകയാണെന്നു തോന്നി. അവിരാമം, അനവരതം, അനന്തം. ആനകൾക്ക് എപ്പോൾ വേണമെങ്കിലും ഈറക്കാടുകൾ ഞെരിച്ച് ഇറങ്ങിവരാം. എങ്കിലും ഈറയുടെ ഈ കുടിലിനുള്ളിൽ ഇരിക്കുമ്പോൾ എന്തൊരു സുരക്ഷിതബോധം. സുരക്ഷ എന്നത് ഒരു സങ്കല്പമാണ്. തീയുണ്ടെങ്കിൽ ആന അടുക്കില്ല എന്ന ഒരു വഴികാട്ടിയുടെ ഉപദേശത്തിന്റെ ബലത്തിൽ, ചീവീടുകളുടെ സംഗീതത്തിന്റെ താളത്തിൽ മലമുഴക്കികളുടെ

ഈറ്റക്കുടിലിൽ: ഒരു വിശ്രമവേള

താക്കീതുകളുടെ ഇടവേളകൾ വിസ്മരിച്ച്, ചിഹ്നംവിളികളെ അട്ടയാറിന്റെയും മലങ്കാറ്റിന്റെയും മേളത്തിലേക്ക് പരിവർത്തനം ചെയ്ത് ക്ഷീണ ക്കട്ടിലിൽ വീണ് അതിവേഗം ഉറങ്ങി.

മൂടൽമഞ്ഞിന്റെ കട്ടിയാവരണം ഭേദിച്ച് പ്രഭാതരശ്മികൾ ഈറക്കുടിലിനുള്ളിലും എത്തി. തണുത്ത കാട്ടരുവിയിൽ മുങ്ങി നിവരുമ്പോൾ നാമുണരുന്നത് ജീവിതത്തിലേക്കുതന്നെയാണ്. കോടമഞ്ഞിന്റെ

തണുത്ത ലേപനം പുരട്ടിയ ഇലകളിൽ പ്രഭാതത്തിന്റെ പുതുജീവൻ ത്രസിച്ചുനിന്നു. കാട്ടിനുള്ളിലെ പ്രഭാതങ്ങൾ മൗനപ്രാർത്ഥനകളാണ്.

യാത്ര വീണ്ടും തുടങ്ങുമ്പോൾ ഉന്മേഷത്തിന്റെ ഊർജ്ജപ്രവാഹം. അരുവികൾ ചവിട്ടിക്കയറി പുൽമേടുകൾ താണ്ടി നാം നടന്നടുക്കുന്നത് ഏഴുമടക്കിലേക്കാണ്. മലയുടെ ഏഴുമടക്കുകൾ. മലദേവതകളെ വണങ്ങി മലകയറാൻ തുടങ്ങുന്നതുമുതൽ ഏഴുമടക്കുവരെയുള്ള യാത്രയുടെ ഏഴുമടങ്ങ് കാഠിന്യമാണ് ഏഴുമടക്കുകളിൽ കാത്തിരിക്കുന്നത്. നടന്നുതളർന്ന്, മരത്തണലുകളിൽ വിശ്രമിച്ച്, വനാന്തരത്തിലെ നിലയ്ക്കാത്ത കാറ്റിന് ചെവികൊടുക്കാം. മലങ്കാറ്റിന്റെ വന്യസൗന്ദര്യം ഇളകിയാടുന്ന കൂറ്റൻ വൃക്ഷങ്ങളിലും പുൽക്കൊടിത്തുമ്പിലും ഒരുപോലെ കാണാം. ഏതു കൊടുങ്കാറ്റിനെയും അതിജീവിച്ചവയാണ് ഈ വൃക്ഷ മുത്തശ്ശിമാർ. അതിജീവനത്തിന്റെ അമൃതമന്ത്രം അവർക്ക് മറ്റെങ്ങുനിന്നും പഠിക്കേണ്ടതില്ല.

കരടികൾ നടന്നുപോകുന്ന കാട്ടുവഴികൾ. ചെന്നായ്കൾ പതിയിരിക്കുന്ന പൊന്തക്കാടുകൾ. കാട്ടുപോത്തിന്റെ വിഹാരരംഗമായ പുൽമേടുകൾ. ആനക്കൂട്ടങ്ങൾക്ക് പഥ്യമായ ഈറക്കാടുകൾ. ഒക്കെയും, നെടുവീർപ്പടക്കിപ്പിടിച്ചുമാത്രമേ പിന്നിടാവൂ. നടന്നു തളരുകയും ഭയന്നുവിറയ്ക്കുകയും വിശന്നു വലയുകയുമൊക്കെ ചെയ്യുന്നത് ഒന്നിച്ചാകയാൽ ബേക്കറിയിൽനിന്നും ഉയരുന്ന സുഗന്ധംപോലെ ഏത് ഏതിന്റേതെന്നു തിരിച്ചറിയാത്ത അവസ്ഥ.

തുറസ്സായ പുൽമേടുകൾക്ക് താഴെ താഴ്‌വാരങ്ങളിലെ ഷോളവനങ്ങളിൽനിന്നും കാട്ടാറിന്റെ ഗർജ്ജനം കേൾക്കാം. ഏഴുമടക്കുകൾ താണ്ടേണ്ടത് കുത്തനെയുള്ള കയറ്റങ്ങളും പടർന്നുപന്തലിച്ച കൂറ്റൻ വൃക്ഷങ്ങളും ഉറവകൾ സദാ മിഴിനീരൊഴുക്കുന്ന ചവിട്ടുവഴികളും പിന്നിട്ടാണ്. നൂലട്ടകൾ വിഹരിക്കുന്ന വഴികളിൽ കാലുകുത്തുന്നത് സൂക്ഷിച്ചുവേണം. സ്പർശനത്തിന്റെ ജൈവഭാഗങ്ങളെ ഭേദിച്ച് വിരലുകൾക്കിടയിൽ നൂലട്ട

കാട്ടിനുള്ളിൽ ഒരു സൗഹൃദക്കൂട്ടം

കൾ കടിച്ചുതൂങ്ങും. രക്തം കുടിച്ചുവീർക്കും. വലിച്ച് പറിച്ച് മാറ്റിയാൽ ചോരയൊലിക്കും. തീപ്പെട്ടിക്കൊള്ളികൾ ജ്വലിപ്പിച്ചോ ഉപ്പുപൊടിവിതറിയോ വേണം അട്ടകളെ വേർപെടുത്താൻ. കാൽവിരലുകളും പാദങ്ങളും പിന്നിട്ട് ശരീരത്തിന്റെ ഏതറ്റംവരെയും സ്പർശനമറിയിക്കാതെ അട്ടകൾ കടന്നുപോകും. ആനകൾ വിഹരിച്ചതിന്റെ നേർസാക്ഷ്യമായി ആവിപറക്കുന്ന ആനപ്പിണ്ടിയും ചവിട്ടിമെതിക്കപ്പെട്ട ഈറക്കൂട്ടവും വിട്ടുമാറാത്ത ആനച്ചൂരും ഭയരാഹിത്യത്തിന്റെ അതിരുകൾ തകർത്ത് ഉള്ളിലേക്കുകടക്കുമ്പോൾ നൂലട്ടകളെപ്പറ്റിയുള്ള ഉൽക്കണ്ഠകൾ അകന്നുപോകുന്നു. ഓരോ ഇഞ്ചുഭൂമിയും ചവിട്ടിക്കയറുന്നത് നാം അറിയുന്നു. ഓരോ ചലനവും ശ്വാസഗതികൾ നിയന്ത്രിച്ചും ഊർജ്ജം സംഭരിച്ചും മാത്രം. പാഴാക്കാൻ ഒട്ടും ഊർജ്ജം ബാക്കിയില്ല. ചുമലിലെ ഭാണ്ഡം മാത്രമല്ല ഉടുവസ്ത്രങ്ങൾ പോലും ഭാരമാകുന്ന അവസ്ഥ. ഓർക്കാപ്പുറത്ത് ചാടിവീണത് കരടിയല്ല കരിമന്തിയാണെന്ന് തിരിച്ചറിഞ്ഞപ്പോഴാണ് നഷ്ടപ്പെട്ടുവെന്ന് കരുതിയ ജീവൻ തിരിച്ചുകിട്ടിയത്.

കരിങ്കുരങ്ങുകൾ മാത്രമല്ല സിംഹവാലനും മരച്ചില്ലകളിൽ വിഹരിക്കുന്നു. മലകയറിവരുന്ന മക്കളെ സ്വാഗതം ചെയ്യുന്നത് കലപില ശബ്ദം മുഴക്കിയാണ്. പൂർവ്വികരുടെ ഭാഷ നഷ്ടപ്പെട്ട മക്കൾക്ക് അത് മനസ്സിലാകുന്നില്ല.

ഏഴുമടക്കുകൾ കയറി എത്തുന്നത് കോട്ടൂരുനിന്നുള്ള വനപാതയിലേക്കാണ്. ആധുനിക കാലത്താണ് ഈ പാതകൾ ജനങ്ങൾക്ക് അന്യമാകുന്നത്. രാജവാഴ്ചക്കാലത്ത് ഏറെ സജീവമായിരുന്നു ഈ കാട്ടുപാത. അംബാ സമുദ്രത്തിലേക്ക് തിരുവനന്തപുരത്തുനിന്നും തിരുനെൽവേലി ചുറ്റാതെ ഈ കാട്ടുപാത വഴി പോകാമായിരുന്നു. ഒരു കാലത്ത് മലഞ്ചരക്കുകളുടെയും സഞ്ചാരികളുടെയും നീക്കം ഈ വഴിയായിരുന്നത്രെ! ഈ മലമ്പാത സഞ്ചാരയോഗ്യമാക്കാൻ നീക്കമുണ്ട്. പരിസ്ഥിതി പ്രശ്നം കണക്കിലെടുത്താവും ഇക്കാര്യത്തിൽ പുരോഗതിയുണ്ടാവാത്തത്.

അഗസ്ത്യാർകൂടമെന്ന കൊടുമുടിസ്ഥാനത്തേക്കുള്ള യാത്ര തുടങ്ങുന്നത് വാസ്തവത്തിൽ അതിരുമലയിൽ നിന്നാണ്. അതിരുമലയിലാണ് ബേസ് ക്യാമ്പ്. ഏഴുമടക്കുകൾ പിന്നിട്ട് പിന്നെയും മൂന്നു കിലോമീറ്ററോളം നടക്കണം അതിരുമലയിലേക്ക്. അതിരുമലയിലേക്കുള്ള വഴിക്കിരുവശവും കാട്ടുകുരുമുളകുകൾ പടർന്നു കിടക്കുന്നു. മരങ്ങളിൽ പറ്റിപ്പടർന്ന കുരുമുളകും ഇടയ്ക്കിടയ്ക്ക് കാണാവുന്ന കാട്ടുതിപ്പലിപ്പൂക്കളും സുഗന്ധം പരത്തുന്നു. ആരോഗ്യപ്പച്ചപോലെ പുറം ലോകത്തിനറിയാവുന്നതും ഇനിയും തിരിച്ചറിയപ്പെട്ടിട്ടില്ലാത്തതുമായ അസംഖ്യം ഔഷധസസ്യങ്ങൾ ഇവിടെയുണ്ട്. ഒരു പൂർണ്ണചന്ദ്രദിനത്തിൽ മുളച്ച് അന്നുതന്നെ ജീവചക്രം പൂർത്തിയാക്കുന്ന ഒരു ദിവ്യ സസ്യത്തെപ്പറ്റി തമിഴ് സിദ്ധവൈദ്യഗ്രന്ഥങ്ങളിൽ പരാമർശമുണ്ടത്രെ! ഈ ഔഷധസസ്യത്തെ തേടി അനവധി പൂർണ്ണചന്ദ്രദിനങ്ങൾ അഗസ്ത്യമലകളിലലഞ്ഞ ഒരു

അഗസ്ത്യാർകൂടം: അതിരുമല

സിദ്ധവൈദ്യനെ നേരിട്ടറിയാം. ലക്ഷ്യം ഇതേവരെ നിറവേറ്റപ്പെട്ടിട്ടില്ല. എന്നാൽ അദ്ദേഹം മലയിറങ്ങുമ്പോൾ കൂടനിറയെ വിലപ്പെട്ട ഔഷധ സസ്യങ്ങളുണ്ടാകും. വേട്ടക്കാരും സഞ്ചാരികളും മലമടക്കുകളിറങ്ങു മ്പോൾ അഗസ്ത്യപർവ്വതത്തിലെ ജൈവസമ്പത്തിൽ കുറവുണ്ടാകുന്നു.

ഇരുട്ടു പരന്നുതുടങ്ങി. മിന്നാമിന്നിക്കൂട്ടം ആകാശത്തും ഭൂമിയിലും നിരന്നു. ചന്ദ്രികയുടെ പ്രഭയിൽ അകലത്തായി അഗസ്ത്യാർകൂടം കാണാം. അപ്പൂപ്പനെന്നാണ് ഈ കൊടുമുടിയെ സഞ്ചാരികൾ വിളിക്കു ന്നത്. സഞ്ചാരികൾക്കായി അതിരുമലയിലെ ബേസ് ക്യാമ്പ് പണിതിട്ടു ണ്ട്. ഒരു കോൺക്രീറ്റ് ഷെഡ്. സഞ്ചാരികളിൽ ഏറെയും അഗസ്ത്യമു നിയെ വണങ്ങാനെത്തുന്ന ഭക്തരാണ്. അഗസ്ത്യമുനി ഈ പർവ്വത ശിഖിരത്തിൽ തപസ്സിരുന്നു എന്നാണ് വിശ്വാസം. അഗസ്ത്യമുനി ഹിന്ദു പുരാണത്തിലെ അതികായനാണ്. ഇദ്ദേഹത്തിന്റെ ജനനത്തെപ്പറ്റി പല കഥകളും നിലവിലുണ്ട്. ഏകശരീരിയായിരുന്ന അവസ്ഥയിൽ ഉർവ്വശിയെ ക്കണ്ട് മോഹിച്ച വരുണന്റെയും മിത്രന്റെയും രേതസ് കുംഭത്തിൽ സംഭ രിച്ചുവെന്നും അതിൽനിന്നും അഗസ്ത്യനും വസിഷ്ഠനും ജനിച്ചുവെന്നു മാണ് ഒരു കഥ. ഇതിൽനിന്നാണ് അഗസ്ത്യന് കുംഭജൻ എന്ന പേരുണ്ടാ യത്. പുലസ്ത്യന്റെ പുത്രനാണ് അഗസ്ത്യൻ എന്ന് ബ്രഹ്മപുരാണം പറയുന്നു. ബ്രഹ്മാവിന്റെ മാനസപുത്രനും പ്രജാപതികളിൽ ഒരാളുമായി രുന്നു പുലസ്ത്യൻ. വിന്ധ്യന്റെ ഗർവ്വ് ശമിപ്പിച്ചതുകൊണ്ട് പർവ്വതത്തെ സ്തംഭിപ്പിച്ചവൻ എന്നർത്ഥം വരുന്ന അഗസ്ത്യൻ എന്ന പേരുണ്ടായി എന്ന് ഐതീഹ്യം. ഇദ്ദേഹത്തിന്റെ പത്നിയാണ് ലോപമുദ്ര. ദേവാസുര യുദ്ധത്തിൽ അസുരന്മാരെ ഒളിപ്പിച്ചിരുത്തിയ സമുദ്രത്തോട് കോപിച്ച് കടൽ കുടിച്ചുവറ്റിച്ചു. ഇന്ദ്രദ്യുമ്നനെ ആനയാക്കിയതും നഹുഷനെ സർപ്പമാക്കിയതും അഗസ്ത്യൻ തന്നെ. വനവാസകാലത്ത് ശ്രീരാമലക്ഷ് മണന്മാർക്ക് ആതിഥ്യമരുളിയതും രാമരാവണ യുദ്ധവേളയിൽ ശ്രീരാമന് ആദിത്യഹൃദയമന്ത്രം ഉപദേശിച്ചതും അഗസ്ത്യൻ. തമിഴിലെ ആദ്യ

വ്യാകരണകർത്താവ് അഗസ്ത്യമുനിയാണെന്നുകരുതുന്നു. അഗസ്ത്യമലയുടെ നെറുകയിൽ പ്രകൃതിയുടെ ഇന്ദ്രജാലത്തിന് സാക്ഷ്യം വഹിച്ച് ആകാശമേഘങ്ങളെ തഴുകി അഗസ്ത്യന്റെ പ്രതിഷ്ഠയുണ്ട്. പുരാതനമായ അഗസ്ത്യപ്രതിമ ആരോ തകർത്തെറിഞ്ഞിരുന്നു. ആ സ്ഥാനത്ത് കുറേക്കൂടി വലിപ്പമുള്ള കൽപ്രതിഷ്ഠ.

ഭക്തരും സഞ്ചാരികളും ശിവരാത്രി നാൾവരെ മലകയറിയെത്തുന്നു. അതിരുമലയിലെ ബേസ്ക്യാമ്പിൽ കിടക്കവിരിച്ച്, അഗസ്ത്യപർവ്വതത്തെ കൺമുന്നിൽക്കണ്ട് പൂജകളിലും ധ്യാനത്തിലും മുഴുകുന്നവർ. അഗസ്ത്യമുടിയുടെ ശാന്തഗംഭീരാകാരം ചന്ദ്രികയിൽ മുങ്ങിനില്ക്കുന്ന കാഴ്ച തന്നെ സഞ്ചാരികൾക്കുള്ള പുണ്യമാണ്. തൂളിയടിക്കൽ രാത്രികാലങ്ങളിൽ ഇടതടവില്ലാതെ തുടരുന്നു. തണുത്ത കാറ്റിനൊപ്പം വരുന്ന മഞ്ഞുതുള്ളികളാണ് ചാറ്റൽമഴപോലെ പെയ്യുന്നത്. ഈ പ്രതിഭാസമാണ് തൂളിയടിക്കൽ. മലമുഴക്കിയെത്തുന്ന കൊടുങ്കാറ്റിന്റെ ആരവത്തിൽ സകലതും മുങ്ങിപ്പോകുന്നു. മഞ്ഞും കാറ്റും മഴയും കുളിരിന്റെ കാഠിന്യം വർദ്ധിപ്പിക്കും. ഏതു പുതപ്പിട്ടുപുതച്ചാലും പിന്നെയും തുളച്ചുകയറുന്ന തണുപ്പിനെപ്പറ്റിയുള്ള ഓർമ്മകൾ മലയിറങ്ങുമ്പോഴും കൂടെത്തന്നെയുണ്ടാവും.

പുലർച്ചെയാണ് മലകയറ്റം. അതിരുമലയിൽനിന്നും നാലുകിലോമീറ്ററോളം ദൂരം മലകയറിയെത്തുമ്പോൾ പൊങ്കാലപ്പാറയായി. പൊങ്കാലപ്പാറയിൽ പ്രകൃതിദേവതയ്ക്ക് പൊങ്കാലയിട്ടുവേണം കൊടുമുടികയറാൻ. പൊങ്കാലപ്പാറവരെയുള്ള യാത്രാവർണ്ണനാതീതമാണ്. കോടമഞ്ഞിൽ മുങ്ങിനില്ക്കുന്ന ഈറക്കാടുകൾ. കൂറ്റൻ പാറക്കെട്ടുകളടങ്ങുന്ന പർവ്വതശിഖരങ്ങൾ. പാറക്കൂട്ടങ്ങൾക്കിടയിൽ പൂത്തുലഞ്ഞുനില്ക്കുന്ന

അതിരുമല: ഒരു ദൂരക്കാഴ്ച

കലംപൊട്ടിച്ചെടികൾ. കൽത്താമരകളുടെ ഇരുനിറ വൈപുല്യങ്ങൾ. തല ഉയർത്തി നില്ക്കുന്ന കള്ളിച്ചെടികൾ. കള്ളിച്ചെടികളുടെ വിസ്മയപ്പൂ

ക്കൾ. പൊങ്കാലപ്പാറയിൽനിന്നു നോക്കിയാൽ കിഴക്ക് അഗാധഗർത്ത മാണ്. താഴ്‌വരകളിലെവിടെയോ ആണ് പാപനാശിനിയും അംബാസമു ദ്രവും.

പൊങ്കാലപ്പാറ പിന്നിട്ട് കള്ളിക്കാടുകൾക്കിടയിലൂടെ ബോൺസായി മരങ്ങളുടെ ഇടയിലേക്കാണ് കടക്കുന്നത്. പാറക്കൂട്ടങ്ങളിൽ പറ്റിപ്പിടിച്ചു നില്ക്കുന്നതു കാരണവും സദാ വീശിയടിക്കുന്ന മലങ്കാറ്റിന്റെ വിക്രിയ കാരണവുമാവാം ഇവിടെ മരങ്ങൾക്ക് ഉയരം കുറവാണ്. ഏറിയാൽ മൂന്നാൾ പൊക്കം. നൂറ്റാണ്ടുകൾ ഈ മരങ്ങളുടെയുള്ളിൽ വാർഷിക വലയങ്ങൾതീർത്തിട്ടുണ്ടാകണം. മരത്തടികളിൽ വിസ്മയമാർന്ന പായ ലിനങ്ങൾ പറ്റിപ്പിടിച്ചു വളരുന്നു. മൂടില്ലാത്താളിയും സീതത്താലിയും പടർന്നിറങ്ങുന്ന ബോൺസായിക്കാടുകൾ ശീതീകരിച്ച മുറിപോലെ തണുത്ത അന്തരീക്ഷത്തിലാണ് വളരുന്നത്. ഈ എയർകണ്ടീഷൻ കാട്ടി ലൂടെയുള്ള യാത്ര നല്കുന്ന സുഖാനുഭൂതി ഏറെ നീണ്ടുനില്ക്കില്ല. കാടുകൾ പിന്നിട്ട് അഗ്സത്യാർകൂടത്തിന്റെ ഭയപ്പെടുത്തുന്ന ഉത്തുംഗ തയിലേക്കാണ് നമുക്ക് കയറിപ്പോകേണ്ടത്. കയറിപ്പോകുന്നതിന് മുട്ടി ലിഴയുക എന്നുകൂടി ഇവിടെ അർത്ഥമുണ്ട്.

ബ്രിട്ടീഷുകാരുടെ മേൽനോട്ടത്തിൽ തിരുവിതാംകൂർ രാജാക്കന്മാർ അഗ്സത്യാർകൂടത്തിൽ ഒരു വാനനിരീക്ഷണകേന്ദ്രം പണിതിരുന്നു. 1854 മുതൽ 1865 വരെ ആ കേന്ദ്രം പ്രവർത്തിച്ചു. തിരുവനന്തപുരത്ത് വാന നിരീക്ഷണ കേന്ദ്രം തുടങ്ങിയതിനെത്തുടർന്ന് അഗസ്ത്യാർകൂടത്തിലെ കേന്ദ്രം ഉപേക്ഷിക്കപ്പെട്ടു. പഴയ വാനനിരീക്ഷണകേന്ദ്രത്തിന്റെ തിരു ശേഷിപ്പായി ഒരു കൂറ്റൻ ഇരുമ്പുവടം ഇപ്പോഴുമവിടെയുണ്ട്. ഈ വട ത്തിൽ പിടിച്ചുകയറി കൊടുമുടിയുടെ ശിരസ്സിൽ കാൽവയ്ക്കാം.

മേഘങ്ങളെ തൊട്ടുനില്ക്കുമ്പോൾ തലയിലും താടിയിലും ജലകണ ങ്ങൾ രൂപപ്പെടും. മഴമേഘങ്ങളെ തൊട്ടുനില്ക്കാൻ കിട്ടുന്ന അപൂർവ്വാവ

അഗസ്ത്യ പ്രതിഷ്ഠ

സരം. കൈയൊന്നു തട്ടിയാൽ മഴപെയ്തുപോകുന്നത്രസാന്ദ്രമായ അന്ത രീക്ഷം. അഗസ്ത്യപ്രതിമയിൽ സന്ദർശകർ നാരങ്ങമാല ചാർത്തിയിരി ക്കുന്നു. തൊട്ടപ്പുറത്തു കാണുന്ന പർവ്വത ശിഖിരങ്ങളാണ് പാണ്ഡവൻ മല. തമിഴ്നാട്ടിൽനിന്നും അഗ്സത്യാർകൂടത്തിലേക്കുവരുന്നവർ ഈ വഴിയാണ് എത്തുക. എപ്പോഴും മാറിക്കൊണ്ടിരിക്കുന്ന അന്തരീക്ഷം. വെയിലും മഴയും മഴമേഘങ്ങളും സന്ധ്യാമേഘങ്ങളും ചേർന്നൊരുക്കുന്ന ജാലവിദ്യകൾ. പുലർച്ചയിലും സായാഹ്നങ്ങളിലും അഗ്സത്യാർകൂടം ഒരു മേഘക്കൂനയായി മാറും. പുറം ലോകം പൂർണ്ണമായും മറയ്ക്കപ്പെ ടും. ശിവരാത്രിയിൽ ഇവിടെ എത്തപ്പെടുന്നവർ കൊടുംതണുപ്പിൽ മേഘ ങ്ങൾക്കുള്ളിൽ കഴിയണം. അപ്പോഴും ആകാശത്ത് താരങ്ങളുണ്ടാവും.

മലയിറങ്ങുമ്പോഴാണ് കരമന നദിയുടെ പിറവി കാണുന്നത്. കോട മഞ്ഞിന്റെ ആവരണത്തിൽനിന്ന് ഒരു കൈക്കുടന്ന വെള്ളം പൊട്ടിയൊഴു കുന്നു. പിറവിക്കുമേൽ പ്രകൃതിയൊരുക്കുന്ന അഭൗമമായ പരിവേഷം.

മലയിറങ്ങാൻ ഒരു രാത്രി ബാക്കി. അതിരുമലയിലെ ഈറക്കുടിലി ലിരുന്ന് പുറത്തേക്കുനോക്കുമ്പോൾ അമ്പരപ്പിക്കുന്ന വ്യക്തതയോടെ അഗ്സത്യാർകൂടം. മാനത്ത് നക്ഷത്രങ്ങൾ നിറഞ്ഞുകഴിഞ്ഞു. മലയിള ക്കിയെത്തുന്ന കാറ്റിനൊപ്പം മഞ്ഞുമഴയും. താല്ക്കാലിക ചായക്കടയിൽ നിന്നും കരുപ്പട്ടിക്കാപ്പി വാങ്ങി മൊത്തിക്കുടിച്ചു. തണുപ്പ് വ്യാപിച്ചുതുട ങ്ങി. കുടിലിന്റെ തുറന്നിട്ട വാതിലിലൂടെ ഒരു തുണ്ട് ആകാശം കാണാം. ആകാശം നോക്കിയിരുന്ന് ബീഡിക്കു തീകൊടുത്തു.

ഒരു ബീഡിക്കായി കൈനീട്ടി കടയുടെ മേൽനോട്ടക്കാരൻ മണിയൻ പിള്ള ചിരിച്ചു. ശ്രദ്ധയോടെ ബീഡിക്ക് തീകൊടുത്തു. ആസ്വദിച്ച് ഒരു പുകയെടുത്തു. മൂക്കിലൂടെ പുകവിട്ട് വിദൂരതയിലേക്കു നോക്കി. ഊതി വിട്ട പുക ചുരുളുകളായി നിലകൊണ്ടു. സാവധാനത്തിൽ വിടരുന്ന പൂവാ യിരുന്നു മണിയൻപിള്ള. ഏറെ സന്ദർശകരെ കണ്ടയാളാണ്; ഏറെ തീർത്ഥാടനകാലവും.

അതിരുമലയിൽ സന്ദർശന വിശ്രമകേന്ദ്രം പണിതുകൊണ്ടിരുന്ന കാലം. മല പൊട്ടിച്ച് പാറകൾ ശേഖരിച്ചു. നെയ്യാർഡാമിൽനിന്നും മണൽ. സിമന്റും കമ്പിയും നെയ്യാർഡാമിന്റെ ക്യാച്ച്മെന്റ് ഏര്യവഴി ഏഴുമട ക്കുകൾക്കരികെവരെ വള്ളത്തിൽ എത്തിച്ച് അവിടെനിന്നും തലച്ചുമടാ യാണ് സൈറ്റിൽ എത്തിച്ചിരുന്നത്. കെട്ടിടം പണി കരാറെടുത്തിരുന്ന കോൺട്രാക്ടറുടെ സഹായിയായിട്ടാണ് മണിയൻപിള്ള അതിരുമലയിൽ എത്തുന്നത്.

> സാറെ. അന്നിവിടം മുഴുവൻ ഈറക്കാട്. സൈറ്റാഫീസായി ഒരീറ ക്കുടിൽ. ബേസ്മെന്റ് പണികഴിഞ്ഞ് എല്ലാവരും മലയിറങ്ങി. കൊറെ സാധനങ്ങള് ഇവിടൊണ്ടാർന്നു. ആരും വന്നു കൊണ്ടു പോവൂല്ല. എങ്കിലും കണ്ട്റാക്കിന് ഒരു സമാധാനമില്ല. എന്നേം ഒരു ചെറുക്കനേം കാവലാക്കീട്ടാണ് അവര് പോയത്. ചെറുക്കന്

ഒരു പത്തുപതിനഞ്ചു വയസ്സുവരും. ഞങ്ങൾക്ക് വേറെ പണിയൊന്നുമില്ല. കൊറച്ചരീം ഗോതമ്പുമാവും പലവെജ്ഞനവുമൊക്കെയുണ്ട്. കണ്ട്റാക്ക് പണിക്കാരുമായി വീണ്ടും വരും വരെ ഇവിടെക്കഴിയണം. ചെറുക്കന് ആദ്യമൊരു മുഷിച്ചിലൊക്കെയുണ്ടായി. ഒടുക്കം അവനെ തല്ലിപ്പഴുപ്പിച്ചെടുത്തു. പകല് ഞങ്ങള് കാട്ടിൽകറങ്ങിത്തിരിയും. ഒന്നുരണ്ടിടങ്ങളിക്കാട്ടുതേനൊണ്ട്. തേനും പൂമ്പൊടിയുമൊക്കെ കൊറെ തിന്നു. കൊറെ ശേഖരിച്ചു. അധികം കറങ്ങാനൊക്കൂല. ആനയും പുലിയും കരടിയുമൊക്കെ ഒണ്ടെന്നാണ് പറച്ചില്. തോനയാനകളെക്കണ്ടു. പുലികളെ അങ്ങനെ കാണാനൊക്കൂല പതുങ്ങിപ്പതുങ്ങിയല്ലേ അവന്റെ പോക്ക്. മഴ എപ്പഴും കാണും; കുംഭമീനത്തിലെ പൊരിവെയിലിലും ഇവിടെ മഴയോടുമഴതന്നെ!

കുടിലിലിരുന്നു നോക്കിയാ അപ്പൂപ്പന്റെ തലകാണാം. നെലാവത്ത് അപ്പൂപ്പന്റെ നിപ്പ് കാണാൻ നല്ല ചേലാണ്. മേഘം വന്നുകൂടിയാപ്പിന്നെ ഒന്നും കാണാനൊക്കൂല. എപ്പോഴും തൂളിയടിയൊണ്ടാവും. ചങ്ക് പേട്ടുത്തേങ്ങപോലെ കെടന്നുകിടുങ്ങും, തണുത്തിറ്റ്. സന്ധ്യയാവുമ്പം കഞ്ഞീം കുടിച്ചിറ്റ് ചെറുക്കൻ ഒറങ്ങും. എനിക്കൊറക്കം വരൂല്ല. ഒന്നിനുപുറകെ ഒന്നായി ബീഡികത്തിച്ച് ഞാനങ്ങനെ ഇരിക്കും. രാത്രിക്ക് നീളം കൂടുതലാ. പെട്ടെന്നു തീരൂല്ല. ചില്ലുടുന്റെ വിളീം കൊടുങ്കാറ്റും മഴേം ആനേടെ ചിന്നം വിളീം കേൾക്കമ്പം ചങ്കിടിക്കും. പിന്നെ ഇരുന്നയിരിപ്പിനു ഒറങ്ങിപ്പോവും.

പതിനഞ്ചു ദിവസം കഴിഞ്ഞിട്ടൊണ്ടാവും എണ്ണമൊക്കെ തെറ്റി. കലണ്ടറും കണക്കുമൊന്നും കാട്ടിച്ചെലവാവില്ലല്ലോ. കൊറേ ദെവസം കഴിഞ്ഞെന്ന്പറഞ്ഞാ മതി. കണ്ട്റാക്കിന്റെ പൊടീം കാണാനില്ല. അയാള് ചത്തിട്ടൊണ്ടാവുമെന്നു വരെ കരുതി. കളഞ്ഞിട്ട് പോവാൻ തോന്നി. പക്ഷേ, പൊറത്ത് കാണിച്ചില്ല. എങ്കി എനിക്കുമുമ്പേ അവമ്പോവും.

ഒരൂസം രാത്രി ചെന്നപ്പം എനിക്കുപൊറത്തു പോവാൻ തോന്നി. അധികം പൊറത്തൊന്നും പോവൂല. വാതിലിനടുത്തു നിന്നു തന്നെ സാധിക്കും. നല്ല നെലാവുണ്ടായിരുന്നു. ബേസ്മെന്റികെട്ടിക്കെടക്കണ വെള്ളത്തിനെലാവുകാണാം. പെട്ടെന്നെന്റെ ചങ്കിടിച്ചു. ബേസ്മെന്റിലെ വെള്ളക്കെട്ടിൽ ഒരാൾ കുളിക്കുന്നു. ഒന്നരയാൾ പൊക്കംവരും. പിൻകാലുകൾ നിലത്തൂന്നി കൈകൾ തലേൽ വച്ച്. രോമങ്ങളങ്ങനെ ഇളക്കി ഒത്തൊരു രൂപം. കരടിയൊണ്ടെന്നു കേട്ടിരുന്നു. ഇപ്പം കണ്ടു. വാതിലടച്ചുകെടക്കമ്പം ചങ്കു പെടപെടാന്നു പെടച്ചിരുന്നു. വല്ലച്ചാതീം നേരം വെളുപ്പിച്ചു. ചെറുക്കനോടുകാര്യം പറഞ്ഞു. അന്നൊന്നും മിണ്ടീല. ഏതാണ്ടുപോലെ അവിടെയുമിവിടെയും നടന്നു. പകലൊരു പത്തോളമാ

യപ്പം പറഞ്ഞു. അണ്ണാ സാധനങ്ങളൊക്കെ തീർന്നല്ല്. ഞാൻ ബോണക്കാടുവരെ പോയി സാധനം വാങ്ങീട്ട് വരാം. ഞാൻ കരുതി, അതും നല്ലതുതന്നെ. അരീംമൊളകുമൊക്കെ തീന്നുവരേം ചെയ്യുന്നു. അവൻ പോയിട്ടുവരട്ട്. ഞാമ്പറഞ്ഞു. പോയിട്ടുവാപ്പീ. സൂക്ഷിക്കണം. രാത്രിക്കുമ്പ് എത്തേംവേണം....

അന്നുരാത്രി അവനെത്തീല്ല. ഒരാഴ്ചകഴിഞ്ഞിട്ടൊണ്ടാവും. അപ്പോഴുമെത്തീലസാറെ. ഞാനാകെ പേടിച്ചുവല്ലാതായി. ചെറുക്കനെന്തെങ്കിലും പറ്റ്യോ? ഒരെത്തും പിടീമില്ല. പുലി പിടിച്ചോ? ആന കൊന്നോ.... എനിക്കൊന്നും അറിയാമ്പറ്റീല. ചെറുക്കനെ കൂട്ടാതെ മടങ്ങാനും പറ്റൂല. കണ്ട്റാക്കിനെ അറിയിക്കാനും പറ്റൂല്ല. ചെലപ്പം അവൻ വീട്ടിപ്പോയിട്ടുണ്ടാവും. ഞാങ്കരുതി.

എല്ലാം തീന്നു സാറെ. കൊറച്ചരീം ഉപ്പും മാത്രം ബാക്കി. എപ്പഴും കഞ്ഞിതന്നെ. കുടിച്ചു കുടിച്ചു മതിയായി. ഒരൊറ്റകുറ്റി ബീഡി പോലും ഇല്ലാതായി.

ഒരാഴ്ചയിലേറെ ഈ കാട്ടില് ഒറ്റയ്ക്ക്. കാറ്റും മഴേം ആനേടെ വിളീം. എന്റെ സാറെ ഞാൻ പൊറത്തെറങ്ങീല. നെലാവത്ത് കണ്ട രൂപം മനസിത്തന്നെ നെറഞ്ഞുനിന്നു.

ഒരു പത്തു ദിവസം കഴിഞ്ഞപ്പം കണ്ട്റാക്കെത്തി. സാധനങ്ങളൊക്കെക്കൊണ്ടുവന്നു. ഒരുകെട്ടു ബീഡിപൊട്ടിച്ച് ഞാനൊന്നു വലിച്ചു. കണ്ട്റാക്ക് പറഞ്ഞു ചെറുക്കൻ വീട്ടിലെത്തിയെന്ന്. ആശ്വാസമായി. ആ പന്നീനെ കയ്യിക്കിട്ടിയെങ്കി ഞാങ്കൊന്നേനെ. ആ കെണ്ടാന്തരം പിടിച്ച ചെറുക്കൻ ഒന്നും മിണ്ടാതെ മുങ്ങിയതെന്തിനെന്ന് എനിക്ക് ഒട്ടും മനസിലായില്ല. ഇപ്പഴും.

കാലം കൊറെ കഴിഞ്ഞു. ഇപ്പം ധാരാളം പേരുവരും. സീസൺ കച്ചോടം കഴിഞ്ഞ് ഞാൻ മടങ്ങും. അപ്പം അപ്പൂപ്പൻ മാത്രമാവും. ആ ചെറുക്കനിപ്പം ഫോറസ്റ്റ് ഗൈഡാണ്. ചെലപ്പൊ ഇവിടെ വരും. മുങ്ങ്യേന്റ കാര്യം ചോദിച്ചാ വെറുതെ ചിരിക്കും. കഴുത.

മണിയൻപിള്ള കഥ നിർത്തി. നാളെ പുലർച്ചെ മലയിറങ്ങണം. അതുവരെ തണുപ്പു പുതച്ചൊന്നുറങ്ങണം. ഞാൻ പുറത്തേക്കിറങ്ങി. അപ്പൂപ്പന്റെ തല അപ്പോൾ മേഘങ്ങൾക്കുള്ളിലാണ്. മേഘം പുതച്ചുറങ്ങുന്നതാവും.

3

മുളങ്കാടുകൾക്കിടയിൽ ഒരാൾ

യാത്രകൾ നമുക്ക് തരുന്നത് പുതിയ കാഴ്ചകൾ മാത്രമല്ല; മനുഷ്യരെക്കൂടെയാണ്. ഒരു തണുത്ത ഡിസംബറിൽ വയനാട്ടിലെ സുൽത്താൻബത്തേരിയിൽ വച്ച് കണ്ടുമുട്ടിയ അബു എന്ന മദ്ധ്യവയസ്കന്റെ ചിത്രം മനസ്സിൽ തെഴുത്തു നില്ക്കുന്നു.

കുറെ വർഷങ്ങൾക്കു മുമ്പാണ്. കുട്ടികൾക്ക് ഏഴും ഒമ്പതും വയസ്സുള്ള കാലം. ട്രാൻസ്പോർട്ട് കോർപ്പറേഷൻവക ബസ് വയനാടൻ ചുരം കയറുമ്പോൾ വലിയ കാഴ്ചകളിലേക്കാണ് നാം മിഴിതുറക്കുന്നത്. മരങ്ങളും വള്ളിപ്പടർപ്പുകളും ആകാശനീലിമയും മഞ്ഞിന്റെ നേർത്ത മൂടുപടവും അനാവൃതമാകുമ്പോൾ തെളിയുന്നത് വയനാടാണ്. വയലുകളുടെ നാട്. കാപ്പിയും തേയിലയും മറ്റ് തോട്ടവിളകളും വഴിയോരങ്ങളിൽ.

സുൽത്താൻബത്തേരിയിലെ സർക്കാർ അതിഥിമന്ദിരത്തിൽ ചുമടിറക്കി പ്രഭാതഭക്ഷണം തേടിയിറങ്ങിയതായിരുന്നു. ബത്തേരി വലിയ ഒരു ൗണായി വികസിച്ചിട്ടുണ്ടായിരുന്നില്ല. റോഡുകളിൽ തിരക്കില്ല. വഴിപോക്കർ രോമത്തൊപ്പികളും പുള്ളോവറും ധരിച്ചിരിക്കുന്നു. കുട്ടികൾക്ക് ഓരോ തൊപ്പി കരുതാമായിരുന്നു!

പ്രഭാതഭക്ഷണം കഴിഞ്ഞ് വാഷ്ബെയ്സിനടുത്ത് നില്ക്കുമ്പോൾ ഇളയവൻ പണിപറ്റിച്ചു. രാവിലെ ഗസ്റ്റ്ഹൗസിൽ വച്ച് എത്ര നിർബ്ബന്ധിച്ചതാണ്. തണുപ്പാണെന്നു പറഞ്ഞ് കക്കൂസിൽ കയറാൻ തയ്യാറായില്ല. ആളുകൾ ശ്രദ്ധിക്കുംമുമ്പ് പുറത്തുകടന്നു. കൂടുതൽ ആലോചിച്ചില്ല. ആദ്യം കണ്ട ആട്ടോറിക്ഷയ്ക്കു കൈകാണിച്ചു.

2

ഗസ്റ്റ്ഹൗസിലേക്ക് പോകുമ്പോൾ ആട്ടോറിക്ഷാ ഡ്രൈവറെ ശ്രദ്ധിച്ചിരുന്നില്ല. ഞങ്ങളുടെ സംസാരത്തിൽനിന്നും അയാൾക്ക് സംഗതിപിടി

കിട്ടിയിരുന്നു. ഗസ്റ്റ്ഹൗസിനകത്തേക്ക് മകനെ കഴുകിയെടുക്കാൻ ഭാര്യ പോയപ്പോൾ എൻജിൻ ഓഫാക്കി അയാൾ കുശലാന്വേഷണം നടത്തി. അപ്പോഴാണ് ശ്രദ്ധിച്ചത്. അമ്പതിനു പുറത്തു പ്രായംകാണും. പരുക്കൻ താടി ഇടയ്ക്കിടയ്ക്ക് നരച്ചിട്ടുണ്ട്.

പേര് അബൂബേക്കർ. അബുവെന്നു വിളിക്കും. കോഴിക്കോട്ടുനിന്നും ചുരംകയറിയെത്തിയതാണ് ബാപ്പ. പൊറ്റെക്കാട്ടിന്റെ *വിഷകന്യക* വായിച്ചിട്ടുണ്ടോ എന്ന് എന്നോട് ചോദിച്ചു. അത്ഭുതത്തോടെ അതെയെന്നു പറഞ്ഞു. ആ കാലഘട്ടത്തിലാണത്രെ അവരുടെയും കുടിയേറ്റം. കുടിയേറ്റ കർഷകർ സഹിച്ച കഷ്ടപ്പാടുകൾ, ജീവിതസമരങ്ങൾ അബു അവതരിപ്പിക്കുമ്പോൾ അനുഭവത്തിന്റെ തെളിച്ചം. പട്ടിണിയെയും മലമ്പനിയെയും അതിജീവിച്ചവർ വയനാട്ടിൽ വേരുറപ്പിച്ചു. താങ്ങാനാവാത്തവർ പലരും ചുരമിറങ്ങി. മണ്ണിന് വളമായിത്തീർന്നവരും ഏറെ. കുടിയേറ്റക്കാരുടെ വീടുകളിലും പണിയിടങ്ങളിലും വീട്ടാവശ്യത്തിനുള്ള സാധനങ്ങൾ തലച്ചുമടായി കൊണ്ടുനടന്നു വില്ക്കുന്ന തൊഴിലായിരുന്നു ബാപ്പയ്ക്ക്. അക്കാലംമുതൽ കാൽനടയായി വയനാടുമുഴുവൻ കണ്ടിട്ടുണ്ട്. വയലേലകൾ, കാപ്പിത്തോട്ടങ്ങൾ, മുളങ്കാടുകൾ, ചവിട്ടുവഴികൾ, ആനത്താരുകൾ, ഏറുമാടങ്ങൾ, ആദിവാസി ഊരുകൾ – എല്ലാം അബുവിന്റെ അനുഭവപരിസരങ്ങൾ.

ഭാര്യയും കുട്ടികളും എത്തിയപ്പോൾ അബു വൈദ്യനായി. കട്ടൻ ചായയ്ക്കൊപ്പം നാരങ്ങനീരു ചേർത്തുകൊടുത്താൽ വയറ് ശരിയാകുമെന്നും ഒക്കെ നമുക്ക് ശരിയാക്കാമെന്നും പറഞ്ഞ് മകന്റെ തലയിൽ തടവി. ആട്ടോറിക്ഷ മുന്നോട്ടുനീങ്ങി. ഡിസംബറിന്റെ കുളിര് ഒഴിഞ്ഞിരുന്നില്ല. വഴിയോരങ്ങളിലെ പൂച്ചെടികളിൽ തുടുത്ത പുഷ്പങ്ങൾ. വൻമരങ്ങളിലും മുളങ്കാടുകളിലും കാറ്റുപിടിക്കുന്നതിന്റെ കലമ്പൽ. ആട്ടോയ്ക്കകത്തേക്ക് അരിച്ചെത്തുന്ന തണുപ്പ്. ചെറിയൊരു ചായക്കടക്കുമുമ്പിൽ ആട്ടോ നിന്നു. അബു പുറത്തിറങ്ങി. അടുത്തുള്ള പെട്ടിക്കടയിൽനിന്നും ചെറുനാരങ്ങ വാങ്ങി. കട്ടൻ ചായയിൽ നാരങ്ങനീരു കലർത്തി നല്കിയപ്പോൾ മകൻ ചിണുങ്ങി. അബു അവനെ അരികിൽ ചേർത്തുനിർത്തി ചെവിയിലെന്തോ പറഞ്ഞു. അവൻ ചിരിച്ചു. ഒറ്റവലിക്ക് 'ഔഷധം' അകത്താക്കി.

3

എടയ്ക്കൽ ഗുഹയിലേക്കായിരുന്നു യാത്ര. മഞ്ഞുവീണു നനഞ്ഞ റോഡിൽനിന്നും നീരാവി ഉയരുന്നുണ്ട്. സൂര്യന് തീപിടിക്കുകയാണ്. ബത്തേരിയിൽനിന്നും 12 കിലോ മീറ്റർ അകലെയാണ് എടയ്ക്കൽ ഗുഹ. വഴിയരികിൽ കാപ്പിത്തോട്ടങ്ങൾ. ജൂൺ – ജൂലൈ മാസങ്ങളിലാണ് കാപ്പിച്ചെടികൾ പൂക്കുന്നത്. പിച്ചിപ്പൂക്കൾപോലെ വെളുത്ത പൂക്കൾ. ചെണ്ടുകൾമാതിരി പ്രകൃതിയടുക്കിയെടുത്ത പൂക്കൾ. പച്ചക്കായകൾ മൂത്തു പഴുക്കുമ്പോൾ ചോരത്തുള്ളികൾപോലെ. കാപ്പിച്ചെടി പൂവിടുന്ന കാലത്ത് തോട്ടത്തിൽ തേനീച്ചകൾ നിറയും. വയനാടൻ തേനിന് മധു

കാപ്പി: പൂവും കായും

രവും ഗുണവുമേറും. കാറ്റ് സുഗന്ധം പേറി മലനിരകളിലേക്ക് പാഞ്ഞു പോകുന്നു.

ആട്ടോ, ഒതുക്കി അബു പറഞ്ഞു. നടക്കാം. ഒന്നരകിലോമീറ്ററോളം നടക്കണം. കുറെ നടന്നപ്പോൾ മകന്റെ കാലു കഴച്ചു. അബു കൂടെ നടക്കുകയാണ്. കുട്ടികൾക്ക് ഓരോ കഥകൾ പറഞ്ഞുകൊടുത്തും തമാശകൾ കാട്ടിയും അയാൾ സ്വയം മറക്കുന്നു. അബുവിന്റെ ചുമലിലിരുന്ന് മകൻ എന്നെ നോക്കി ചിരിച്ചു. താഴെയിറങ്ങാനുള്ള ആജ്ഞകൾ അവൻ അവഗണിച്ചു.

കേന്ദ്ര പുരാവസ്തുവകുപ്പിന്റെ സംരക്ഷിത കേന്ദ്രമാണ് എടയ്ക്കൽ ഗുഹ. നവീന ശിലായുഗത്തിലെ മനുഷ്യജീവിതത്തിന്റെ ശേഷിപ്പുക

എടയ്ക്കൽ ഗുഹ

ളാണ് ഗുഹയ്ക്കുള്ളിലെ കൊത്തു ചിത്രങ്ങൾ. ബി സി ഏഴായിരാമാണ്ടോടെയാവണം ഈ ചിത്രത്തിന്റെ രചനകൾ എന്നു കണക്കാക്കപ്പെടുന്നു. മികവേറിയ രേഖാചിത്രങ്ങൾ, ലിഖിതങ്ങൾ. ദ്രാവിഡർക്കും മുമ്പുണ്ടായിരുന്ന ആസ്ട്രലോയ്ഡ് വംശജരായിരുന്നു എടയ്ക്കൽ ഗുഹാനിവാസികൾ. അശോകചക്രവർത്തിക്കുശേഷം നിലവിലുണ്ടായിരുന്ന ബ്രാഹ്മി ലിപിയിലുള്ള ലിഖിതങ്ങളും ഗുഹയ്ക്കകത്തുണ്ട്. ഗുഹയ്ക്കുള്ളിൽ പല കാലങ്ങളിൽ പലരും വസിച്ചുപോന്നിട്ടും കലാപൈതൃകം സൂക്ഷിച്ചു. ബി സി രണ്ടാം നൂറ്റാണ്ടിൽ ബുദ്ധസന്ന്യാസിമാരോ ജൈനമതക്കാരോ ഇവിടെ വാണിരിക്കാം. 1890 ൽ ഫ്രെഡ് ഫോസ്റ്റ് എന്ന ബ്രിട്ടീഷ് പൊലീസ് ഉദ്യോഗസ്ഥനാണ് ഈ ഗുഹ പൊതുജന മദ്ധ്യത്തിലേക്ക് കൊണ്ടുവന്നത്. 18 അടിനീളവും 12 അടി വീതിയും 10 അടി ഉയരവുമുണ്ട് ഭിത്തികൾക്ക്. പല തട്ടുകളിലായാണ് ചിത്രങ്ങൾ. അകത്തെ ഇരുട്ടും തണുപ്പും ഒഴിയാത്ത ഉണർവും നമ്മെ ആ നിമിഷം നവീന ശിലായുഗത്തിലേക്ക് ആനയിക്കും.

അമ്പുകുത്തി മലയുടെ താഴ്വരയിലാണ് എടയ്ക്കൽഗുഹ. സമുദ്രനിരപ്പിൽനിന്നും 1200 മീറ്റർ ഉയരത്തിലാണ് അമ്പുകുത്തിമല. എടയ്ക്കൽ ഗുഹയെപ്പറ്റിയുള്ള ഐതീഹ്യം അബു വിവരിച്ചു തന്നു. രാമായണകഥയോളം പഴക്കമുണ്ടതിന്. ലവകുശന്മാർ അച്ഛനെ തേടിയലഞ്ഞ കാലത്ത് ഇവിടെ എത്തപ്പെട്ടു. ലക്ഷ്മണനുമായി ഏറ്റുമുട്ടുമ്പോൾ അവരുടെ അമ്പേറ്റു കുഴിഞ്ഞ ഭാഗമാണത്രെ ഗുഹയായി മാറിയത്. വയനാട്ടിൽ എമ്പാടും കുന്നുകളും ഗുഹകളുമുണ്ടെന്ന് അബു സാക്ഷ്യപ്പെടുത്തി.

4

അബുവിനറിയാത്ത വഴികളില്ല വയനാട്ടിൽ. എടയ്ക്കൽ ഗുഹ കണ്ട് ഗസ്റ്റ്ഹൗസിലേക്കു മടങ്ങുമ്പോൾ അയാൾ അനുഭവങ്ങളുടെ കെട്ടഴിച്ചു. കാടുതെളിച്ച് കാപ്പിത്തോട്ടങ്ങൾ രൂപപ്പെടുത്തുന്ന നാളുകളിൽ കൊടും പട്ടിണിയായിരുന്നു. എല്ലാം കോഴിക്കോട്ടങ്ങാടിയിൽനിന്നും വരണമായിരുന്നു. ചുരം കയറി എത്തുന്ന പഴയ ബസിനെയും കാത്ത് ആളുകൾ ഇരിക്കും. മടിശ്ശീലയിൽ നാണയത്തുട്ടുകളില്ലാത്തവർക്ക് കോടമഞ്ഞു പുതച്ച് വയറ്റിൽ തീയുമായി കിടന്നുറങ്ങാം. മലമ്പനിവരുമ്പോൾ കിടുങ്ങിക്കിടുങ്ങി മരിക്കാം. ബാപ്പയ്ക്കൊപ്പം തട്ടുമുട്ടു സാധനങ്ങളുമായി കറങ്ങിയനാളുകളിൽ ജീവിതമേറെ കണ്ടു. തോട്ടങ്ങളിൽ ഉപേക്ഷിക്കുന്ന ഉപയോഗശൂന്യമായ കാപ്പിക്കുരുവിന്റെ തോട് ശേഖരിച്ച് ചൂടുവെള്ളത്തിലിട്ട് കരുപ്പട്ടിയും കലർത്തി കഴിക്കുന്ന മനുഷ്യരുടെ ഇല്ലായ്മയിൽ പങ്കുചേർന്നു.

മീശമുളച്ചു തുടങ്ങിയകാലത്ത് രാഷ്ട്രീയപ്രവർത്തനത്തിനിറങ്ങി. ചുവന്ന കൊടി നെഞ്ചോടുചേർത്തു പിടിച്ചു. തോട്ടം തൊഴിലാളികളെ സംഘടിപ്പിക്കാൻ വന്ന നേതാക്കൾക്ക് തുണയായി കൂടി. തോട്ടമുടമകളുടെ ഗുണ്ടകളിൽനിന്നും തല്ലു കുറേവാങ്ങി. ചുമട്ടുതൊഴിലാളികൾ യൂണിയനുണ്ടാക്കിയ കാലത്ത് യൂണിറ്റു കൺവീനറായി. സഹതൊഴി

ലാളികളിൽനിന്ന് ചില്ലിത്തുട്ടുകൾ ശേഖരിച്ച് യൂണിറ്റിൽ 'ക്ഷേമനിധി'യുണ്ടാക്കി. തൊഴിലാളികളെ സംഘടിപ്പിക്കുന്നതിൽ ലഹരിതോന്നി. മറ്റ് ലഹരികളെല്ലാം ഉപേക്ഷിച്ചു. മലകയറിവന്ന ചില പുത്തൻ നേതാക്കളുമായി സ്വരചേർച്ചയില്ലാതായപ്പോൾ പ്രവർത്തനം നിർത്തി. ഇപ്പോഴും അംഗത്വമുണ്ട്. അത് മരണംവരെ നിലനിർത്തും. അബു പറഞ്ഞു. നിർവ്വികാരികമായാണ് അയാൾ ഇതൊക്കെപ്പറഞ്ഞത്.

5

അമ്പലവയലിലെ കാഴ്ചകൾ കാട്ടിത്തന്നശേഷം കുറുവ ദ്വീപിലേക്കാണ് അബു ഞങ്ങളെ കൊണ്ടുപോയത്. വയനാട്ടിലെ വയലേലകളും മുളങ്കാടുകളും ഒറ്റപ്പെട്ട കൂറ്റൻ മരങ്ങളും പുൽമേടുകളും കടന്നാണ് യാത്ര. റോഡിന്റെ ഓരം പറ്റി ആദിവാസിസ്ത്രീകൾ നടന്നുപോകുന്നു.

മുളങ്കാട്

പരിഷ്കൃത മനുഷ്യന്റെ ക്രൂരതകളെപ്പറ്റി അബു പറഞ്ഞു. അരവയർ നിറയാപ്പെണ്ണിനെ മുഴുവയറാക്കി മുങ്ങുന്ന മാന്യന്മാർ. ചാരായത്തിൽ മറിയുന്ന വോട്ട്! വീട് പദ്ധതികളിലൂടെ ചോരുന്ന സർക്കാർ ഫണ്ടുകൾ. ആദിവാസികൾക്ക് ഒറ്റമൂലിയും ഒടിയും വശമാണ്. മൃഗങ്ങളുടെ രൂപത്തിൽ ആൾമാറാട്ടം നടത്തി ശത്രുക്കളെ നിഗ്രഹിക്കുന്ന വിദ്യയാണ് ഒടി. ദിവ്യമായ തൈലങ്ങൾ ഇതിനായി ഉപയോഗിക്കുമത്രെ!

കുട്ടിക്കാലത്ത് കണ്ട ഒരു കാഴ്ച അബു വിസ്തരിച്ചു. ബാപ്പയ്ക്ക്

അരയേക്കർ നെൽവയലുണ്ടായിരുന്നു. കൊയ്യാനായി ആളെ വിളിക്കണമെന്ന് പറഞ്ഞേല്പിച്ച് ബാപ്പ കച്ചവടത്തിനുപോയി. കളിക്കിടയിൽ കാര്യം മറന്നു. പുലർച്ചെ കൊടും തണുപ്പിൽ ഇല്ലിക്കാടുകൾക്കിടയിലെ ചവിട്ടു വഴികളിലൂടെ പണിക്കാരുടെ ഊരിലേക്കു നടന്നു. ഒറ്റയാനിറങ്ങാനിടയുണ്ട്. ആനചൂര് മൂക്കിൽ തുളച്ചുകയറി. ആകാശത്ത് അർദ്ധചന്ദ്രൻ മേഘക്കീറുകൾക്കുള്ളിൽ. കരിയിലകളിൽ കാൽ പതിയുമ്പോഴത്തെ ശബ്ദം പോലും പേടി പകർന്നു. രണ്ടുകുന്നിറങ്ങി മൂന്നാലുവയലിറങ്ങി കൊടുംകാട്ടിന്റെ നെഞ്ചകത്തെ ഊരിലെത്തി. മാച്ചിയെ രണ്ടുമൂന്നാവർത്തി കൂകിവിളിച്ചു. ഈറത്തട്ടിയിലുള്ള വാതിൽമാറ്റി മാച്ചി ഇറങ്ങി വന്നു.

"എന്തേ മാപ്ലക്കുട്ടി വന്നു!"

"ബാപ്പ പറഞ്ഞു കൊയ്യണം, നാളെ."

"നേരം എത്രയായെന്നാ ബിചാരം. ലാത്തിരി രണ്ടുകഴിഞ്ഞേയുള്ളൂ. ദൈവങ്ങളെ! ഈ കുട്ടി പറ്റിച്ച പണി."

എനിക്ക് കാര്യം പിടികിട്ടിയില്ല.... മാച്ചി ഭയംകൊണ്ടു വിറയ്ക്കുകയാണ്.

എന്നെ അടുത്തുവിളിച്ച് മാച്ചി പറഞ്ഞതു കേട്ടപ്പോൾ ചോരയോട്ടം നിലച്ചു. ശ്വാസം നിലച്ചു. അവിടത്തെയാണുങ്ങൾ പുറത്തു പോയിരിക്കയാണ്. എനിക്കിനി മടങ്ങിക്കൂട. ഒടികഴിഞ്ഞുവരുന്നവർ വഴിയിലെങ്ങാനും കണ്ടാൽ? കഴുത്തൊടിഞ്ഞ് ഞാൻ ചത്തുവിറങ്ങലിച്ച് കിടക്കും. നാളെ പൊലർന്നിട്ടു പോയാ മതി. വീട്ടിന്റെ മൂലയിൽ കോഴികളെയടയ്ക്കുന്ന ഈറക്കൂട്ടിൽ എന്നെയിരുത്തി. ശ്വാസം വിടരുത്! അനങ്ങരുത്! ഇങ്ങനെയൊരാൾ ഇരിക്കുന്നത് ആരും കാണരുത്. മാച്ചി അകത്തുപോയി. അർദ്ധചന്ദ്രനെ തഴുകി വെള്ളിമേഘങ്ങൾ പോയി. കറുത്ത മേഘങ്ങൾ വന്നു. കണ്ണുകൾ എപ്പോഴോ അടഞ്ഞു. അക്കരക്കുന്നിൽ കുറുനരികൾ ഓരിയിട്ടു. ഉണരുമ്പോൾ പ്രപഞ്ചത്തിനു മാറ്റമൊന്നുമില്ല. കുളിരല്പം കൂടിയിട്ടുണ്ട്. അടുത്ത കോഴിക്കൂട്ടിൽ കോഴികളുടെ കലമ്പൽ. കാലൻ കോഴിയുടെ ചിറകടിക്കൊപ്പം ദൂരെനിന്നും കാല്പെരുമാറ്റം. കരിയിലകൾ ഞെരിഞ്ഞമരുന്നു. അരനിലാവിൽ കറുത്ത രൂപങ്ങൾ നടന്നടുക്കുന്നു. നടക്കുകയല്ല തുള്ളിത്തുള്ളിയാണ് വരവ്. രൂപങ്ങൾ മാച്ചിയുടെ മുറ്റത്തെത്തി. കറുത്ത രൂപങ്ങൾക്ക് വസ്ത്രങ്ങളുമുണ്ടായിരുന്നില്ല. ആരെന്നും എന്തെന്നും വ്യക്തമാകാത്ത അവസ്ഥ. സ്വന്തം ചങ്കിടിപ്പിന്റെ ശബ്ദം ചെവികളിൽ കേൾക്കാം. തുള്ളിയുറയൽ ക്രമേണ നിന്നു. തലവഴി ഓരോ കുടം വെള്ളമുതിർത്തു അവർ കുടിലിനുള്ളിലേക്കുപോയി. ശാന്തം. മാനത്തുനിന്നും ചന്ദ്രൻ മറഞ്ഞുകഴിഞ്ഞു. കാടിന്റെ കിഴക്ക് വെളിച്ചത്തിന്റെ നാരുകൾ പടർന്നുകയറി. മാച്ചി ഇറങ്ങിവന്നു കൂട്ടമാറ്റി. മാപ്ലക്കുട്ടി ഓടിപ്പോ. ഇനി മണ്ടത്തരംകാട്ടണ്ട.

കുട്ടികൾ ഭയത്തിന്റെ പിടിയിൽ. അബു കഥ നിർത്തി സമാധാനപ്പെടുത്തി: "അതൊക്കെ പണ്ട്. ഇപ്പം ഒടിയന്മാരൊന്നുമില്ല. കറണ്ടുവന്നതോടെ ഒടിയന്മാരൊക്കെ ഓടിയൊളിച്ചു. ഓരിപ്പം റൗണിലാ...." അബു നോക്കി ചിരിച്ചു.

കുറുവ ദ്വീപ്

6

ബത്തേരിയിൽനിന്നും ഏകദേശം 25 കി. മീറ്റർ അകലെയാണ് കുറുവ. ദ്വീപുകളുടെ ചെറു സമൂഹമാണ് കുറുവദ്വീപ്. കബനീനദി വിവിധ കൈവഴികളായി പിരിഞ്ഞ് ഇവിടെ ഒഴുകുന്നു. ഇന്ന് കുറുവദ്വീപ് ഒരു സംരക്ഷിത പ്രദേശമാണ്. വയനാട്ടിൽ വന്നുപോകുന്ന സന്ദർശകർക്ക് കുറുവദ്വീപ് ഒഴിവാക്കാനാവില്ല. സ്വച്ഛന്ദമായ ജലവിതാനത്തിൽ ഇലകളും ജലജീവികളും മരങ്ങൾക്കിടയിലൂടെ ഊർന്നിറങ്ങുന്ന സൂര്യപ്രകാശവും നിഴൽ ചിത്രങ്ങളും ചേർന്ന് ഒരുക്കുന്ന ദൃശ്യവിസ്മയം. കണ്ടൽച്ചെടികളും വൻമരങ്ങളും അവയുടെ അസംഖ്യം വേരിൻ പടലങ്ങളും ഒരുക്കുന്ന ആവാസ വ്യവസ്ഥയിൽ അനേകം കോടി സൂക്ഷ്മജീവികൾ വസിക്കുന്നു. പക്ഷികളുടെ ചേക്കേറൽ കേന്ദ്രം കൂടിയാണ് ഇവിടം. മരങ്ങൾക്കിടയിലൂടെ നടക്കുമ്പോൾ അബു ചോദിച്ചു: "*കബനീനദി ചുവന്നപ്പോൾ* എന്ന സിനിമ കണ്ടിട്ടുണ്ടോ?" എഴുപതുകൾ പിന്നിട്ടുവന്ന യുവത്വത്തിന് പി എ ബക്കർ എന്ന സംവിധായകനെയും *കബനീനദി ചുവന്നപ്പോൾ* എന്ന സിനിമയെയും എങ്ങനെ മറക്കാനാകും. നക്സലൈറ്റ് പ്രസ്ഥാനം കത്തിനിന്ന നാളുകളിൽ കബനീനദീ തീരവും കുറുവദ്വീപും അവരുടെ ഒളിസങ്കേതങ്ങളായിരുന്നു. പുതുപ്പള്ളി സ്റ്റേഷനാക്രമണവും തൃശ്ശിലേരിയിലെ ഉന്മൂലനവും ഇപ്പോഴും നടുക്കമുണ്ടാക്കുന്നു. വർഗ്ഗീസ് എന്ന വിപ്ലവകാരിയെ പലവട്ടം കണ്ടിട്ടുണ്ടെന്ന് അബു പറഞ്ഞു. തോട്ടം തൊഴിലാളികളുടെ ഇടയിൽ പ്രവർത്തിച്ച കാലത്ത് വർഗ്ഗീസ് പ്രസ്ഥാനത്തിലുണ്ടായിരുന്നു. അഭിപ്രായ വ്യത്യാസമുണ്ടെങ്കിലും എന്നും അയാളോട് ആദര

വുമാത്രം. അയാളെ വെടിവച്ചുകൊന്നു എന്ന വാർത്തയുടെ നടുക്കം ഇന്നും നെഞ്ചിൽ.

7

മുത്തങ്ങ ബത്തേരിയിൽനിന്നും മൈസൂരേക്കും ബന്ദിപൂരേക്കും പോകുന്ന ഹൈവേയിലാണ്. ആന പരിശീലനകേന്ദ്രം എന്ന നിലയിലും മുത്തങ്ങയ്ക്ക് അന്നേ പ്രസക്തിയുണ്ട്. ജാനുവും ഭൂസമരവുമൊക്കെ പില്ക്കാലസംഭവങ്ങളാണ്. ആനകൾ കൂട്ടത്തോടെ മേയുന്ന കാഴ്ച കാണിച്ചുതരാമെന്നു പറഞ്ഞാണ് യാത്ര തുടങ്ങിയത്. മുളങ്കാടുകളും വയലേലകളും പിന്നിട്ട് വനദൃശ്യങ്ങൾക്കകത്തേക്കുതന്നെ കടന്നപ്പോഴും ആനകളൊന്നും കാഴ്ചവട്ടത്തെത്തിയില്ല. തിങ്ങിയ മരങ്ങൾക്കിടയിൽ നിന്നും റോഡ് മഴനിഴൽ പ്രദേശത്തേക്കു കടക്കുകയാണ്. തേക്കിൻകാടുകളിൽനിന്നും ഊർന്നുവീണ ഇലകൾ തറ നിറഞ്ഞു കിടക്കുന്നു. റോഡിൽ വീണ തേക്കിലകൾ വാഹനങ്ങളുടെ ചീറിപ്പായലുകൾക്കിടയിൽ ചതഞ്ഞരഞ്ഞു. ഇലകളും നിഴലുകളും വീണ വഴി ചക്രവാളം വരെ നീണ്ടു കിടന്നു. ആനകളൊന്നും തന്നെ കടന്നു വന്നില്ല. മാനുകളാണെന്നു തോന്നുന്നു, ചില മൃഗങ്ങൾ നൊടിയിടയിൽ കാട്ടിനുള്ളിൽ മറഞ്ഞു. ഇന്നൊരു നശിച്ച ദിവസംതന്നെ. സാധാരണ ഈ സമയത്ത് നൂറുകണക്കിന് ആനകളെക്കാണാം. അബു പറഞ്ഞു.

നിരാശമാറ്റാൻ അബു പറഞ്ഞു. അടുത്തൊരു ക്ഷേത്രമുണ്ട്. വേണുഗോപാലസ്വാമിക്ഷേത്രം. ഒരു കുന്നിനു മുകളിൽ. നമുക്കവിടെപ്പോയി മടങ്ങുമ്പോൾ ആനകളെയും കാണാം. വനത്തിന്റെ സ്വഭാവം പതുക്കെ മാറി. തേക്കിൻകാടുകൾ മുൾച്ചെടികൾക്കു വഴിമാറി. വനത്തിൽനിന്നും നീണ്ടു പരന്ന പീഠഭൂമിയിലേക്ക്. ആഫ്രിക്കൻ സഫാരി സിനിമയിൽ കണ്ടതുപോലുള്ള പ്രദേശങ്ങൾ. ഉയരം കുറഞ്ഞ മുൾമരങ്ങളുടെ അനന്തമായ പരപ്പ്. കസവുഞൊറി പോലെ കടന്നുപോകുന്ന നാട്ടുവഴികൾ.

ഗോപാല സ്വാമി പേട്ട: ഹെയർ പിൻവളവ്

ഒരു ജിറാഫിന്റെ തല ഉയർന്നുവന്നേക്കാമെന്നു തോന്നി. കൃഷിയിടങ്ങളിൽ ചോളവും എള്ളും വിതച്ചിരിക്കുന്നു.

8

ക്ഷേത്രത്തിലേക്കുള്ള വഴിയിൽ ചെക്പോസ്റ്റുണ്ട്. ഫീസടച്ച് വളവുകൾ പിന്നിട്ട് ഹെയർപിൻ വളവുകളിലേക്ക് കടന്നു. ആട്ടോറിക്ഷ കിതച്ചു കിതച്ച് ഉയരങ്ങളിലേക്ക്. കർണ്ണാടകത്തിലെ ചാമരാജ നഗർ ജില്ലയിലാണ് വേണുഗോപാല സ്വാമിക്ഷേത്രം. ബന്ദിപ്പൂർ സാങ്ച്വറിയുടെ തുടർച്ച. ആനകൾ ഇടയ്ക്കിടയ്ക്ക് റെയ്ഡിനിറങ്ങാറുണ്ടെന്ന് അബു പറഞ്ഞു. വീതിയേറിയ വിജനവീഥിക്കരുകിൽ മോട്ടോർ ബൈക്കുകളിലെത്തിയ കമിതാക്കൾ കൈയും ചുണ്ടും കോർത്തിരിക്കുന്നു. പ്രേമത്തിലാകുമ്പോൾ മുന്നിൽ ഒരു റിസ്കും ഇല്ല. ഏതു വിജനതയിലൂടെയും ഭീതിരഹിതമായി കടന്നുപോകാനാകും. ഞാനും നീയുമുണ്ടെങ്കിൽ ലോകം കീഴടക്കാം!

ഹെയർപിൻ വളവുകൾ പിന്നിടുമ്പോൾ പീഠഭൂമിയുടെ വിശാലത കൂടുതൽ പ്രത്യക്ഷപ്പെടുന്നു. തുണ്ടുമേഘങ്ങളാണോ താഴേക്കിറങ്ങിവരുന്നത്? നീലാകാശത്തിൽ ഒഴുകി നടക്കുന്ന മേഘങ്ങളിലേക്ക് കൈയെത്തും ദൂരം മാത്രം. മൂടൽമഞ്ഞിലേക്കാണ് ഓട്ടോറിക്ഷ ഇടിച്ചു കയറിയത്. അന്തരീക്ഷം കുളിരണിയുന്നു. കുന്നു കയറിച്ചെല്ലുംതോറും മൂടൽമഞ്ഞിനിടയിലൂടെ കൂറ്റൻ മരചില്ലകളുടെ മറവിൽനിന്നും വേണുഗോപാലസ്വാമി ക്ഷേത്രം ദൃശ്യമായി. സമുദ്രനിരപ്പിൽനിന്നും 4769 അടി മുകളിലാണ് വേണുഗോപാലസ്വാമി ബേട്ട. (ബേട്ട എന്നാൽ കന്നടഭാഷയിൽ കുന്ന്.) കമലാദ്രിയെന്നാണ് മലയുടെ പേര്.

വേണുഗോപാലസ്വാമി ക്ഷേത്രം

കുന്നിന്റെ നെറുകയിൽ ക്ഷേത്രം പണിതവരെ നാം നമിച്ചുപോകും. സന്ദർശകരുടെ വാഹനങ്ങൾ ആദ്യം കണ്ണിൽപ്പെട്ടില്ല. കോടമഞ്ഞിറങ്ങിക്കഴിഞ്ഞാൽ കാഴ്ചകളുടെ വിരുന്ന് തുടങ്ങുകയായി. കേരളമാതൃക

മനുഷ്യപാത കടന്ന്....

യിലാണ് ക്ഷേത്രനിർമ്മിതി. എ ഡി 1315 ൽ ചോളവെള്ളാളന്മാരാണ് ക്ഷേത്രം പണിതത്. മൈസൂരിലെ വൊഡിയാർ രാജാവ് പിന്നീട് പുതുക്കിപ്പണിതു. ധ്വജസ്തംഭം, ബലിപീഠം മുഖമണ്ഡപം എന്നിവ ഉത്തമശില്പ മാതൃകകളാണ്. ദശാവതാരം കഥകൾ കൊത്തുപണിയിലൂടെ വായിക്കാം. കോടമഞ്ഞ് മഴയായി പെയ്തു തീരുമ്പോൾ മറനീക്കിയെത്തുന്ന സായാഹ്ന സൂര്യൻ.

മൈസൂർ ബത്തേരി റോഡിലേക്ക് പ്രവേശിച്ചപ്പോൾ സന്ധ്യ മലനിരകളിറങ്ങിയെത്തിയിട്ടുണ്ടായിരുന്നു. അബു ആട്ടോയുടെ വേഗത കൂട്ടി. കുട്ടികൾ പതിയെ മയക്കത്തിലേക്ക് വഴുതി വീണു. എന്റെ കണ്ണുകളും പതുക്കെയടഞ്ഞു.

കണ്ണുതുറക്കുമ്പോൾ ആട്ടോ നടുറോഡിൽ നില്ക്കുകയാണ്. തൊട്ടുമുന്നിൽ ഒരു പറ്റം ആനകൾ റോഡുമുറിച്ചുകടക്കയാണ്. അബു ചുണ്ടിൽ ചൂണ്ടുവിരൽ വച്ച് അനങ്ങരുതെന്ന് മുന്നറിയിപ്പുതന്നു. കുട്ടികൾ ഭയചകിതരായി. ആനകളെ അവയുടെ വിഹാര രംഗങ്ങളിൽ വച്ചുകാണുന്നത് അത്ര ആനന്ദകരമായ ഒരു കാഴ്ചയല്ല. നീണ്ടുവളഞ്ഞ കൊമ്പുകൾ. ചെളിവാരിപുതച്ച ശരീരം. ആണുംപെണ്ണും കുട്ടിയും കുറിമാലുമായുള്ള ആ പോക്കു പക്ഷേ, ഒരു പോക്കുതന്നെയാണ്. ആനക്കാഴ്ചകൾ ഇടതടവില്ലാതെ വന്നുകൊണ്ടിരുന്നു. വാഹനങ്ങളെ കൂസാതെ ആനപ്പറ്റങ്ങൾ റോഡരികിലൂടെയും റോഡുമുറിച്ചും കടന്നുപോയിക്കൊണ്ടിരുന്നു. അബു സംതൃപ്തിയോടെ ഞങ്ങളെ നോക്കി. മുത്തങ്ങ എത്തുമ്പോൾ നല്ലരാത്രിയായിക്കഴിഞ്ഞു. വനത്തിൽ ചീവീടുകളുടെ കരച്ചിലും മിന്നാംമിനുങ്ങുകളുടെ ദീപക്കാഴ്ചയും. മുളങ്കാടുകളിൽ കാറ്റുപിടിക്കുന്ന സംഗീതം ശ്രവിച്ച് ഞങ്ങൾ ഗസ്റ്റ്ഹൗസിലേക്കു നീങ്ങി.

9

വിടപറയുന്നതിനുമുമ്പ് അബു അപ്രതീക്ഷിതമായി പറഞ്ഞു. രാത്രി ഭക്ഷണം എന്റെ വീട്ടിൽ. ഞാൻ പോയി ഭക്ഷണമൊരുക്കാം. ബീടര് നെയ്ച്ചോറുണ്ടാക്കാൻ കേമത്തിയാണ്. നിങ്ങൾ കുളിച്ചൊരുങ്ങി നില്ക്കൂ.

ഒമ്പതുമണിയാവുമ്പോ ഞാനെത്താം. അത് തടുക്കാനാകാത്ത ഒരു ക്ഷണമായിരുന്നു.

ആട്ടോറിക്ഷ കാഴ്ചയിൽനിന്നു മറഞ്ഞപ്പോൾ ഭാര്യ പറഞ്ഞു: "അതു വേണോ? പരിചയമില്ലാത്ത നാട്. ഇയ്യാളുടെ വീടെവിടെയെന്നു വല്ല രൂപവുമുണ്ടോ? രാത്രി പിള്ളാരെയുംകൂട്ടി. സംസാരം പോലെയാകണമെന്നുണ്ടോ ആളുടെ പ്രവൃത്തി."

തെല്ലിടയാലോചിച്ച് സംശയനിവർത്തിവരുത്തി ഞാൻ പറഞ്ഞു.

"പോകണം. കുഴപ്പമൊന്നുമുണ്ടാവില്ല."

ഒടുവിൽ അവൾ വഴങ്ങി.

ഗസ്റ്റ്ഹൗസിനുചുറ്റും മൂടൽമഞ്ഞ് ഇറങ്ങിയിരിക്കുന്നു. ചീവീടുകളുടെ സംഗീതവും ഇലകളുടെ മർമ്മരവും. കുളികഴിഞ്ഞിറങ്ങുമ്പോൾ മനസ്സാകെ നിറയുന്നു. കോടമഞ്ഞ് ഭേദിച്ച് അബുവിന്റെ സ്നേഹ പ്രവാഹം. പ്രധാന വീഥിവിട്ട് ഇടറോഡിലൂടെ പതിനഞ്ചു മിനിട്ടോളം യാത്ര ചെയ്തു. ചീവീടിന്റെ കരച്ചിലല്ലാതെ മറ്റൊന്നും ശ്രദ്ധയിൽപ്പെടുന്നില്ല. ആട്ടോ നിന്നു. വയൽവരമ്പിലൂടെ അബുവിന്റെ ടോർച്ചുവെട്ടത്തിൽ തപ്പിത്തടഞ്ഞുനടന്നു. നന്നിട്ടും നടന്നിട്ടും എത്താത്തമാതിരി. ഓലപ്പുരയ്ക്കു മുന്നിൽ എത്തുമ്പോൾ തട്ടമിട്ട സ്ത്രീ വീടിന്റെ കൈവരിയിൽനിന്നും എഴുന്നേറ്റു. പടികളിറങ്ങി മുറ്റത്തെത്തി. ഭാര്യയെയും കുട്ടികളെയും അകത്തേക്കു കൂട്ടിക്കൊണ്ടുപോയി.

മുറ്റത്ത് തണുപ്പേറ്റ് നില്ക്കുമ്പോൾ അബു ഒരു ബീഡി കത്തിച്ചു. പരുക്കൻ താടിയും തിളങ്ങുന്ന കണ്ണുകളും ഇത്തിരിവെട്ടത്തിൽ ജ്വലിച്ചു. അയാൾ താൻ വന്ന വഴിയെപ്പറ്റി വീണ്ടും വീണ്ടും പറഞ്ഞു. കാലം മാറുന്നതിനെപ്പറ്റി തികഞ്ഞ ബോധത്തോടെയായിരുന്നു ഓരോ വാക്കുകളും.

നെയ്ച്ചോറു കഴിച്ചിരിക്കുമ്പോൾ ഭാര്യയുടെയും മക്കളുടെയും മുഖങ്ങളിൽ സന്തോഷത്തിന്റെ നിഴലാട്ടം. എന്തു തന്നിട്ടും മതിയാകാതെ അബുവിന്റെ ബീടർ. വളർന്ന രണ്ടാൺമക്കളാണത്രെ അവർക്ക്. അവർ എത്തുമ്പോൾ ഇനിയും വൈകും.

യാത്ര പറഞ്ഞിറങ്ങുമ്പോൾ അബുവിന്റെ ബീടരു പറഞ്ഞു: "ഇനിയും ഇങ്ങളുവരണം." "വരാം. വരും." ടോർച്ച് തെളിച്ച് അബു മുമ്പേ നടന്നു. ഗസ്റ്റ്ഹൗസിലിറക്കി പിരിയാൻ നേരം കൈകൾ പിടിച്ചമർത്തി. അബു പറഞ്ഞു: "കാണാം."

4

നീലക്കുറിഞ്ഞികൾ പിന്നെയും പൂത്തു

ഒളിച്ചുവച്ച പ്രണയംപോലെ, ദീർഘമായ കാത്തിരിപ്പിനൊടുവിലെ സാഫല്യം പോലെ നീലക്കുറിഞ്ഞികൾ വീണ്ടും പൂവിട്ടു. മൂന്നാറിലെ ഈറൻ കാറ്റിൽ മൂളിപ്പറന്ന മധുപന്മാർ രഹസ്യം പറഞ്ഞു; ഒടുവിൽ നീ പൂത്തുവല്ലോ. പൂമരങ്ങളാകെ കുറ്റിയറ്റുപോകുന്ന ഇക്കാലത്ത് കോട മഞ്ഞിന്റെ പുതപ്പുകൾ മാറ്റി ദീർഘ സുഷുപ്തിയിൽനിന്നും നീ ഉണർന്നു വല്ലോ.

നാളുകൾ ഇനിയും വേണം, രാജമലയിൽ നീലപ്പൂക്കളുടെ ഉത്സവം

നീലക്കുറിഞ്ഞി

പൂർണ്ണതയിലെത്താൻ.

മൂന്നാറിൽ തമ്പടിക്കുന്ന സഞ്ചാരികൾക്ക് കുളിരുണ്ട് ഈ കർക്കിടകത്തിലും. എർത്ത് മൂവറുകളുടെ അലർച്ചകൾക്കിടയിൽ പുൽമേടുകൾ മാഞ്ഞുപോവുകയാണ്. കാൻസർ വന്ന് നഷ്ടപ്പെട്ടുപോയ സുന്ദരമുഖം പോലെ നീലമലകളിൽ മരതകക്കുന്നുകളിൽ, കൈയേറ്റത്തിന്റെ വടുക്കൾ നിറയുകയാണ്. പന്ത്രണ്ടു വർഷത്തിലൊരിക്കൽ മാത്രം പുഷ്പിണിയാകുന്ന കുറ്റിച്ചെടിയാണ് നീലക്കുറിഞ്ഞി. സ്ട്രോബിലാന്താസ് കുന്തിയാനസ് എന്നു ശാസ്ത്രനാമം. സമുദ്രനിരപ്പിൽനിന്നും 1800 മുതൽ 2400 വരെ മീറ്റർ ഉയരത്തിലുള്ള നീലഗിരിക്കുന്നുകളിലാണ് നീലക്കുറിഞ്ഞി സാധാരണയായി കാണപ്പെടുന്നത്. കുറുഞ്ഞിപ്പാട്ടുകൾ എന്ന പ്രാചീന തമിഴ് സാഹിത്യത്തിൽ നീലക്കുറിഞ്ഞിയെക്കുറിച്ചുള്ള വർണ്ണനകളുണ്ട്. പലതരം കുറിഞ്ഞികളുണ്ട്. കരിങ്കുറിഞ്ഞി, കടുക്കുറിഞ്ഞി, ഇടക്കുറിഞ്ഞി എന്നിങ്ങനെ അമ്പതോളം ഇനങ്ങൾ. ഇതിൽ നീലക്കുറിഞ്ഞി മാത്രമാണ് പന്ത്രണ്ടുവർഷത്തിലൊരിക്കൽ പൂക്കുന്നത്. പന്ത്രണ്ടു വർഷങ്ങൾക്കുമുമ്പ് നീലക്കുറിഞ്ഞി കാണാനെത്തിയപ്പോൾ അതെന്തൊരാഘോഷമായിരുന്നു. എത്ര പൂക്കൾ; ഒരു കുന്നാകെ ഒറ്റ പൂച്ചെണ്ടായമാതിരി.

അന്നും–

പണ്ടുപണ്ട്, ഓന്തുകൾക്കും മുമ്പ്, ദിനോസറുകൾക്കുംമുമ്പ്, ഒരു സായാഹ്നത്തിൽ രണ്ടു ജീവബിന്ദുക്കൾ നടക്കാനിറങ്ങി. അസ്തമയത്തിലാറാടിനിന്ന ഒരു താഴ്‌വരയിലെത്തി.

“ഇതിന്റെ അപ്പുറം കാണണ്ടേ?” ചെറിയ ബിന്ദു വലിയതിനോടു ചോദിച്ചു. “പച്ചപിടിച്ച താഴ്‌വര, ”ഏട്ടത്തി പറഞ്ഞു. “ഞാനിനി ഇവിടെത്തന്നെ നില്ക്കട്ടെ.

“എനിക്കു പോകണം” അനുജത്തി പറഞ്ഞു. അവളുടെ മുമ്പിൽ നീണ്ടുകിടന്ന അനന്തപഥങ്ങളിലേക്ക് അനുജത്തി നോക്കി.

“നീ ചേച്ചിയെ മറക്കുമോ?” ഏട്ടത്തി ചോദിച്ചു. “മറക്കില്ല” അനുജത്തി പറഞ്ഞു. “മറക്കും,” ഏട്ടത്തി പറഞ്ഞു. ഇതു കർമ്മപരമ്പരയുടെ സ്നേഹരഹിതമായ കഥയാണ്. ഇതിൽ അകൽച്ചയും ദുഃഖവും മാത്രമേയുള്ളൂ.

അനുജത്തി നടന്നകന്നു. അസ്തമയത്തിന്റെ താഴ്‌വരയിൽ ഏട്ടത്തി തനിച്ചുനിന്നു. പായൽക്കുരുന്നിൽനിന്ന് വീണ്ടുമവൾ വളർന്നു. അവൾ വലുതായി. വേരുകൾ പിതൃക്കളുടെ കിടപ്പറയിലേക്കിറങ്ങി. മൃതിയുടെ മുലപ്പാലു കുടിച്ചു ചില്ലകൾ പടർന്നു തിടംവച്ചു. കണ്ണിൽ സുറുമയും കാലിൽ തണ്ടയുമിട്ട ഒരു പെൺകുട്ടി ചെതലിയുടെ താഴ്‌വരയിൽ പൂവിറുക്കാനിറങ്ങി. അവിടെ തനി

ച്ചുനിന്ന ചെമ്പകത്തിന്റെ ചില്ലയൊടിച്ചു. പൂനുള്ളിയെടുത്തപ്പോൾ ചെമ്പകം പറഞ്ഞു: "അനുജത്തീ നിയെന്നെ മറന്നല്ലോ...."

(*ഖസാക്കിന്റെ ഇതിഹാസം*, ഒ വി വിജയൻ)

കുറിഞ്ഞിപ്പൂവുകൾ കുലകുലയായി ഒടിച്ചെടുത്ത് കാറിന്റെ ഡിക്കിയിൽ നിറയ്ക്കുന്ന അനുജത്തിയോട് നീലക്കുറിഞ്ഞിയും ചോദിച്ചു: "നീയെന്നെ മറന്നല്ലോ."

കുടിയേറ്റക്കാരും കയ്യേറ്റക്കാരും എസ്റ്റേറ്റു മുതലാളിമാരും റിസോർട്ട് മാഫിയയും വെട്ടിത്തെളിച്ചപ്പോഴും നീലക്കുറിഞ്ഞി ചോദിച്ചിട്ടുണ്ടാവണം അനുജന്മാരെ നിങ്ങളുമെന്നെ മറന്നുവല്ലോ?

കുളിരൊഴിയാത്തൊരു പുലർകാലത്ത് ടൂറിസം പ്രമോഷൻ കൗൺസിലിന്റെ വാഹനത്തിലിരുന്ന് രാജമലയിലേക്കു പോകുമ്പോൾ 12 വർഷം മുമ്പത്തെ പൂക്കളുടെ പ്രണയകാലം മനസ്സിൽ തളിരിട്ടുതന്നെ നിന്നു. രാജമലയെ മറച്ചുകൊണ്ട് കോടമഞ്ഞ്. മഞ്ഞ് മായുമ്പോൾ പാറക്കെട്ടുകളിൽനിന്നും ഒലിച്ചിറങ്ങുന്ന അരുവികളിൽത്തട്ടി പ്രഭാതസൂര്യൻ പ്രതിബിംബിക്കുന്നു. സഞ്ചാരികളെക്കാണാൻ ഓടിയെത്തിയ വരയാടുകൾ പറഞ്ഞു: "നീലക്കുറിഞ്ഞി പൂത്തു വരുന്നതേയുള്ളൂ സോദരാ എന്നെക്കണ്ടു മടങ്ങൂ." നീലക്കുറിഞ്ഞിക്കാടുകൾക്കുള്ളിൽ അവൻ ഓടിമറഞ്ഞു. കൗമാരപ്രണയംപോലെ ചപലതയോടെ കുറിഞ്ഞിച്ചെടികൾ ആടി. പ്രണയത്തിന്റെ നീലക്കുറിഞ്ഞികൾ നിരനിരയായുണ്ട്. ഏത് അതിക്രമത്തെയും അതിജീവിക്കുന്ന ധീരപ്രണയംപോലെ. അങ്ങിങ്ങ് നീലപ്പൂക്കുലകൾ കാറ്റിലാടി. മധുപന്മാർ വരാൻ പോകുന്ന പൂക്കാലത്തിന്റെ

നീലക്കുറിഞ്ഞി

സ്തുതികൾ പാടി അവിടെത്തന്നെയുണ്ട്.

മലകയറി വന്നവർ ആദ്യം കണ്ട പൂക്കുലകൾ കണ്ണിലും മനസ്സിലും ക്യാമറയിലും ഒപ്പിയെടുത്തു. യാത്ര നേരത്തെയായിപ്പോയതിൽ സ്വയം ശപിച്ച് കുന്നിറങ്ങി.

കോവിലൂർ മലനിരകളിൽ നീലക്കുറിഞ്ഞി പൂത്ത കാര്യം മലയാളം വാരികയിൽ രാജൻചുങ്കത്ത് എഴുതിയിരുന്നു. വേറെയെവിടെയുണ്ട് പുതിയ പൂവരങ്ങ്? മറയൂരെ മുനിയറകൾക്ക് റഡ് സല്യൂട്ട് നല്കി കോവിൽക്കടവ് കടന്ന് കരിമ്പിൻ പാടങ്ങളും തട്ടുകൃഷിയും കുന്നിൻപരപ്പും കണ്ട് കാന്തല്ലൂരിലെത്തി. കാന്തല്ലൂരിൽ എന്തൊക്കെയാണു വിളയുന്നത്? ആപ്പിൾ, മുന്തിരി, സബർജില്ലി, വെളുത്തുള്ളി, കാരറ്റ്, കാബേജ്, ഗോതമ്പ്.... കേട്ട കഥകളിൽ പലതും ശരിതന്നെയാണ്. അത്യുഷ്ണവും അതിശൈത്യവും കാന്തല്ലൂരിന്റെ പ്രത്യേകതയത്രെ! ഒരു വടക്കേയിന്ത്യൻ കാലാവസ്ഥ.

കാന്തല്ലൂരിൽനിന്നും കാന്തസ്വാമി എന്ന ഗൈഡ് ഞങ്ങളുടെ ക്വാളിസിൽ കയറിപ്പറ്റി. കാന്തല്ലൂരിൽ കുറിഞ്ഞി പൂത്തിട്ടുണ്ട്. കാട്ടിത്തരുന്നതിന് നൂറു രൂപ. വഴിക്ക് ഓറഞ്ച്, ആപ്പിൾ, സബർജില്ലി തോട്ടങ്ങൾ കാട്ടിത്തരും. കാന്തല്ലൂർ ജങ്ഷനിൽനിന്നും ഒന്നര കിലോ മീറ്റർ ഇടത്തോട്ട് ഒരു മലമ്പാതയിലൂടെ സഞ്ചരിച്ച് കുറിഞ്ഞിമലയിലെത്തി. രാജമലയിൽ കണ്ടതിൽനിന്നും കുറച്ചുകൂടി ഉയരത്തിലുള്ള ചെടികളാണവിടെ. നീലക്കുന്നുകളിലെ ഈ വിസ്മയം കോരിയെടുക്കാൻ ഓടിപ്പോകവെ വീണ്ടും ഒരു കുട്ടിക്കാലം കാലുകളിൽ ഗതിവേഗം തീർത്തു. കാന്തസ്വാമി വഴിയരികിൽത്തന്നെ നിന്നു. കുറിഞ്ഞിപ്പൂവുകൾക്കടുത്തു പോകുന്നത് ശവക്കോട്ടയ്ക്കടുത്തു പോകുന്നതുപോലെ അയാൾ ഭയപ്പെട്ടു. ഇവർക്ക് നീല

കാന്തല്ലൂർ: ഒരു കാഴ്ച

ക്കുറിഞ്ഞി ഏതോ ശാപത്തിന്റെ വനൃപുഷ്പങ്ങളാണോയെന്നു സംശയം തോന്നി. വന്യമായ സൗന്ദര്യങ്ങളെയെല്ലാം ഭയപ്പെടുന്നത്. നമ്മുടെ പാരമ്പര്യം തന്നെയാണല്ലോ! പഴന്തമിഴ് സാഹിത്യത്തിൽ നിറഞ്ഞുനിന്ന ഈ പാവം പൂവ്!

കാന്തല്ലൂർക്കവലയിലെത്തിയപ്പോൾ കാന്തസ്വാമി മണംപിടിച്ചു.

സഞ്ചാരികൾ കൊണ്ടുവരാറുള്ള മധുവിലേക്കാണ് ഘ്രാണശക്തി പായിക്കുന്നത്. നിരാശനായ കാന്തസ്വാമിയെക്കാണുമ്പോൾ കേരളത്തിൽ തഴച്ചുവളരാൻ പോകുന്ന ടൂറിസം വ്യവസായത്തിന്റെ ഉപഉല്പന്നങ്ങളെയാണ് കാണുന്നത്. നീലക്കുറിഞ്ഞി കണ്ട് ആനമുടി നാഷണൽപാർക്കിലെ ഷോളവനങ്ങൾക്കിടയിലെ വനപാതയിലൂടെ ടോപ്പ് സ്റ്റേഷൻ ലക്ഷ്യമാക്കി പോകുമ്പോൾ ഓർത്തു പോയി; ഇനി ഒരു പൂക്കാലം കാണലുണ്ടാവുമോ? ആവോ ആർക്കറിയാം.

പക്ഷേ, നീലക്കുറിഞ്ഞികൾ ഇനിയും പൂക്കും; വൈകിയെത്തിയ പ്രണയംപോലെ.

5

ഇടിഞ്ഞുതീരുന്ന ഹിമാലയം

ഹിമാലയം ഇടിഞ്ഞുവീഴുന്ന കാഴ്ചകൾ ടി വി സ്ക്രീനുകളിൽ നിറഞ്ഞു. അളകനന്ദയും ഭാഗീരഥിയും പിണ്ടാറും മന്ദാകിനിയും രൗദ്ര ഭാവംപൂണ്ട് സകലതും തകർത്ത് താഴ്വാരങ്ങളിലേക്ക് ഒഴുകി. കൂറ്റൻ മന്ദിരങ്ങൾ അപ്പാടെ ഗംഗയിൽ നിമജ്ജനം ചെയ്യുന്നു. ഒറ്റപ്പെട്ടവരുടെ നിലവിളികളും നഷ്ടപ്പെട്ടവരുടെ തേങ്ങലുകളും ഹെലികോപ്റ്ററുകളുടെ പ്രൊപ്പല്ലറിരമ്പവും പ്രജ്ഞയിൽ ഇരുട്ടുപരത്തുന്നു.

ഹിമാലയത്തിൽനിന്നും വരുന്ന ഓരോ വാർത്തയും ഹൃദയമിടിപ്പ് കൂട്ടാൻ കാരണമുണ്ട്. രണ്ടു വർഷങ്ങൾക്കുമുമ്പ് ഒരു ആഗസ്ത് മാസത്തിൽ വെള്ളപ്പൊക്കത്തിന്റെയും മലയിടിച്ചിലിന്റെയും വാർത്തകൾ മാധ്യമങ്ങളിൽ നിറഞ്ഞുകൊണ്ടിരുന്ന ഒരു സെപ്തംബറിൽ നൈനിത്താൾ അൽമോറ കർണ്ണപ്രയാഗ് ജ്യോഷിമഠ് വഴി ബദരിനാഥിലേക്ക്

നൈനിത്താൾ

അൽമോറ നഗരം

ഒരു യാത്ര നടത്തിയതിന്റെ നടുക്കം ഇനിയും വിട്ടുമാറിയിട്ടില്ല. ഹിമാലയമെന്താണെന്നോ ഇടിയുന്ന മലമ്പാതകൾ എങ്ങനെയായിരിക്കുമെന്നോ മലയിടിച്ചിൽ എപ്രകാരമെന്നോ മേഘവിസ്ഫോടനമെന്നാൽ എന്താണെന്നോ അറിയാത്തതിന്റെ ധൈര്യത്തിൽ ഒരു കാറെടുത്ത് തിരുവനന്തപുരം മുതൽ ബദരീനാഥിലും ഇന്തോ-തിബറ്റൻ ബോർഡറായ മനയിലേക്കും പുറപ്പെടുകയായിരുന്നു.

നൈനിത്താൾ എത്തുന്നതിനുമുമ്പ് കലങ്ങിമറിഞ്ഞു പോകുന്ന നദികൾ കണ്ടു. മലയിടുക്കുകൾ കയറുമ്പോൾ അങ്ങിങ്ങ് ഇടിഞ്ഞുവീണിട്ടുണ്ട്. ഇത്രയല്ലേയുള്ളൂവെന്ന് സ്വയം സമാധാനപ്പെടുത്തി. നൈനിത്താൾ എത്തുമ്പോൾ അത്ഭുതപ്പെട്ടു. എന്തുകൊണ്ട് ഈ കുന്നുകൾ ഇടിഞ്ഞ് തടാകത്തിലേക്കു വീഴുന്നില്ല. മലനിരകൾക്ക് താങ്ങാവുന്നതിനും എത്രയോ അധികം കെട്ടിടങ്ങൾ! മലമ്പാതകൾക്കരികിലും ദേവദാരു വനങ്ങൾക്കുള്ളിലും പ്ലാസ്റ്റിക് മാലിന്യങ്ങൾ നിറഞ്ഞിരിക്കുന്നു. ജനകീയാസൂത്രണ കാലത്ത് സകല വയൽവരമ്പുകളും നടവരമ്പുകളും ചവിട്ടുവഴികളും ഇടവഴികളും റോഡായി മാറിയതുപോലെ ശാഖോപശാഖകളായി പടർന്നുകയറുന്ന റോഡുകൾ. വനത്തിനുള്ളിലേക്ക് കടന്നപ്പോൾ മലയിടിച്ചിലിന്റെ വിശ്വരൂപം ദൃശ്യമായി. ഭീമാകാരങ്ങളായ മലകൾ പിളർന്ന് താഴ്വാരങ്ങളിലേക്ക് പതിച്ചിരിക്കുന്നു. മണ്ണും പാറയുമെല്ലാം പുഴകൾ വഴി താഴ്വാരങ്ങളിലേക്ക് ഒഴുകിപ്പോകുന്നു. മലനിരകൾ ക്രമേണ അപ്രത്യക്ഷമാകുന്നു.

തടാകനഗരത്തിൽനിന്നും അൽമോറയിലേക്കുപോകുമ്പോൾ കോസി നദിയുടെ രൗദ്രഭാവം കണ്ടു. മലനിരകളിൽനിന്നും പിഴുതെടുത്ത വൻമരങ്ങൾ, ചത്തു മലർന്ന മൃഗങ്ങൾ ഒഴുകിപ്പോകുന്നു. ഒഴുക്കു തടഞ്ഞ് കൂറ്റൻ പാറകൾ. റോഡായിരുന്ന സ്ഥലങ്ങളിലൂടെ പുഴ കടന്നു

പോകുന്നു. ഇന്തോ-തിബറ്റൻ ബോർഡർ പൊലീസും ഇന്തോ-തിബറ്റൻ ബോർഡർ റോഡ് ഓർഗനൈസേഷന്റെ തൊഴിലാളികളും മലനിരകളിൽ നിന്നും കൊത്തിയെടുത്ത താല്ക്കാലിക വഴികളിലൂടെയുള്ള നൂൽപ്പാല യാത്ര.

ഒരു മലയിടിച്ചിൽ മതി ജനജീവിതം സ്തംഭിക്കാൻ. പാതയിടിയുന്നതോടെ വാഹനങ്ങളുടെ വരവ് നിലയ്ക്കുന്നു. സമതലങ്ങളിൽനിന്നും ചരക്കുമായി എത്തുന്ന ലോറികൾ ഇടിഞ്ഞ മലയ്ക്കപ്പുറം വരിവരിയായി കാത്തുകിടക്കുന്നു. പുതിയ പാത പണിയുന്നതും കാത്ത്. അപ്പോഴവിടെ സമാന്തരജീവിതം ആരംഭിക്കുന്നു. ലോറിക്കടിയിലിരുന്ന് ചപ്പാത്തി പരത്തുന്നവർ. ഭക്തന്മാരുടെ ഭജനസംഘങ്ങൾ. ലൊട്ടുലൊടുക്കു സാധനങ്ങൾ വില്ക്കുന്ന തദ്ദേശീയർ.

മലമടക്കുകളിൽ പാതപ്പണി പൂർത്തിയാവുന്നതും കാത്തുകിടക്കുന്ന വാഹനവ്യൂഹങ്ങൾ സീസണുകളിലെ പതിവുകാഴ്ചയത്രെ.

പ്രായേണ കുറച്ചുമാത്രം മലയിടിച്ചിലുള്ള പ്രദേശമാണ് അൽമോറ. അൽമോറയിലെ പ്രകൃതിക്ക് വലിയ കോട്ടമേറ്റിട്ടില്ല. കെട്ടിടനിർമ്മാണം ഇനിയും മാഫിയവല്ക്കരിക്കപ്പെട്ടിട്ടില്ല. ദേവദാരുക്കളും പൈൻമരങ്ങളും കൗലമരങ്ങളും നിറഞ്ഞ കുന്നുകൾ. ചോട്ടാചാരി ചെടികൾ ചുവന്നുതുടുത്ത ചെറുപഴങ്ങളുമായി താഴ്വാരങ്ങളിൽ. പ്രകൃതിയെ മുറിവേല്പിക്കാത്തതിനാൽത്തന്നെ മലയിടിച്ചിലും ഇവിടെ കുറവാണ്.

അൽമോറയിൽനിന്നും കർണ്ണപ്രയോഗിലേക്കുള്ള യാത്രാവഴികൾ ഹിമാലയക്കാഴ്ചകളുടെ ഉത്സവകേന്ദ്രങ്ങളാണ്. വനപുഷ്പങ്ങളും ചെറിമരങ്ങളും നിറഞ്ഞ കോസാനിയിൽനിന്നു നോക്കുമ്പോൾ മഞ്ഞുമലകളുടെ ആദ്യ ദൃശ്യങ്ങൾ തെളിഞ്ഞുവരും. കോസാനിമുതൽ തൽവാഡി

കർണ്ണപ്രയാഗ

വരെയുള്ള പ്രദേശം അപൂർവ്വ സസ്യജാലങ്ങളടങ്ങുന്ന പർവ്വതപ്രദേശമാണ്. വനനശീകരണം വ്യാപകമാകാത്തതിനാൽ ഇവിടെ മലയിടിച്ചിൽ ദൃശ്യമായിരുന്നില്ല. തൽവാഡിയിൽനിന്നും തരാലിവഴിയാണ് കർണ്ണപ്രയാഗിൽ പോകേണ്ടത്. 46 കിലോമീറ്റർ ദൂരമുണ്ട്. പിണ്ടാറിന്റെ തീരത്തുകൂടിയും പലപ്പോഴും പിണ്ടാറിനെ മുറിച്ചുകടന്നുമുള്ള യാത്ര ഭീതിജനകമാണ്. അളകനന്ദയുടെ പോഷകനദിയത്രെ പിണ്ടാർ. ഇവിടെ മലകൾ നിരന്തരമായി ഇടിഞ്ഞുകൊണ്ടിരിക്കുന്ന പ്രദേശമാണ്.

മലയിടിച്ചിലിന്റെ കാരണങ്ങൾ

ഹിമാലയപ്രദേശങ്ങൾ ഒരുകാലത്ത് കടലായിരുന്നുവെന്ന് ഭൗമശാസ്ത്രം പറയുന്നു. ഭൂഖണ്ഡങ്ങൾ കൂട്ടിമുട്ടി ഉയർന്നുവന്നതാണ് ഹിമാലയപ്രദേശം. അതുകൊണ്ടുതന്നെ മണലും ഉരുളൻ കല്ലും ചേർന്നതാണ് കിഴുക്കാംതൂക്കായ മലകളുടെ ഘടന. അങ്ങനെയുള്ള പാറകൾ അതീവ ദുർബ്ബലങ്ങളാണ്. മലയുടെ ഒത്തമുകളിൽ മൃഗങ്ങളുടെ കാലുകൾ തട്ടി ഒരു കല്ലുരുണ്ടാൽ ഒരു മലയിടിച്ചിലായി, പാഷാണപാതമായി താഴെ അനുഭവപ്പെടും. ഒരു നീരുറവ എവിടെയെങ്കിലും പൊട്ടിവിരിഞ്ഞാൽ മലകൾ പിളർന്നു വലിയൊരു മലയിടിച്ചിലായി മാറും.

ഇന്ത്യ-ചൈന യുദ്ധകാലത്ത് ധൃതിപിടിച്ച് റോഡുനിർമ്മിക്കേണ്ടിവന്നു. ഡൈനാമിറ്റ് വച്ച് പൊട്ടിച്ചാണ് വഴിയൊരുക്കിയത്. റോഡിനുമുകളിൽ കുടപോലെ മലയുണ്ട്. ഏതു നിമിഷവും അത് അടർന്നുവീണേക്കാം. മലകളുടെ അഗ്രങ്ങളിലൂടെയുള്ള റോഡുകൾ അതീവദുർബ്ബലവും. പർവ്വതമുകളിലെ ഇടുങ്ങിയ റോഡുവഴി പോകുമ്പോൾ അളകനന്ദയോ, മന്ദാകിനിയോ ഒരു റിബൺപോലെ താഴെ കാണാം. ഭീതിജനകമാണ് ആ യാത്രകൾ.

മലയിടിച്ചിലിനിടയിലൂടെ ഒരു രക്ഷപ്പെടൽ

അളകനന്ദ കലി പൂണ്ടപ്പോൾ

ഗുരുത്വാകർഷണംമൂലവും മലകൾ സദാ ഇടിഞ്ഞ് അതിന്റെ ആകൃതി പുനർനിർമ്മിച്ചുകൊണ്ടിരിക്കുകയാണ്.

യാത്രാവേളയിൽ ഭീകരമായൊരു മലയിടിച്ചിലിന് സാക്ഷ്യം വഹിച്ചു. ഞങ്ങൾ എത്തുന്നതിനു മുമ്പുതന്നെ വമ്പനൊരു പർവ്വതം പിളർന്നു മാറിക്കഴിഞ്ഞു. ഒന്നര കിലോമീറ്ററോളം സ്ഥലത്ത് റോഡുണ്ടായിരുന്നതിന്റെ യാതൊരു ലക്ഷണവുമില്ല. വാഹനങ്ങൾ ഇരുഭാഗത്തുമായി ഒന്നിനുപുറകെ ഒന്നായി കിലോമീറ്ററുകളോളം നീണ്ടു. ഇന്തോ-തിബറ്റൻ ബോർഡർ പൊലീസ് ജനങ്ങളെ അകറ്റിനിർത്തി. നാല് കൂറ്റൻ ജെ സി ബികൾ രാപ്പകലില്ലാതെ പണിയെടുക്കുകയാണ്. ഹുംഗാരത്തോടെ അടുത്ത ഇടിച്ചിൽ. മല അടർന്നു മാറുകയാണ്. കൂറ്റൻ പാറകൾ താഴേക്ക് ഉരുണ്ടുവീണു. മണലും ചരലും മണ്ണും വെള്ളവും അടങ്ങുന്ന തിരമാലകൾ താഴേക്കു ഗർജ്ജിച്ചെത്തി. ജെ സി ബി പ്രവർത്തിപ്പിച്ചിരുന്നവർ ഇറങ്ങി ഓടി. രണ്ടു ദിവസം മുമ്പ് ഒരു ജെ സി ബി ക്കു മുകളിലാണ് പാറ പതിച്ചത്. അതിനകത്തിരുന്ന ആളിനെ പുറത്തെടുക്കാനാകാത്ത തരത്തിൽ ജെ സി ബി തകർന്നിരുന്നു. നടുവൊടിഞ്ഞ ജെ സി ബി കാഴ്ചവസ്തുവായി അവിടെത്തന്നെ ഉണ്ട്.

കർണ്ണപ്രയാഗിൽ പിണ്ടാറും അളകനന്ദയും യോജിക്കുന്നു. ആ സംഗമഭൂമി പവിത്രമായി വിശ്വാസികൾ കരുതിപ്പോരുന്നു. കൈയേറ്റങ്ങളുടെ ഭൂമികയാണ് കർണ്ണപ്രയാഗ്. ഹോട്ടൽ മാഫിയകൾ, ഭൂമാഫിയകൾ ഇവിടെ സജീവം. മലമടക്കുകളിൽ യാതൊരു തത്ത്വദീക്ഷയുമില്ലാതെ മന്ദിരങ്ങൾ പണിതിരിക്കുന്നു. കർണ്ണപ്രയാഗിൽനിന്നും കേദാർനാഥിലേക്കും പോകാം. ഒരിടത്താവളം. സന്ദർശകർക്കു സൗകര്യമൊരുക്കുന്ന

മേഖലയാണ് പ്രധാന വരുമാനമാർഗ്ഗം. ചരിവുകൃഷിയും വ്യാപകമാണ്.

പ്രകൃതിചൂഷണവും മേഘവിസ്ഫോടനങ്ങളും

കർണ്ണപ്രയാഗിൽനിന്നു 116 കിലോമീറ്റർ അകലെയാണ് ബദരീനാഥ്. അളകനന്ദയുടെ തീരത്തുകൂടിയാണ് യാത്ര. കരനെല്ല് ഇവിടെയെല്ലാം സമൃദ്ധമായി വിളയുന്നുണ്ട്. നന്ദപ്രയാഗും പിപ്പൽകോട്ടിയും പിന്നിട്ട് ജോഷിമഠിൽ എത്താം. മഞ്ഞുകാലത്ത് ബദരീനാഥിൽ ജീവജാലങ്ങളും മനുഷ്യരും ഉണ്ടാകില്ല. അവരെല്ലാം ജ്യോഷിമഠിൽ എത്തിച്ചേരും. മഞ്ഞു കാലത്ത് ബദരീനാഥനുള്ള പൂജ ജോഷിമഠിൽ നടക്കും. ശ്രീശങ്കരൻ സ്ഥാപിച്ചതാണ് ബദരീനാഥിലെയും ജ്യോഷിമഠിലെയും ക്ഷേത്രങ്ങൾ.

അങ്ങേയറ്റം മലിനീകരിക്കപ്പെട്ട ഒരു പട്ടണമാണ് ജ്യോഷിമഠ്. സന്ന്യാസിമാരും കപടവേഷക്കാരും ഇവിടെ നിറഞ്ഞിരിക്കുന്നു. ഭൂമാഫിയ സകലതും കൈയടക്കിയിട്ടുണ്ട്. ജ്യോഷിമഠിൽ ഇപ്പോഴത്തെ മലയിടിച്ചിലിലും മേഘസ്ഫോടനത്തിലും നാശനഷ്ടങ്ങൾ സംഭവിച്ചതായി വാർത്ത കണ്ടു.

ജ്യോഷിമഠിൽനിന്നും ബദരീനാഥിലേക്കുള്ള വഴികൾ പരിസ്ഥിതി ദുർബ്ബല പർവ്വതപ്രദേശങ്ങളാണ്. അളകനന്ദയ്ക്കു കുറുകെ വിഷ്ണു പ്രയാഗ് ഹൈഡ്രോ ഇലക്ട്രിക് പ്രോജക്ട് നിർമ്മിച്ചുകൊണ്ടിരിക്കുന്നു. ഇത്രയും ഉയർന്ന പ്രദേശത്ത് ഇങ്ങനെയൊരു കൂറ്റൻ വൈദ്യുത പദ്ധതി എത്രത്തോളം പരിസ്ഥിതിക്കിണങ്ങിയതാണെന്ന ചിന്ത ആരിലും ഉയരും. നിരവധി ജലവൈദ്യുതപദ്ധതികളും അണക്കെട്ടുകളുമുണ്ട് ഹിമാലയ പ്രദേശങ്ങളിൽ. ശക്തമായ വെള്ളപ്പൊക്കത്തിന് ഈ ഡാമുകൾ പ്രധാന പങ്കുവഹിക്കുന്നു.

ഹിമാലയപ്രദേശങ്ങളിൽ മേഘവിസ്ഫോടനങ്ങൾ സാധാരണമാണ്.

ചുരുങ്ങിയ സമയത്തിനുള്ളിൽ ഒരു ചെറിയ പ്രദേശത്ത് അനുഭവപ്പെടുന്ന തീവ്ര മഴയെയാണ് മേഘവിസ്ഫോടനം എന്നുപറയുന്നത്. ഒരു മണിക്കൂറിനുള്ളിൽ 100 മില്ലിലിറ്ററിൽ കൂടുതൽ മഴപെയ്യുകയാണെങ്കിൽ അതിനെ മേഘവിസ്ഫോടനം എന്നുവിളിക്കാം. ഹിമകണങ്ങളുമായി വരുന്ന കാറ്റ് പെട്ടെന്ന് ഘനീഭവിക്കുന്നതാണിതിനു കാരണം. മലയോരങ്ങളിലും മരുഭൂമിയിലുമാണ് ഈ പ്രതിഭാസങ്ങൾ അനുഭവപ്പെടുന്നത്. ഒരു മണിക്കൂറിനുള്ളിൽ ഒരു ചതുരശ്ര ഏക്കറിൽ 72000 ടൺവരെ ജലം കോരിച്ചൊരിയാൻ മേഘവിസ്ഫോടനങ്ങൾക്കു കഴിയും. ആഗോളതാപനവും തജ്ജന്യമായ കാലാവസ്ഥാ വ്യതിയാനങ്ങളും മേഘവിസ്ഫോടനങ്ങളുടെ സാദ്ധ്യത വർദ്ധിപ്പിക്കുന്നു. ഇപ്പോൾ സംഭവിച്ചിട്ടുള്ള മലയിടിച്ചിലിനും ഉരുൾപൊട്ടലിനും കാരണം മേഘവിസ്ഫോടനങ്ങളാണെന്നാണ് കണക്കാക്കപ്പെടുന്നത്. രക്ഷാപ്രവർത്തനം ശക്തിപ്പെടേണ്ട ഘട്ടങ്ങളിൽ ഭരണകൂടം സ്തംഭിച്ചുനിന്നു. സാധാരണ മനുഷ്യന്റെ ജീവന് ഒരു വിലയും കല്പിക്കാത്ത ഇന്ത്യയെപ്പോലെ ഒരു രാജ്യം ഭൂഗോളത്തിൽ

ഉണ്ടാവില്ല. ഇന്ത്യയിലെ ഭൂമാഫിയ എവിടംവരെ എത്തി എന്ന് ഭരണാധികാരികൾ കണ്ണുതുറന്നു കാണണം. കാണുന്നിടത്തെല്ലാം അണകെട്ടാനും റോഡുവെട്ടാനും കെട്ടിടം പണിയാനും ഈ പരിസ്ഥിതി ദുർബ്ബലപ്രദേശത്ത് എങ്ങനെ അനുമതി നല്കപ്പെട്ടു? പണത്തിനായുള്ള ആർത്തിക്കു മുന്നിൽ ഹിമാലയത്തിനുപോലും രക്ഷയില്ല!

ബദരീനാഥിലേക്കുള്ള വഴികൾ അപകടം പതിയിരിക്കുന്നവയാണ്. മലമ്പാതകൾ എപ്പോൾ വേണമെങ്കിലും അടർന്നു താഴേക്കു പതിക്കാം. പൂക്കളുടെ താഴ്‌വരയിലേക്കും സിഖുകാരുടെ പുണ്യസ്ഥലമായ ഹേമകുണ്ഡ് സാഹിബിലേക്കും പോകാനുള്ള പാതകൾ ഗോവിന്ദ്ഘട്ടിൽ നിന്നാണ് തുടങ്ങുന്നത്. ഗോവിന്ദ്ഘട്ട് ജ്യോഷിമഠ്–ബദ്രി റൂട്ടിലാണ്. ഒരു

ബദരീനാഥ ക്ഷേത്രം

പക്ഷേ, ഇന്ത്യയിലെ ഏറ്റവും വൃത്തിഹീനമായ ഇടങ്ങളുടെ പട്ടികയിൽ ഈ പ്രദേശത്തെ ചേർക്കാം.

ആദിശങ്കരൻ സ്ഥാപിച്ച ക്ഷേത്രങ്ങളിലൊന്നാണ് ബദരീനാഥ്. അളകനന്ദയുടെ തീരത്താണീക്ഷേത്രം. നരനാരായണ പർവ്വതങ്ങൾ ഇരുവശത്തുമായി തലയുയർത്തി നില്ക്കുന്നു. അകലെ നീലകണ്ഠ പർവ്വതത്തിന്റെ മഞ്ഞുമൂടിയ ശിരസ്സ്. അപ്പുറത്തായി സ്വർഗ്ഗാരോഹിണി പർവ്വതം. കുറച്ചകലെ മന എന്ന 'അവസാനത്തെ ഇന്ത്യൻ ഗ്രാമം.' അവിടെയാണ് മലകൾക്കിടയിലൂടെ സരസ്വതി പ്രത്യക്ഷപ്പെടുന്നത്. അര കിലോ മീറ്റ

റോളം ഒഴുകി സരസ്വതി അളകനന്ദയിൽ അപ്രത്യക്ഷയാകുന്നു. പിന്നെ, ഭൂമിക്കടിയിലൂടെ ഒഴുകി അലഹാബാദിൽ സംഗമിക്കുന്നു എന്നാണ് വിശ്വാസം.

സന്ദർശക ബാഹുല്യംകൊണ്ട് ബദരീനാഥ് വീർപ്പുമുട്ടുകയാണ്. അളകനന്ദയുടെ കരയിൽ നരനാരായണ പർവ്വതങ്ങൾക്കിടയിലുള്ള ഈ താഴ്വാരത്തിന് താങ്ങാവുന്നതിലേറെ കെട്ടിടങ്ങളുണ്ട്. ഗുഹകളിൽ പാർക്കുന്ന സന്ന്യാസിമാരെയും അവിടവിടെ കാണാം. കാഷായവേഷം ധരിച്ച ഭിക്ഷക്കാരെയും. ഭക്തി അതിന്റെ ബീഭത്സമായ രൂപത്തിൽ ഇവിടെ ദൃശ്യമാകും. 1921 ൽ തപോവനസ്വാമികൾ നടത്തിയ യാത്രയുടെ അനുഭവങ്ങൾ *ഹിമഗിരിവിഹാരം* എന്ന പുസ്തകത്തിൽ നമുക്ക് വായിക്കാം. കള്ളന്മാരായ സ്വാമിമാരെപ്പറ്റി അതിൽ വിവരിക്കുന്നുണ്ട്.

സംഘപരിവാറിന് ഇന്ത്യയിൽ വന്ന പുത്തനുണർവ് നാട്ടിലെമ്പാടും ആധുനിക മഠങ്ങളും സന്ന്യാസിമാരും വളർന്നുവരുന്നതിന് ഇടയൊരുക്കി. ഇവരെല്ലാം ഭക്തജനങ്ങളെ സംഘടിപ്പിച്ച് ശബരിമലയിൽ പോകുന്ന ലാഘവത്തോടെ ട്രെയിൻ വിമാന ടിക്കറ്റുകൾ മുൻകൂട്ടി റിസർവ്വ് ചെയ്ത് ഹരിദ്വാറിലും ഋഷികേശത്തും എത്തിക്കുന്നു. അവിടെനിന്നും കൂറ്റൻ ബസുകളിൽ ഇവരെ ചാർദ്ധാം സന്ദർശനത്തിന് കൊണ്ടുപോകുന്നു. ഭക്തിവ്യവസായത്തിന്റെ ഇരകൾ ഇങ്ങനെ പറ്റം പറ്റമായി ഹിമാലയത്തിലേക്കെത്തിക്കൊണ്ടിരിക്കുന്നു. കണ്ടക്ടഡ് ഓപ്പറേറ്റർമാരുടെ കൊയ്ത്താണ് ഇവിടെ നടക്കുന്നത്. അവർക്ക് പരിസ്ഥിതിയും മറ്റും വിഷയമല്ല. യാതൊരു നിയന്ത്രണവുമില്ലാതെ എത്തുന്ന ഇത്രയേറെ യാത്രികരെ ദുർബ്ബല പാരിസ്ഥിതിക സവിശേഷതകൾ പേറുന്ന ഹിമാലയത്തിന് താങ്ങാനാവില്ല. ദേവഭൂമി എന്ന പേരും പുരാണേതിഹാസങ്ങളുമായി ബന്ധപ്പെട്ട കഥകളും നിരന്തരം പുനരുല്പാദിപ്പിക്കപ്പെടുന്ന ഭക്തി വ്യവസായത്തിന്റെ ഭൂമികയാണ്.

ഹിമാലയം പലരാജ്യങ്ങളുമായി അതിർത്തി പങ്കിടുന്നതിനാൽ ചരിത്രത്തിന്റെ വിവിധ ഘട്ടങ്ങളിൽ തന്ത്രപ്രധാനമായ സ്ഥാനം വഹിച്ചു. ബ്രിട്ടീഷുകാരുടെ കാലത്താണ് വ്യാപകമായ കുടിയേറ്റങ്ങൾ ഈ മേഖലയിൽ ഉണ്ടാകുന്നത്. ഗംഗയുടെ ഉത്ഭവം തേടി പുറപ്പെട്ട ക്യാപ്റ്റൻ റാപ്പിയർ (1807–1808) അളകനന്ദയിലും മറ്റും കണ്ട വിവിധ ഇനം മത്സ്യങ്ങളെപ്പറ്റിയും വഴിയോരങ്ങളിൽ കണ്ട വിവിധ ഇന പഴങ്ങളെപ്പറ്റിയും പലതരം കമ്പിളി വസ്ത്രങ്ങളെപ്പറ്റിയും ലോഹപാത്രങ്ങളെപ്പറ്റിയും അവിടെ നിലനിന്നിരുന്ന ഉയർന്ന സംസ്കാരത്തെപ്പറ്റിയുമൊക്കെ എഴുതിയിട്ടുണ്ട്.

ഒരിക്കൽ സമൃദ്ധമായിരുന്ന ഹിമാലയ സാനുക്കൾ മനുഷ്യവാസയോഗ്യമല്ലാതായിക്കൊണ്ടിരിക്കുന്നത് എന്തുകൊണ്ട്? ഇന്ന് ഒരു കുടം ജലത്തിനായി കിലോമീറ്ററുകൾ താണ്ടുന്ന സ്ത്രീകളുടെയും തീ കായാനും പാചകത്തിനുമായി വിറകുശേഖരിക്കാൻ അലയുന്ന കുട്ടികളെയും വ്യാപകമായി കാണാം. വനസമൃദ്ധിക്കും ജലപ്രളയത്തിനും മദ്ധ്യേ ഇതു രണ്ടും ലഭ്യമല്ലാതെ ആളുകൾ വലയുന്നു. പരിമിതമായി മാത്രമേ കൃഷി

സഹായിക്കുന്നുള്ളൂ. ഒരിക്കൽ സമൃദ്ധമായിരുന്ന വനസമ്പത്താകെ അമിതചൂഷണത്താൽ നാശോന്മുഖമായി.

ഈ പ്രദേശത്ത് നടപ്പാക്കിയ വികലമായ വികസനമാണ് ഈ ദുർഗ്ഗതിക്ക് കാരണം. ഹിമാലയസാനുക്കളിലുള്ള അമൂല്യവിഭവങ്ങൾ കൈക്കലാക്കാൻ എത്തിയവർക്ക് സൗകര്യം ചെയ്തുകൊടുക്കുവാനാണ് ഫലത്തിൽ റോഡുകൾ സഹായകമായത്. ദേവദാരുക്കൾ ഉൾപ്പെടെ വിലപിടിച്ച മരങ്ങൾ മലയിറങ്ങി. ഹിമാലയത്തിലെ സ്ത്രീകൾ തുടക്കമിട്ട ചിപ്കോ പ്രസ്ഥാനമാണ് കുറെയെങ്കിലും ഇതിനെ തടഞ്ഞത്. വനത്തെപ്പറ്റിയുള്ള രസകരമായ ഒരു കണക്കുണ്ട്. ലോകജനസംഖ്യയുടെ 4% മാത്രമേ മലകളിൽ വസിക്കുന്നുള്ളൂ. എന്നാൽ സമതലത്തിൽ വസിക്കുന്ന 40% പേരുടെ ഭാഗധേയം നിർണ്ണയിക്കുന്നത് വനമാണ്. മനുഷ്യരാശിയുടെ ജലഗോപുരങ്ങളായി പർവ്വതങ്ങളെ വിശേഷിപ്പിക്കാം.

ഹിമവൽപ്രദേശങ്ങളിൽ വസിക്കുന്ന പഹാഡികൾക്ക് വാസ്തവത്തിൽ അവിടെ അരങ്ങേറുന്ന വികസനത്തിന്റെ പങ്ക് ലഭിക്കുന്നില്ല എന്ന് സുന്ദർലാൽ ബഹുഗുണ വെളിപ്പെടുത്തുന്നു. പർവ്വത പ്രദേശങ്ങളിലെ അണക്കെട്ടുകളിൽനിന്നുള്ള ജലം തദ്ദേശീയർക്ക് ഉപയോഗിക്കാൻ ലഭിക്കുന്നുമില്ല. ഭാഗീരഥിയിൽനിന്നും വെള്ളം പമ്പ് ചെയ്ത് തെഹ്‌രി–ഗഢവാൾ പ്രദേശത്തെ ജലക്ഷാമമുള്ള ഗ്രാമങ്ങളിൽ വിതരണം ചെയ്യണമെന്ന ആവശ്യം നിരസിക്കപ്പെട്ടു. തെഹ്‌രിഡാം നിർമ്മിച്ചത് വാസ്തവത്തിൽ ദില്ലിയിൽ തടസ്സമില്ലാതെ വെള്ളം ഉറപ്പിക്കാൻ വേണ്ടിയത്രേ! പഞ്ചനക്ഷത്ര ഹോട്ടലുകളിലെ നീന്തൽകുളങ്ങളിലും ടോയ്‌ലെറ്റുകളിലും പൂന്തോട്ടങ്ങളിലും ഈ വെള്ളം ഉപയോഗിക്കപ്പെടുമ്പോൾ തദ്ദേശീയർ ഒരു കുടം വെള്ളത്തിനായി കിലോമീറ്ററുകൾ കാൽനടയായി പോകുന്നു.

ഇടിഞ്ഞു മാറിയ ഹിമാലയൻ പാത

തലതിരിഞ്ഞ വികസനവും ലക്കും ലഗാനുമില്ലാതെ 'വികസിക്കുന്ന' ഭക്തിവ്യവസായവുമാണ് ഇന്നത്തെ പരിസ്ഥിതി ദുരന്തങ്ങൾക്ക് കാരണം. ഇന്ന് ആത്മീയ വ്യവസായത്തിൽ ഏർപ്പെട്ടിരിക്കുന്ന സന്ന്യാസിവര്യന്മാരുടെ കപടമുഖങ്ങൾ വ്യക്തമാക്കുന്നതുകൂടിയായി ഇപ്പോഴത്തെ ദുരന്തം. ഭൗതിക ജീവിതകാമനകൾ ഉപേക്ഷിച്ച് ബ്രഹ്മത്തിൽ ലയിക്കാൻ തയ്യാറെടുക്കുന്നവർ ജീവഭയത്താൽ പ്രകോപിതരാകുന്നതും നമ്മൾ കണ്ടു. കേരളത്തിൽനിന്നുള്ള ഒരു സന്ന്യാസി സമൂഹം ബദരീനാഥിൽ കുടുങ്ങി. തങ്ങളെ രക്ഷപ്പെടുത്തണം എന്ന വായ്ത്താരി മുഴക്കാതെ ദുരന്തബാധിതരെ സഹായിക്കാനും അവസാനം കയറ്റി അയക്കപ്പെടേണ്ടവർ തങ്ങളായിരിക്കണം എന്ന നിലപാടെടുക്കാനും അവർക്ക് കഴിഞ്ഞില്ല. അഥവാ ജീവത്യാഗം ചെയ്യേണ്ടിവന്നാൽ തന്നെ നരനാരായണ പർവ്വതങ്ങൾക്കും സ്വർഗ്ഗാരോഹിണിക്കും ഇടയിലെ ബദരീപാദങ്ങളിൽ വീണ് സ്വർലോകം പൂകുന്നതിനും അപ്പുറം എന്തു സൗഭാഗ്യമാണ് ഈ സന്ന്യാസിമാർക്ക് ലഭിക്കാനുള്ളത്? സ്വന്തം ശരീരവും സുഖഭോഗങ്ങളും അതിന്റെ കാമനകളും മാത്രം മനോമുകുരങ്ങളിൽ വിളങ്ങുന്ന ആധുനിക സന്ന്യാസിമാരും ലാഭേച്ഛയോടെയുള്ള അവരുടെ ചാർധാം യാത്രയും അതിന്റെ പരിസരത്ത് വിളങ്ങുന്ന അശാസ്ത്രീയ വികസനവുമാണ് ഈ ദുരന്തങ്ങൾക്ക് ആക്കം കൂട്ടുന്നത്.

6

തെരുവുകളിൽ അഗ്നിപടർന്ന ഒരു ശിശിരത്തിൽ

"കനത്തെഴും മഞ്ഞുപൊഴിഞ്ഞുശീതമായ്
തൂവെണ്ണിലാവേറ്റധികം കുളിർത്തതായ്
ഒട്ടും ജനത്തിനഭികാമ്യമല്ലിതാ
മങ്ങുന്ന താരങ്ങളണിഞ്ഞ യാമിനി."

– ശിശിര വർണ്ണനം, *ഋതുസംഹാരം*

ഡിസംബറിലെ ആകാശ രാത്രി നക്ഷത്രഭരിതം. താഴെ ഇരുട്ടിൽ തെളിഞ്ഞു നില്ക്കുന്ന വഴിവിളക്കുകൾ, കവലകൾ, നഗരദീപങ്ങൾ. വെട്ടത്തിന്റെ പെരും കാഴ്ചയായി ന്യൂഡൽഹിയെന്ന മഹാനഗരം. ആകാശയാനം ചരിയുമ്പോൾ നഗരമാകെ ഒരുവശം കൊണ്ടുയർന്നു വന്നു. പലവട്ടം ചുറ്റിപ്പറന്ന് നിലത്തിറങ്ങുമ്പോൾ യാത്രയ്ക്കു നന്ദിയും, തണുപ്പിന്റെ അളവും, ദില്ലിയിലേക്ക് സ്വാഗതവും പറഞ്ഞ് ശബ്ദം നിലച്ചു. ദരിദ്ര രാജ്യത്തിന്റെ യാതൊരു ലാഞ്ഛനയുമില്ലാത്ത പ്രൗഢഗംഭീര വിമാനത്താവളം – ഇന്ദിരാഗാന്ധി ഇന്റർ നാഷണൽ എയർപോർട്ട്.

കൺവെയർ ബൽറ്റിൽ കണ്ണുപാർത്ത്, ലഗ്ഗേജുകൾ എടുത്തുമാറ്റി. പുറത്ത് ടാക്സികളുടെ നിര. പ്രീപെയ്ഡ് കൗണ്ടറിൽ കർമ്മനിരതരായ പൊലീസുകാർ.

പാതിരാത്രി.

തണുപ്പ് ഇത്രമേൽ ക്രൂരമാണെന്ന് മുമ്പറിഞ്ഞിരുന്നില്ല. മൂടൽമഞ്ഞ് സകല കാഴ്ചകളും മറച്ചിരുന്നു. വഴിവിളക്കുകളിലെ മഞ്ഞവെളിച്ചം എങ്ങും തെളിഞ്ഞുനിന്നു.

രൂപങ്ങൾ നിഴലുകൾ മാത്രമായി. വീതിയേറിയ വഴികൾ ഏറെ വിജനം. ഓവർബ്രിഡ്ജുകളും അണ്ടർപാസുകളും റിങ്റോഡുകളും നഗരചത്വരങ്ങളും പിന്നിട്ട് കേരളഹൗസിൽ.

സലാം പറഞ്ഞ് സർദാർജി വണ്ടിതിരിച്ചു.

"ആവശ്യമുണ്ടെങ്കിൽ വിളിക്കണം."

കാർഡു വാങ്ങി പോക്കറ്റിൽ സൂക്ഷിച്ചു.

ഇന്ന് തീയതി 22. അതോ ഇരുപത്തിമൂന്നോ?

പുലർച്ചെ, കിടുകിടാവിറയ്ക്കുന്ന തണുപ്പിൽ കേരളാഹൗസ് മുറ്റത്തെ പൂവുകൾ തുടുത്തു നിന്നു. മരങ്ങളും മന്ദിരങ്ങളും മൂടൽമഞ്ഞിൽ പൊതിഞ്ഞിരുന്നു. പല സ്വറ്ററുകൾക്കുള്ളിലും ഹൃദയം വിറകൊണ്ടു. കൈകാലുകളിലെ ഉറകൾ ഭേദിച്ച് തണുപ്പ് അരിച്ചുകയറി. ശിശിരം നമുക്ക് വെറുമൊരു പേരെങ്കിൽ ഇന്ദ്രപ്രസ്ഥത്തിൽ അതൊരു ഋതുതന്നെയാണ്.

ദില്ലിയിലെ മഞ്ഞുമൂടിയ പ്രഭാതം

ഇലപൊഴിക്കുന്ന മരങ്ങൾ നിത്യഹരിതമായ ഇലഞ്ഞികൾക്കൊപ്പം ലജ്ജിച്ചു നിന്നു.

ദില്ലിയെ പൊതിഞ്ഞുനിന്ന മൂടൽമഞ്ഞിൽ മഞ്ഞ വെളിച്ചം വിതറി ഇന്നോവ നിന്നു. കേരളാഹൗസിലെ സുഹൃത്ത് പ്രമോദ്, ഡ്രൈവറെ പരിചയപ്പെടുത്തി.

"ത്രിലോക്"

"നമസ്തെ സാബ്"

"നമസ്തെ ത്രിലോക്."

ഉത്തരാഖണ്ഡിലെ അൽമോറക്കാരനാണ് ത്രിലോക്. ഡ്രൈവറുടെ സീറ്റിനു മുന്നിൽ ഗോലു ദേവതയുടെ ചിത്രം. അൽമോറ മലനിരകളിലെ ശാന്തത ത്രിലോകിന്റെ മുഖത്തുകാണാം.

പലവട്ടം കണ്ടതാണെങ്കിലും ഒരനുഷ്ഠാനം പോലെ ദില്ലിക്കാഴ്ച.

കണ്ണടച്ചിരുന്നാൽ കാഴ്ചകൾ ഒന്നൊന്നായി എത്തും. ജന്തർമന്ദർ, ഇന്ത്യാ ഗേറ്റ്, പുരാനാകിലോ, റെഡ്ഫോർട്ട്, പാർലമെന്റ് മന്ദിരം, റെയ്സാനാ കുന്ന്, ലോട്ടസ് ടെമ്പിൾ, സുപ്രീംകോടതി, തീൻമൂർത്തി ഭവൻ, ഇന്ദിരാ ഗാന്ധിയുടെ വസതി.

ഇന്ദിരാഗാന്ധിയും രാജീവും, സോണിയയും ജീവിച്ച വൃത്തിയുള്ള ചെറിയ വീട്. വിശാലമായ ലൈബ്രറി. രാജീവ് സോണിയ പ്രണയ ചിത്രങ്ങൾ. ഇന്ദിരയെന്ന കുട്ടി-യുവതി-പ്രധാനമന്ത്രി. വെടിയേറ്റുവീണ ഇടം. രാജീവിന്റെ ചിതറിയ വസ്ത്രത്തിന്റെ ബാക്കി....

ഇന്ദിരാഗാന്ധിയുടെ, രാജീവിന്റെ, സോണിയയുടെ വസതിയിൽ നിന്നും ഇറങ്ങുമ്പോൾ ത്രിലോക് പറഞ്ഞു: “സാബ് എല്ലാടവും കാണാനൊക്കില്ല. പ്രശ്നമാണ്. റോഡുകൾ തടയപ്പെട്ടിരിക്കുന്നു....”

2

ഡിസംബർ 16 ലെ ദില്ലി ഒരു പെൺകുട്ടിയുടെ പേരിൽ അടയാളപ്പെടുത്തപ്പെട്ടിരിക്കുന്നു. അവളുടെ പേര് നിർഭയയെന്നോ ജ്യോതിയെന്നോ ആകട്ടെ. *ലൈഫ് ഓഫ് പൈ* എന്ന യാൻ മാർട്ടിന്റെ നോവൽ സിനിമയാക്കിയത് കാണാൻ സുഹൃത്തുമൊത്ത് പോയി മടങ്ങുമ്പോൾ ബസിനുള്ളിൽ വച്ച് കൂട്ടബലാത്സംഗത്തിനിരയായി, കമ്പി തിരുകിക്കയറ്റി ആന്തരികാവയവങ്ങൾ തകർക്കപ്പെട്ട്, തെരുവിലേക്ക് വലിച്ചെറിയപ്പെട്ടവൾ. അവളുടെ ജീവൻ സഫർജങ് ആശുപത്രിയിൽ തെളിഞ്ഞും പൊലിഞ്ഞുമിരുന്നു.

ദില്ലിയിലെ തെരുവുകളിൽ പ്രതിഷേധം പെരുകി നിറഞ്ഞു. എങ്ങും സംഘർഷം. രാത്രിയിൽ മെഴുകുതിരി കത്തിച്ച് വീഥികളിൽ നിറഞ്ഞ യുവതീയുവാക്കൾ മിന്നാമിനുങ്ങുകളായി. പ്രതിഷേധത്തിന്റെ മിന്നാമിനു

നിർഭയ: പ്രതിഷേധത്തെ നേരിടുന്നു

ങ്ങുകൾ രാത്രി മുഴുവൻ പറന്നു നടന്നു. കൊടിയ തണുപ്പിനെ ആത്മ വിശ്വാസംകൊണ്ടു പുതച്ചു.

പൊലീസ് വ്യൂഹത്തെ, ടിയർ ഗ്യാസിനെ, ജലപീരങ്കിയെ, നിശ്വാ സംകൊണ്ടു നേരിട്ടു.

ഈ ദില്ലിയിലാണ് ഞങ്ങളുടെ കാഴ്ച!

ബസുകൾ, മെട്രോ ട്രെയിൻ നിശ്ചലം. വഴികൾ തടയപ്പെട്ടു. ഓടി യോടി തുടങ്ങിയ ഇടത്തുതന്നെ എത്തുന്ന യാത്രകൾ. പൊലീസ് വാഹനങ്ങളുടെ സൈറൺ.

കാഴ്ചകൾ പാതിവഴിവിട്ട് കേരളാഹൗസിലേക്കു മടങ്ങി.

ജന്തർമന്തറിൽ പ്രതിഷേധക്കൊടുങ്കാറ്റ്.

പെൺകുട്ടികൾ ഉയർത്തിപ്പിടിച്ച പ്ലക്കാർഡിൽ ഇങ്ങനെ എഴുതിയിരി ക്കുന്നു.

"ഞങ്ങളുടെ വസ്ത്രധാരണത്തെ കുറ്റം പറയാതെ നിങ്ങളുടെ ആൺമക്കളോട് ബലാത്സംഗം ചെയ്യരുതെന്നു പറയൂ."

പെൺകുട്ടിയുടെ ചിത്രത്തിനുമുന്നിൽ ലിംഗവർഗ്ഗഭേദങ്ങൾ മറന്ന് യുവത ഒന്നായി.

ദില്ലി കാണാനല്ല, മഞ്ഞു കാണാനത്രെ ഈ ശിശിരകാലയാത്ര.

മഞ്ഞിൽ നടക്കണം, മഞ്ഞിൻകണങ്ങൾ കൈകളിൽ വാരണം. മഞ്ഞിൽ ഉരുളണം, മഞ്ഞ് ഐസ്ക്രീം പോലെ നനഞ്ഞതോ പതപോലെ പതുപതുത്തതോ പാറപോലെ ഉറച്ചതോ എന്നു നേരിട്ടറിയണം. പല കാലങ്ങളിൽ പലയിടങ്ങളിൽ മഞ്ഞു പ്രതീക്ഷിച്ചു പോയി. ഡാർജിലിങ്, സിംല, ബദരീനാഥ്..... മഞ്ഞു കണ്ടു; അങ്ങുദൂരെ.

ഇക്കുറി മഞ്ഞിൽ കുളിച്ചേ തീരൂ. അതിനാണ് ക്രിസ്തുമസ് കാലത്ത് യാത്രയ്ക്കൊരുങ്ങിയത്.

3

ഒരു പകൽ മുഴുവനും രാത്രിയിലെ കുറെ യാമങ്ങളും വേണ്ടിവരും ലക്ഷ്യത്തിലെത്താൻ എന്ന് മുൻകൂട്ടി മനസ്സിലാക്കിയിരുന്നു. പ്രമോദ് വഴി വിവരണം നല്കുകയും ത്രിലോക് എന്ന ഡ്രൈവറെയും അയാളുടെ ഇന്നോവ കാറിനെയും ഞങ്ങൾക്കായി ഒരുക്കുകയും ചെയ്തു.

തണുത്തുമരവിച്ച ദില്ലിയിൽ പുലർകാലത്ത് നാലുമുപ്പതു എന്ന സമയം ഇത്തിരി കടുത്തതാണ്. ശൈത്യം അതിന്റെ പാരമ്യത്തിലെ ത്തുന്ന സമയം. നേർത്ത മഞ്ഞിന്റെ ആവരണം കട്ടിയേറിയ മറയായി മാറിയിരുന്നു.

"കാലാവസ്ഥ മോശമാണ് സാബ്. ചാറ്റൽമഴ പെയ്തതുകാരണം മഞ്ഞ് കൂടിയിരിക്കുന്നു. റോഡ് കാണാനാകുമോയെന്നു സംശയമുണ്ട്."

"നോക്കാം ത്രിലോക്, വെളുക്കുമ്പോൾ എല്ലാം ശരിയാവും."

"ഠീക് ഹെ സാബ്."

മഞ്ഞിലെ ഇത്തിരിക്കാഴ്ചയിൽ മെല്ലെയാണ് ത്രിലോക് വണ്ടിയോടിക്കുന്നത്.

എന്നിട്ടും ഒന്നുരണ്ടുവട്ടം എതിരെവന്ന വണ്ടിയെ കണ്ടത് അടുത്തെത്തിയപ്പോൾ മാത്രം.

എൻ എച്ച് ഒന്നിന്റെ പരപ്പ് മഞ്ഞുപാളികൾക്കിടയിലൂടെ വന്നു

തണുത്തുറഞ്ഞ ദില്ലിയിലെ സാധാരണ മനുഷ്യൻ

പോയി. ദീൻദയാൽ ഉപാദ്ധ്യായ റോഡും ബഹദൂർഷാ സഫർ റോഡും, ഡോക്ടർ ഹെഡ്ഗെവാർ റോഡും പിന്നിട്ട് ബാനുർ റോഡിലെത്തി.

ദില്ലി നഗരം വിടുന്നതിന്റെ ലക്ഷണങ്ങൾ കണ്ടു. കെട്ടിടങ്ങൾ ഒഴിഞ്ഞ തരിശുഭൂമികൾ, കൂറ്റൻ ഫ്ളാറ്റുകൾ, ഒറ്റപ്പെട്ട എഞ്ചിനീയറിങ് കോളേജുകൾ.

ഇന്ത്യയിലെമ്പാടും ആദായകരമായ കൃഷിയായി സാങ്കേതികവിദ്യാഭ്യാസം മാറിയിട്ടുണ്ട്.

ഹരിയാനയിലെ കൃഷിയിടങ്ങൾ മഞ്ഞിൽ മറഞ്ഞിരിക്കുന്നു. മേഘങ്ങൾക്കിടയിലൂടെ യാത്ര ചെയ്യുംപോലെ. കാറുകൾ കയറ്റിപ്പോകുന്ന കൂറ്റൻ ട്രക്കുകളും കണ്ടെയ്നറുകൾ നിറച്ച ലോറികളും ഹൈടെക് ബസുകളും അത്യാധുനികം മുതൽ പഴക്കമുള്ള അംബാസിഡർ കാറുകൾ വരെ ഹെഡ് ലൈറ്റുകൾ പ്രകാശിപ്പിച്ചാണ് മെല്ലെമെല്ലെ നീങ്ങുന്നത്.

ഡാബയിലെ ഭക്ഷണം ചൂടായിത്തന്നെ കിട്ടി. പക്ഷേ, കുടിവെള്ളം കിടിലൻ തണുപ്പ്. പല്ലുകൾ ഊരിവീണുപോകും പോലെ. ഈ കൊടും തണുപ്പിലും ചൂടുവെള്ളം ലഭിക്കാൻ ബുദ്ധിമുട്ടാണ്. ചൂടുവെള്ളം കുടിക്കുന്നത് ഒരു വടക്കേയിന്ത്യൻ രീതിയല്ല.

സൂര്യന്റെ മങ്ങിയരൂപം ആകാശത്ത് കാണാം. ചരിത്ര നഗരങ്ങൾ ഓരോന്നായി പിന്നിടുകയാണ്. ഭൂപ്രകൃതിയിൽ കാര്യമായ മാറ്റങ്ങൾ

ഒന്നും ദൃശ്യമാകുന്നില്ല. മൂടൽമഞ്ഞ് എല്ലാം മറച്ചിരിക്കുന്നു. തിങ്ങി വളർന്ന കരിമ്പിൻതോട്ടങ്ങൾ. തുവരൻ പരിപ്പ്, ഉള്ളി, കടുക് എന്നിവ കൃഷി ചെയ്തിരിക്കുന്ന വിശാലമായ പാടങ്ങൾ. പാനിപത്, കർണ്ണാൽ, കുരുക്ഷേത്ര എന്നീ പട്ടണങ്ങൾ പിന്നിട്ട് അമ്പാലയിലെത്തി. അമ്പാല, ഹരിയാന–പഞ്ചാബ് അതിർത്തിയിലെ പ്രധാന നഗരമാണ്. പ്രധാനപ്പെട്ട ഒരു സൈനിക കേന്ദ്രം കൂടിയാണ് ഇവിടം. പട്ടാളക്കാരും യുദ്ധോപകരണങ്ങളും നിറഞ്ഞ തീവണ്ടികൾ കടന്നുപോയി. യുദ്ധോപകരണങ്ങളുടെ അതേ നിർജ്ജീവതയാണ് സൈനികർക്കും.

പഞ്ചാബ് ഏറെ വ്യത്യസ്തകളുള്ള ഒരു സംസ്ഥാനമാണ്. ഭഗത്സിങ്ങിന്റെയും രാജ്ഗുരുവിന്റെയും ചന്ദ്രശേഖർ ആസാദിന്റെയും നാട്. ജാലിയൻവാലാബാഗിന്റെയും സുവർണ്ണക്ഷേത്രത്തിന്റെയും നാട്. വിഭജനത്തിന്റെ മുറിവുകൾ, സ്വാതന്ത്ര്യത്തിന്റെ പരിക്കുകൾ, പോരാട്ടവീറിന്റെ നേർസാക്ഷ്യങ്ങൾ ഇവയെല്ലാം ചേർന്നതാണ് ഇന്നത്തെ പഞ്ചാബ്. ഖാലിസ്ഥാൻവാദവും ബ്ലൂസ്റ്റാർ ഓപ്പറേഷനും ഇന്ദിരാഗാന്ധിവധവും ഇന്നത്തെ അകാലി രാഷ്ട്രീയവും വർഗ്ഗീയ രാഷ്ട്രീയവും ചേർന്ന പഞ്ചാബ് മറ്റൊന്നാണ്. ഇന്ത്യൻ നാഗരികതയുടെ കളിത്തൊട്ടിലായും പഞ്ചാബിനെ വിശേഷിപ്പിക്കാം. 3000 ബി സി മുതൽ 1700 ബി സിയിൽ ആര്യന്മാരുടെ കടന്നുവരവുവരെ പ്രബലമായിരുന്ന ഹാരപ്പൻ സാംസ്കാരവും ഈ മണ്ണിലാണ് ഉയിർകൊണ്ടത്.

പഞ്ചാബിന്റെ സവിശേഷതകളിൽ സിഖ് മതവും പെടും. 1469–1539 കാലത്ത് ജീവിച്ച ഗുരുനാനാക്കാണ് സിഖ് മതസ്ഥാപകൻ. രൂപമില്ലാത്ത ഏകദൈവസങ്കല്പമായിരുന്നു അദ്ദേഹത്തിന്റേത്. ജാതിക്കും മതത്തിനും എതിരായതും സമത്വത്തിൽ അധിഷ്ഠിതവുമായ സിഖ് മതം ഹിന്ദു–മുസ്ലീം വിശ്വാസങ്ങളിലെ ഘടകങ്ങൾ ഉൾക്കൊണ്ടിരുന്നതിനാൽ ഇരുവിഭാഗങ്ങൾക്കും സ്വീകാര്യമായി. പുതിയ മതത്തിനെതിരെ ഔറംഗസെബ് നടത്തിയ അടിച്ചമർത്തലുകൾ സിഖ് വിശ്വാസത്തെ ശക്തിപ്പെടുത്തി. ഏറ്റുമുട്ടൽ സ്വഭാവം വളർത്തിയെടുത്ത് മതത്തെ തീവ്രമാക്കിയ പത്താം ഗുരുവായ ഗോവിന്ദ്സിങാണ് 'ഖൽസ'യ്ക്ക് രൂപം നല്കിയത്.

ഗുരു ഗോവിന്ദ സിങ്

ഖൽസ എന്ന വാക്കിന്റെ അർത്ഥം പരിശുദ്ധം എന്നാണ്. 1699 മാർച്ച് 30 ന് പത്താംഗുരുവായ ഗുരുഗോവിന്ദ് സിങ് വിളിച്ചുചേർത്ത ഇന്ത്യാ ഉപഭൂഖണ്ഡത്തിലെ മുഴുവൻ അനുയായികളുടെയും യോഗത്തിൽ വച്ചാണ് ഖൽസയ്ക്ക് രൂപം നല്കിയത്. സിഖ് മതത്തിന്റെ നേതൃത്വം

ഖൽസയ്ക്ക് നല്കപ്പെട്ടു. അതിനെ 'ഗുരുപന്ത്' എന്നും ആത്മീയനേതൃത്വത്തെ 'ഗുരുഗ്രന്ഥസാഹിബ്' എന്നും വിളിക്കുന്നു. സിഖ് സമൂഹത്തിന്മേലുള്ള ഭരണപരവും സൈനികവുമായ അധികാരവും ഖൽസയ്ക്കാണ്.

സ്വന്തം ഗുരുവിന് ജീവൻ ബലിയായി നല്കാൻ തയ്യാറായി എത്തിയ അഞ്ചുപേർ (പഞ്ചപ്യാരെ അഥവാ അഞ്ച് പ്രിയപ്പെട്ടവർ) ഖൽസയുടെ തുടക്കക്കാരായി അറിയപ്പെടുന്നു. അതിന്റെ കഥ ഇങ്ങനെ:

> ഗുരുഗോവിന്ദ് സിങ് വിളിച്ചുചേർത്ത യോഗത്തിൽ വച്ച് അദ്ദേഹം തന്റെ വാൾ ഊരിപ്പിടിച്ച്, സ്വന്തം തല ബലിയായി നല്കാൻ തയ്യാറുള്ളവരെ ക്ഷണിച്ചു. ആദ്യം ഒരാളും തയ്യാറായില്ല. ഗുരുവിന്റെ ആവർത്തിച്ചുള്ള ആവശ്യത്തിനുമുന്നിൽ സ്വന്തം തല ബലിയായി നല്കാൻ ദയാറാം എന്നയാളെത്തി. അയാളെ പ്രത്യേകം തയ്യാറാക്കിയ കൂടാരത്തിനുള്ളിലേക്ക് കൊണ്ടുപോയി. ചോരയിറ്റുവീഴുന്ന വാളുമായി ഗോവിന്ദ്സിങ് പുറത്തെത്തി. അടുത്ത തല ആവശ്യപ്പെട്ടു. ആവർത്തിച്ചുള്ള ചോദ്യത്തിനുശേഷം ഒന്നൊന്നായി നാലുപേർ എത്തി. നാലുപേരെയും ക്രമത്തിൽ ഉള്ളിലേക്കു കൊണ്ടുപോയി. ചോര പുരണ്ട വാളുമായി തിരിച്ചെത്തി. ഒടുവിൽ അഞ്ചുപേരെയും ഗുരു ഒരു പരുക്കുമില്ലാതെ പുറത്തെത്തിച്ചു. അവരുടെ ആത്മത്യാഗസന്നദ്ധതയെ പ്രകീർത്തിച്ചു. പഞ്ചസാരയും വെള്ളവും ചേർത്തു നിർമ്മിച്ച 'അമൃത്' ഇവർക്കു നല്കി. ഗുരുതത്ത്വങ്ങളിന്മേൽ പ്രതിജ്ഞയെടുപ്പിച്ച് അവരെ സിംഹ് (സിംഹം) എന്നു വിളിച്ചു. അപ്രകാരം പ്രതിജ്ഞയെടുത്ത സ്ത്രീകളെ കൗർ (രാജ്ഞി) എന്നും വിളിച്ചു.

ഇങ്ങനെയാണ് 'സിംഹും' 'കൗറും' രൂപപ്പെട്ടത്. ഖൽസയ്ക്ക് വിധേയരാകാത്ത സിഖുകാരുമുണ്ട്. ജാതിവിവേചനത്തിന് ഖൽസ എതിരാണ്. ഏറ്റവും താണ ജാതിക്കാരായി കണക്കാക്കിയവരെ ഏറ്റവും മുകളിൽ പ്രതിഷ്ഠിച്ചു. ആദ്യത്തെ സിഖ് വംശ രാജാവായ ബന്തസിങ് ബഹദൂർ 1708 ൽ ഭൂപരിഷ്കരണം നടപ്പിലാക്കി. ജന്മിമാരിൽനിന്നും ഭൂമി പിടിച്ചെടുത്ത് കൃഷിക്കാർക്കു നല്കി. പക്ഷേ, മുളരാൽ ഈ രാജാവും അനുചരന്മാരും കൊല്ലപ്പെട്ടു. ഭൂപരിഷ്കരണം അട്ടിമറിക്കപ്പെട്ടു. എങ്കിലും ഇന്നും അവർ സിഖുകാരുടെ വീരനായകന്മാരാണ്.

ഇന്ത്യയിലെ ഏറ്റവും സമ്പന്നമായ ഈ സംസ്ഥാനത്തെ സ്ത്രീപുരുഷന്മാർ ഏറെ കരുത്തരാണ്.

ആധുനിക കൃഷിയിലേക്ക് അവർ മുമ്പേകടന്നിരുന്നു. ഹരിതവിപ്ലവത്തിന് ഇപ്പോൾ വില നല്കുന്നു എന്ന വിമർശനവുമുണ്ട്. അമിത വള പ്രയോഗവും കീടനാശിനികളുടെ ഉപയോഗവും മണ്ണിന്റെ ഫലഭൂയിഷ്ഠത കുറച്ചിരിക്കുന്നു.

ഗോതമ്പിന്റെയും കടുകിന്റെയും പാടങ്ങൾ ഹൃദയഹാരിയായ

കാഴ്ചയാണ്. ഗുരുദ്വാരകളിൽനിന്നുയരുന്ന കീർത്തനങ്ങൾ മഞ്ഞണിപ്പാടങ്ങളിലൂടെ ഒഴുകിയെത്തുന്നു.

പഞ്ചാബ് സമതലത്തിന് പാശ്ചാത്യരാജ്യങ്ങളുടെ ദൃശ്യത്തോടാണ് കൂടുതൽ പൊരുത്തം. വയലേലകളിൽ സോഫ്റ്റ്‌വുഡായ പോപ്ലർ പ്ലാന്റേഷനുകൾ പെരുകുന്നു. ശിശിരത്തിൽ ഇലപൊഴിക്കാൻ തയ്യാറെടുത്തു നില്ക്കുന്ന പോപ്ലർ മരങ്ങൾ ചന്തമേറിയ കാഴ്ച തന്നെയാണ്. കാർ മുന്നോട്ടുനീങ്ങുമ്പോൾ പോപ്ലർ മരങ്ങളുടെ കൃത്യമായ പാറ്റേണുകൾ അകന്നുപോകും. കടും ചുവപ്പിൽ സ്വർണ്ണനിറമാർന്ന ഇലകൾ കാറ്റത്ത

പോപ്ലർ മരങ്ങൾ

ടർന്നു വീഴുന്നതുകാണാം.

വ്യാപകമായ മൂടൽമഞ്ഞും തണുപ്പും ഗോതമ്പുപാടങ്ങളും പോപ്ലർ പ്ലാന്റേഷനുകളും ഗുരുദ്വാരകളും കുതിരവണ്ടികളും ട്രാക്ടറുകളും ചിത്രപ്പണിയാൽ അലങ്കരിച്ച ലോറികളും വർണ്ണത്തുണികൾകൊണ്ട് തലകെട്ട് കെട്ടിയ പുരുഷന്മാരും ചുരിദാറും ദുപ്പട്ടയും ധരിച്ച സ്ത്രീകളും കൂടിക്കലർന്ന കാഴ്ചയാകുന്നു ഒരു യാത്രക്കാരനെ സംബന്ധിച്ച് പഞ്ചാബ്.

വെണ്ണപുരട്ടി മൃദുലമാക്കിയ പഞ്ചാബി റൊട്ടിയും, ദാൾകറിയും ഉള്ളിയും പച്ചമുളകും, കട്ടിപ്പാലിന്റെ ചായയും, സർദാർജിയുടെ ചിരിയും ചേരുമ്പോൾ ഈ നാട്ടിൽ പേർത്തും പേർത്തും എത്തിച്ചേരാൻ ഒരാൾ കൊതിച്ചാൽ കുറ്റപ്പെടുത്താനാകില്ല.

4

പഞ്ചാബിന്റെ സമതലങ്ങൾ പിന്നിട്ട് കയറ്റം കയറിത്തുടങ്ങി. ത്രിലോക് ഇടയ്ക്കിടെ നിശ്ശബ്ദത വെടിയും. ദില്ലിയിലെ ജീവിതം എങ്ങ

നെയാണ് ഒരു സാധാരണക്കാരനെ അന്യവല്ക്കരിക്കുന്നതെന്ന് കൊച്ചു കൊച്ചു വാക്കുകളിലൂടെ പറഞ്ഞു.

രണ്ടുപെൺമക്കളാണ്. ഒരാൾ പ്ലസ്ടുവിനും മറ്റെയാൾ പത്തിലും. ബീവിക്ക് ഞാൻ ദില്ലിവാലാ രാജകുമാരനാണ്. രണ്ടോമൂന്നോ മാസത്തിലൊരിക്കൽ ലോവർ ഹിമാലയത്തിൽപ്പെട്ട അൽമോറയിലേക്ക് പോകും. കൈനിറയെ പൊതികളുമായി. സമതലത്തിലുള്ളവർ സുഖവാസത്തിനായി അൽമോറയിലെ മലനിരകൾ കയറുമ്പോൾ ത്രിലോക് ജീവിതത്തിനായി മലയിറങ്ങും. ദില്ലിയിൽ ഒരു ഡ്രൈവർ ഒന്നുമല്ല; ഒരു മനുഷ്യജീവിപോലും. കാർ സ്വന്തമല്ല. മാലിക്കിന്റെ ചീത്തവിളിയും. നായ്ക്കൊപ്പംപോലുമില്ല പരിഗണന.

പറയുമ്പോൾ ത്രിലോകിന്റെ കണ്ണുകൾ നിറഞ്ഞു.

അരവിന്ദ് അഡിഗയുടെ 'വെള്ളക്കടുവയിലെ' കേന്ദ്രകഥാപാത്രം മനസിലെത്തി. ആധുനിക ദ്വരമാർ പഞ്ചനക്ഷത്രങ്ങളിൽ കുടിച്ചുകൂത്താടി കാമകേളികളാടുമ്പോൾ സാബുമാരുടെയും മേംസാബുമാരുടെയും രഹസ്യബന്ധങ്ങളെപ്പറ്റി പറഞ്ഞ് അശ്ലീലപ്രസിദ്ധീകരണങ്ങൾ വായിച്ച് ഫോൺവിളിയും കാത്തിരിക്കുന്ന ഡ്രൈവർമാർ. ദില്ലിയിലെ കീഴാളർ.

വളവുകളും തിരിവുകളും പിന്നിട്ട് ബിലാസ്പൂർ അടുക്കുകയാണ്. സിമന്റ് ഫാക്ടറികളുടെ കേന്ദ്രമത്രേ ബിലാസ്പൂർ. ഇന്ത്യയിലെ അസംഖ്യം ബിലാസ്പുരങ്ങളിൽ ഒന്നാണ് ഹിമാചൽപ്രദേശിലേത്.

സിമന്റ് ചാക്കുകൾ നിറച്ച ലോറികൾ എതിരെ വരുന്നതു കാരണം യാത്ര മെല്ലെ മെല്ലെയായി.

സുന്ദരനഗരത്തിലെത്തുമ്പോൾ ഇരുട്ടു വീണു തുടങ്ങി.

ഭൂപ്രകൃതിയിലും കാതലായ മാറ്റം. ആകാശം മുട്ടുന്ന മലനിരകൾ. മൂടൽമഞ്ഞ് അങ്ങ് ചക്രവാളത്തിൽമാത്രം. മലയിടുക്കുകളിൽ കാണുന്ന ധവളശോണിമ.

സായാഹ്നസൂര്യനും മഞ്ഞുപാളികളും തമ്മിലുള്ള സൗന്ദര്യമത്സരം.

മലയുടെ താഴ്‌വാരങ്ങൾ വെട്ടിയൊതുക്കി നിർമ്മിച്ച മലമ്പാതകൾ. തടാകങ്ങളും പുഴകളും കടന്ന് കുളുവിലേക്ക്.

കുളുതാഴ്‌വര 17–ാം നൂറ്റാണ്ടുമുതൽക്കെ താഴ്‌വരകളുടെ തലസ്ഥാനമാണ്. സ്വാതന്ത്ര്യാനന്തരം ജില്ലാ ആസ്ഥാനം. ഒരുകാലത്ത് ഹിമാലയത്തിന്റെ ഈ താഴ്‌വാരം ടൂറിസ്റ്റുകളെ കൊണ്ടുനിറഞ്ഞിരുന്നു. മഞ്ഞുകാലത്ത് കുളുവിലെ ആപ്പിൾ തോട്ടങ്ങളിലും വീടുകളിലും മുറ്റത്തും വഴികളിലുമാകെ മഞ്ഞു നിറയും.

സൗന്ദര്യത്തിന്റെ മറ്റൊരു പേരത്രെ കുളു. വടക്ക് പിർപഞ്ചാൽ. കിഴക്ക് പാർവ്വതി മലനിരകൾ. പടിഞ്ഞാറ് ബാരഭംഗൽ മലനിരകൾ. ഇടയിലുള്ള താഴ്‌വാരമാണ് കുളു. കുളുവിനെ ഉർവ്വരമാക്കി ബിയാസ്. മണ്ഡിക്കടുത്തുള്ള ലാർജ്ജിഗോർജ് (Largji Gorge) മുതൽ ലാഡാക്കിലേക്കുള്ള കവാടമായ റോതങ് പാസ്സ് (Rohtang Pass) വരെയുള്ള 80 കിലോമീറ്റർ നീളത്തിലുള്ള പ്രദേശമാണിത്. മദ്ധ്യ ഏഷ്യയും ഗംഗാസ

കുളു താഴ്വര

മതലവും തമ്മിലുള്ള വാണിജ്യഇടപാടുകൾ ഈ പാതവഴിയാണ് നടന്നിരുന്നത്. ഈ വാണിജ്യപാതകൾ പലപ്പോഴും കടന്നുകയറ്റങ്ങൾക്കും സൈനികനീക്കങ്ങൾക്കും വഴിയൊരുക്കിയിട്ടുണ്ട്. 1847 ൽ കുളു ബ്രിട്ടീഷ് നിയന്ത്രണത്തിലായി. സിംലയിൽ നിന്നുമുള്ള ജലോരിപാസുവഴി കൊളോണിയൽ കുടുംബങ്ങൾ കുളുവിലെത്തി.

അവരാണ് ഈ ദേശത്തെ കാലാവസ്ഥ ആപ്പിൾ കൃഷിക്ക് ഉചിതമെന്നുകണ്ടത്. ആപ്പിൾ തോട്ടങ്ങൾ വെച്ചുപിടിപ്പിച്ചത്. പരസ്യവും രഹസ്യവുമായി കഞ്ചാവ് കൃഷി, ഇവിടത്തെ സമ്പദ്വ്യവസ്ഥയുടെ വേർപെടുത്താനാവാത്ത ഘടകമായി നിലകൊള്ളുന്നു.

ആപ്പിൾ കയറ്റിക്കൊണ്ടുപോകാനായിട്ടാണ് 1927 ൽ റോഡുകൾ നിർമ്മിച്ചത്. അതോടെ കുളുവിന്റെ ഒറ്റപ്പെടൽ അവസാനിച്ചു.

ടിബറ്റിൽ പ്രശ്നം രൂക്ഷമായതോടെ അവിടെനിന്നും പലായനം ചെയ്ത ബുദ്ധമതവിശ്വാസികളിൽ കുറെയേറെപേർ കുളുവിൽ സെറ്റിൽ ചെയ്തു.

പഹാഡികൾ എന്നറിയപ്പെടുന്ന ഭൂവുടമകളും അവരുടെ കുടിയാന്മാരായ താണജാതിക്കാരുമാണ് ജനസംഖ്യയിലേറെയും. വർണ്ണാഭമായ വസ്ത്രങ്ങളും ശിരോവസ്ത്രങ്ങളും ധരിച്ച സ്ത്രീകളും ആട്ടിടയന്മാരായ ഗഡികളും കുളുവിലെ കാഴ്ചകൾക്ക് മോടിപകരുന്നു.

കുളുവിലേക്കുള്ള വഴിയിൽ നാം ബിയാസ് നദിയെ സന്ധിക്കുന്നു.

പലസ്ഥലങ്ങളിലായി ഡാം കെട്ടി തടയപ്പെട്ടിട്ടുണ്ടെങ്കിലും തെളിനീരുമായുള്ള അവളുടെ പാച്ചിൽ ചേതോഹരമാണ്.

മലനിരകൾ തുരന്നുപോകുന്ന ടണലുകളും റോഡിനുമുകളിലേക്ക് കുടവിരിക്കുന്ന പർവ്വതാഗ്രങ്ങളും ഹെയർപിൻ വളവുകളും പകരുന്ന

കാഴ്ചപെരുമ അവാച്യമാണ്. അംബരചുംബികളായ മലനിരകളും മഞ്ഞുമലയായ സ്ഥിതിപർവ്വതത്തിലെ ഗ്ലേസിയറും കൈകോർക്കുന്ന പാർവ്വതി താഴ്വര അടുത്താണ്.

പാർവ്വതി താഴ്വരയിൽ ട്രക്കിങ്ങിനു പോയ ഒറ്റപ്പെട്ട സഞ്ചാരികളിൽ പലരും അപ്രത്യക്ഷരായത് ഇന്നും നിഗൂഢമായി തുടരുന്നു. മലഞ്ചെരുവുകളിൽ സജീവമായ കഞ്ചാവ് കടത്തുകാരോ, കൊള്ളക്കാരോ തട്ടിക്കൊണ്ടുപോയതാകാം എന്നു കരുതപ്പെടുന്നു. 2000 ആഗസ്തിൽ ട്രക്കിങ് ടീമിന്റെ ടെന്റ് ആക്രമിച്ച് മൂന്നുപേരെ വെട്ടിക്കൊന്നിരുന്നു. കാണാതായവരെ പറ്റി ഒരു തുമ്പും നാളിതുവരെ ലഭിച്ചിട്ടില്ല എന്ന കാര്യം നിഗൂഢമായി തുടരുന്നു. വിശ്വസ്തരായ വഴികാട്ടികൾക്കൊപ്പം സംഘംസംഘമായി മാത്രമേ ട്രക്കിങ്ങിനായി ഈ പ്രദേശത്ത് പോകുവാൻ പാടുള്ളൂ.

കുളുവിൽനിന്നും 40 കിലോമീറ്റർ അകലെയാണ് മണാലി. മാണ്ഡിയിൽനിന്നും 108 കിലോമീറ്റർ അകലെ കുളുതാഴ്വരയുടെ തിലകക്കുറിയായാണ് മണാലിയുടെ കിടപ്പ്.

5

കുളു പിന്നിടുമ്പോഴേക്കും ടൗണിലെ കടകൾ അടഞ്ഞിരുന്നു. വഴിയോരങ്ങളിൽ നായ്ക്കളും ചെമ്മരിയാടുകളും പശുക്കളും ഉറങ്ങിത്തുടങ്ങി. റോഡുകൾ വിജനം. ഹിമാലയത്തിലെ തണുത്ത രാത്രി തൊട്ടറിയാൻ കാറിന്റെ വിൻഡോ താഴ്ത്തി. പലതരം ജാക്കറ്റുകൾക്കുള്ളിലാണെങ്കിലും തണുപ്പു ശരീരത്തിൽ സൂചിപോലെ കുത്തിക്കയറി. തണുത്ത

കുളു: പരമ്പരാഗത ഗൃഹങ്ങൾ

കാറ്റ് കാറിനുള്ളിൽനിന്നും പുറത്തിറങ്ങുവാൻ വിസമ്മതിച്ചു. മേഘങ്ങളില്ല. നക്ഷത്ര തിളക്കത്തിൽ ആകാശനീലിമ കാണാം. തണുപ്പിൽ വിശപ്പിന്റെ തള്ളലിൽ മറ്റൊന്നും ചെയ്യാൻ ഇല്ലാത്തതുകാരണം ഉറക്കമായി.

ത്രിലോക് വിളിച്ചുണർത്തി. സത്രത്തിൽ എത്തിയിരിക്കുന്നു.

കുന്നിനു മുകളിലാണ്.

ഭാണ്ഡങ്ങൾ പേറി പടവുകൾ കയറി.

വായുകിട്ടാതെ വന്നാൽ എങ്ങനെയിരിക്കുമെന്ന് മനസ്സിലായി.

തണുപ്പ്, വിശപ്പ്....

മുറിക്കുള്ളിൽ കയറി.

കട്ടിലിലേക്കു വീണു.

റൂംബോയ് ഓർഡർ എടുത്തു പോയി. ജാലകങ്ങളിലെ കർട്ടൻ നീക്കി. സ്ഫടികപാളികളിൽ മഞ്ഞിൻകണങ്ങൾ പൊതിഞ്ഞ് കാഴ്ച മറച്ചിരിക്കുന്നു.

6

Breaking through the heart
of this dry, brown rock,
a patch of crismon flowers
amazes my parched skin
I cannot walk
into that dome of fog
taking shape in the distance,
cannot climb its ceild staircase
of vapour it spy on the silence
of the night creature

Archana Sahni

നേരം പുലർന്നു. കർട്ടൻ മാറ്റി. തുഷാരബിന്ദുക്കൾ വെയിലേറ്റലിഞ്ഞിരിക്കുന്നു. ജാലകത്തിനപ്പുറം കോണിഫറസ് മരങ്ങളുടെ നിര. താഴെ ഇലപൊഴിച്ച ആപ്പിൾ മരങ്ങൾ. ബിയാസ് നദിയിലേക്ക് ഒഴുകിപ്പോകുന്ന കാട്ടരുവി. സൂര്യരശ്മികൾ വീണു മഞ്ഞിൻപാളികൾ തിളങ്ങി. അകലെ മാത്രമല്ല കാട്ടരുവിക്കരുകിൽ വെള്ളപ്പട്ടുവിരിച്ചിരിക്കുന്നപോലെ മഞ്ഞ്.

മഞ്ഞിലൊന്ന് ചവിട്ടാൻ കാലുകൾ കൊതിച്ചു.

പ്രഭാതചായ നുണഞ്ഞിരിക്കുമ്പോൾ ബീഹാറുകാരൻ ഹൗസ് കീപ്പർ ചന്ദ്രപ്രസാദ് സിങ് പറഞ്ഞു. ജനുവരി കഴിയുമ്പോൾ മണാലിയാകെ മഞ്ഞിൽ പൊതിയും. റോഡുകളും തോടുകളും മന്ദിരങ്ങളും മരങ്ങളും ഒന്നും ഉണ്ടാവില്ല. മഞ്ഞ് മാത്രം. അപ്പോഴേക്കും ആപ്പിൾ മരങ്ങളിൽ ഇലവരും. മാർച്ച്–ഏപ്രിൽ മാസങ്ങളിൽ വസന്തം എത്തും. മരങ്ങൾ പൂക്കളാൽ നിറയും.

സത്രത്തിന്റെ പരിസരമാകെ നിറയുന്ന മഞ്ഞിനെ മനസ്സിലേറ്റി. ഇല പൊഴിഞ്ഞു നില്ക്കുന്ന ആപ്പിൾ മരം തളിരിടുന്നതും പൂവിടുന്നതും കായ്കൾ വളർന്നു തുടുക്കുന്നതും കണ്ടു.

സമുദ്രനിരപ്പിൽനിന്നും ഏകദേശം 2050 മീറ്റർ ഉയരത്തിലാണ് മണാലി. ബിയാസ് നദീതടപ്രദേശം ഇതിൽപ്പെടുന്നു. ജനവാസം കുറവാണെന്നുപറയാം. 30,000 പേർ. സപ്തർഷികളുടെ ആലയമായാണ് മണാലിയെ കണക്കാക്കിപ്പോരുന്നത്. മനുവിന്റെ ആലയം മണാലിയായി മാറിയതാവണം. കംഗ്റ താഴ്വരയിലുള്ള ഇടയസമൂഹമാണ് ഇവിടത്തെ ആദിഗോത്രം.

ടൂറിസമാണ് മണാലിയിലെ പ്രധാന വ്യവസായം. പഴയ മണാലി ടൗണിലെ മാളുകളെ ചുറ്റിപ്പറ്റിയാണ് ജനജീവിതം.

യാത്രയ്ക്കു തയ്യാറായിയെത്തിയ ത്രിലോക് പറഞ്ഞു:

“റോതങ്പാസ് അടച്ചിരിക്കുന്നു.

വാഹനങ്ങൾ അങ്ങോട്ടേക്ക് പോകില്ല.”

“അപ്പോൾ മഞ്ഞ്?”

“കാണാം സാബ്. മഞ്ഞ് വീണു തുടങ്ങിയിട്ടുണ്ട്. സോലങ് വാലിയിൽ നിറയെ മഞ്ഞാണ്.”

മൂന്നും നാലും സ്വറ്ററുകൾ അണിഞ്ഞ് ഞങ്ങൾ പുറത്തിറങ്ങി.

പടവുകളിറങ്ങി കാറിനടുത്തേക്ക് നടക്കുമ്പോൾ സ്വറ്ററുകൾ പുതച്ച് യാത്രയ്ക്കൊരുങ്ങിനിന്ന ഭാര്യ തെന്നി വീണു.

മക്കൾ ആർത്തു ചിരിച്ചു.

കൈകൊടുത്ത് എഴുന്നേല്പിച്ചപ്പോൾ മനസ്സിലായി, നല്ലവണ്ണം ചതഞ്ഞിട്ടുണ്ട്.

ഭാഗ്യം! മഞ്ഞിൽ തെന്നിയാണ് വീണത്.

വണ്ടിയിൽനിന്നുള്ള കരിഓയിൽ വീണ് കറുത്ത തറയിൽ കിടന്ന വഴുവഴുക്കൻ സാധനം ഒരു ഐസ് കട്ടയായിരുന്നു.

അവിടവിടെ ഇതുപോലെ ഐസ് കട്ടകളുണ്ടാവും.

മഞ്ഞുവീഴ്ചയുടെ മുന്നോടി.

ഒരു കുഞ്ഞു ഗ്ലേസിയർ.

7

ത്രിലോക് ടൗണിലേക്ക് വണ്ടിയോടിച്ചു.

ചെറിയൊരു വാണിഭകേന്ദ്രം.

സൊലാങ് വാലിയിലേക്കുപോകുന്നവർക്കുള്ള മഞ്ഞാവരണങ്ങളും സ്കേറ്റിങ്ങിനുള്ള ഉപകരണങ്ങളും ഇവിടെ വാടകയ്ക്ക് ലഭിക്കും.

ഞങ്ങളെ സ്വീകരിച്ചിരുത്തി കടയുടമ പഹാഡി ഭാഷയിൽ ത്രിലോകിനോട് സംസാരിച്ചു.

“സാബ്, നിങ്ങൾക്കായി, ഷൂ, സ്കേറ്റിങ് സാമഗ്രികൾ, കുതിര

സവാരി, മൗണ്ടൻ ബൈക്ക്, പാരാഗ്ലൈഡിങ് എല്ലാം ചേർത്ത് ആളൊന്നിന് അയ്യായിരം രൂപ. ആകെ 20,000. അങ്ങേക്ക് സ്പെഷ്യൽ റേറ്റ്. 12,500 തന്നാൽ മതി."

തലചുറ്റി.

നാലുപേരും – ഞാൻ, ഭാര്യ രണ്ട് മുതിർന്ന ആൺകുട്ടികൾ – ഒറ്റ സ്വരത്തിൽ "വേണ്ട" എന്നു പറഞ്ഞു.

വേണ്ട? – മലയാളികളുടെ 'വേണ്ട' എന്ന 'ബിഗ് നോ' അവർ പഠിച്ചിരിക്കുന്നു.

മലയാളികളുടെ പരിഹാസപ്പേരായി വടക്കാകെ 'വേണ്ട' മാറിയിരിക്കുന്നു.

ത്രിലോകിനു നേരെ തിരിഞ്ഞു.

"ഈ കള്ളത്തിരുമാലികൾക്ക് നീ ഞങ്ങളെ എറിഞ്ഞു കൊടുത്തോ ത്രിലോക്?"

"സോറി സാബ്. ഇവർ പെരുംകള്ളന്മാരാണെന്നറിഞ്ഞിരുന്നില്ല. അടുത്ത കടയിലേക്കു പോകാം."

കടക്കാരൻ താണു, തറപറ്റി.

"പിണങ്ങിപ്പോകല്ലേ സാബ്. കൈനീട്ടമാണ്."

മഞ്ഞിൽനിന്നും രക്ഷനേടാനുള്ള കോട്ടും പാന്റും ഒന്നിച്ചു ചേർന്ന ഒരു വേഷവും മുട്ടുവരെ നീളുന്ന കുഴൽ പോലുള്ള ഷൂസും 250 രൂപ വാടകയ്ക്ക്.

പണ്ട് നഴ്സറി സ്കൂളിലേക്ക് പോകാൻ മടിച്ച് ചിണുങ്ങി നിന്നവന്റെ കാലിൽ ബലം പ്രയോഗിച്ച് ഷൂ ഇടുവിച്ചതിനുള്ള പ്രതികാരം പോലെ മകൻ എന്നെ വേഷം ധരിപ്പിച്ചു.

ജീവിതവണ്ടി ചിലപ്പോഴൊക്കെ റിവേഴ്സ് ഗിയറിലും സഞ്ചരിക്കണമല്ലോ.

ഉയരം കുറഞ്ഞവൾക്ക് ഇണങ്ങുന്ന കാൽസറായി തരപ്പെടുത്താൻ പാടുപെട്ടു.

ചന്ദ്രമണ്ഡലത്തിലേക്ക് തിരിച്ച നാല് നീൽ ആംസ്ട്രോങുമാർ!

തൊപ്പിയും കണ്ണടയും വില്ക്കുന്നവനിൽനിന്ന് ഓരോന്നു സംഘടിപ്പിച്ചു.

ഇത്തരം വേളകളിൽ വിലയാരു നോക്കാൻ!

പച്ചക്കണ്ണടവച്ചു നോക്കിയപ്പോൾ ലോകമാകെ ഹരിതാഭം.

വണ്ടി വേഗത്തിൽ നീങ്ങി. ചിനാർ മരങ്ങളും പൈൻ മരങ്ങളും ദേവദാരുക്കളും ഇടതൂർന്നു വളർന്ന മലഞ്ചെരുവുകളിൽ അവിടവിടെ മഞ്ഞിൻ കട്ടകൾ. മെല്ലെമെല്ലെ മലനിരകൾ അനാവൃതമായി. ഹൃദയം തുടിച്ചു. എങ്ങും മഞ്ഞുമാത്രം. കയറ്റം കയറും തോറും മഞ്ഞുമൂടിയ മലനിരകൾ. സൊലാങ് ലാ എന്നാണ് പഹാഡികൾ പറയുന്നത്. സൊലാങ് ലായെന്നാൽ അടുത്തുള്ള ഗ്രാമം എന്നർത്ഥം.

മണാലി ടൗണിൽനിന്നും പതിനാലു കിലോമീറ്റർ ദൂരെയാണ്

സൊലാങ് ലാ. റോതങ് പാസിലേക്കുള്ള വഴിയിലാണ് ഈ താഴ്വര. റോതങ് ലാ ടൗണിൽനിന്നും 51 കിലോമീറ്റർ അകലെ.

മഞ്ഞുവീഴ്ച ആരംഭിക്കുമ്പോൾ റോഡ് മഞ്ഞ് പാളികളാൽ മൂടും. തുഷാരം വീണ് സകലതും മറയും.

സൊലാങ് താഴ്വരയിലേക്കുള്ള യാത്ര പിക്ചർ പോസ്റ്റുകാർഡുകളിലേതെന്നപോലെ മനോഹരമായ ദൃശ്യപ്പെരുമയിലൂടെയാണ്. പൈൻ-ദേവദാരുക്കാടുകൾ വളഞ്ഞു പുളഞ്ഞു പോകുന്ന റോഡിന് അകമ്പടിയുണ്ട്. ഉത്തുംഗമായ ഹിമാലയ ശൃംഗങ്ങൾ മഞ്ഞണിഞ്ഞ് നിലകൊ

സൊലാങ് താഴ്വര

ള്ളുന്നു. പാറക്കഷണങ്ങൾകൊണ്ട് അടുക്കിപ്പണിത വീടുകളുടെ കൂരയും കല്ലുകൊണ്ടാണ്. വീടുമുറ്റങ്ങളിലും മുകളിലും മഞ്ഞ് വീണിരിക്കുന്നു. മഞ്ഞിലൂടെ കാലടിപ്പാടുകൾ തീർത്ത് ഒരു വീട്ടിൽനിന്നും അടുത്തതിലേക്ക് അജഗണങ്ങൾ നടന്നുപോകുന്നു.

പലതരം കളികളിലേർപ്പെട്ട കുട്ടികൾ ആർത്തുതിമിർക്കുന്നു. മഞ്ഞ് ഗോളങ്ങൾ ഉരുട്ടിയെടുത്തെറിയുന്ന കുട്ടികളെ മുതിർന്നവർ തടയുന്നു. സൊലാങ് താഴ്വരയിലേക്ക് ടൂറിസ്റ്റുകളെ ലക്ഷ്യമിട്ട് കുതിരകളും കോവർകഴുതകളും നീങ്ങുമ്പോൾ നിറയെ രോമങ്ങളുള്ള നായകൾ അവരെ പിന്തുടരുന്നു.

സൊലാങ് താഴ്വരയിലെത്താൻ മൂന്നു കിലോമീറ്റർ അവശേഷിക്കെ നീണ്ട വാഹന നിര ദൃശ്യമായി. വാഹനങ്ങൾ പൈൻകാടുകൾക്കിടയിൽ പാർക്കുചെയ്യുകയാണ്.

ത്രിലോക് ഞങ്ങൾക്കുവേണ്ട നിർദ്ദേശങ്ങൾ തന്ന് കാറിനുള്ളിൽ ചുരുണ്ടു. വഴികാട്ടികൾ ഞങ്ങളെ പൊതിഞ്ഞു.

8

മഞ്ഞുനിറഞ്ഞ താഴ്‌വാരങ്ങളിലൂടെയുള്ള ട്രക്കിങ് അപകടകരമാണ്. കുറ്റിച്ചെടികൾക്കു മുകളിലും വൻകുഴികളിലും മഞ്ഞുവീണ് സമതലമായി കാണപ്പെടും. മുൻ ധാരണയില്ലാതെ കാലുകൾ വയ്ക്കുന്നത് ചിലപ്പോൾ വൻ ഗർത്തത്തിലേക്കുള്ള വീഴ്ചയാവാം. അതിനാൽ നീണ്ട വടികളുമായി ഗൈഡുകൾ നടക്കും. അവർ കുത്തിയുറപ്പാക്കുന്ന വഴികളിലൂടെ മാത്രമേ നടക്കാവൂ.

നാലു കോവർകഴുതകളെ വാടകയ്ക്കെടുത്ത് അതിന്മേൽ സവാരി ചെയ്യുകയാണ്. പലതരം കാലുകൾ പതിഞ്ഞ മണ്ണിനോടും മഞ്ഞുകട്ടകളോടും മല്ലടിച്ച് കുത്തനെ കയറിയും അങ്ങനെതന്നെ ഇറങ്ങിയും. ഉയരങ്ങളിലേക്ക് പോകുന്തോറും ദേവദാരുക്കാടുകൾക്കപ്പുറത്തെ ഗിരിശിഖരങ്ങളിലെ മഞ്ഞ് കൂടുതൽ ദൃശ്യമായി. സൊലാങ്‌ലായിലെ സ്നോപോയിന്റിലേക്കാണ് യാത്ര. ഏതു ഭാഗത്തേക്കു തിരിഞ്ഞാലും മഞ്ഞുമാത്രം.

ആകെ ഉത്സവഛായയാണവിടെ. ചൂടുകാപ്പി വില്ക്കുന്ന സ്ത്രീകൾ. വാടക ഷൂ കൂട്ടിയിട്ട് ചില മുത്തശ്ശിമാർ കാത്തിരിക്കുന്നു. ഷൂ വാങ്ങുന്നവരോട് പറയുന്നു; ചെരുപ്പിനകത്തേക്ക് മഞ്ഞ് കടക്കരുത്. ഇടയ്ക്കിടയ്ക്ക് ഊരി നോക്കണം. മഞ്ഞ് കടന്ന് രക്തയോട്ടം നിലച്ച് കാലുകൾ മുറിച്ചുകളയേണ്ടിവന്നിട്ടുണ്ട്. വർത്തമാനം പറയുമ്പോഴും നൂലിഴകൾ

സൊലാങ് താഴ്‌വരയിലെ മഞ്ഞുകാല വിനോദങ്ങൾ

കോർത്ത സൂചി ചലിക്കുന്നുണ്ട്. കുട്ടിക്കുപ്പായങ്ങളും മങ്കിത്തൊപ്പിയും നെയ്യുകയാണവർ.

കളിപ്പാട്ടങ്ങൾ വില്ക്കുന്നവർ. മൗണ്ടൻ ബൈക്കിൽ അതിവേഗം ഓടിച്ചു രസിക്കുന്നവർ. സ്കേറ്റിങ് നടത്തി മലർന്നടിച്ചു വീഴുന്നവർ. ഉയരത്തിൽ പൊങ്ങിത്തെറിക്കുന്ന ബലൂണിന്മേലുള്ള തുള്ളിക്കളികൾ. ആകാശത്തേക്കു പൊങ്ങിപ്പോകുന്ന സർക്കസ് ഊഞ്ഞാൽ. മലമുകളിലേക്ക് കയറിപ്പോകുന്ന റോപ്‌വേ.

റോപ്‌വേയിൽ കയറി മഞ്ഞുമലയുടെ അഗ്രത്തിൽ എത്തുക. എന്നിട്ട് പാരാഗ്ലൈഡിങ്ങിലൂടെ താഴ്‌വരയിലേക്ക് ചിറകുവിരിക്കുക. ഒപ്പം പരുന്തുകളും മലങ്കാക്കകളും പറന്നെത്തിയെന്നിരിക്കും. നീലാകാശത്തിനുതാഴെ മഞ്ഞുമലകൾക്കും ദേവദാരുക്കൾക്കും മുകളിലൂടെ പറന്ന് മലഞ്ചെരുവുകളിലൂടെ ഒഴുകി ഒരു ലാന്റിങ്. പരിശീലനം സിദ്ധിച്ച ഒരാൾ ഒപ്പമുണ്ടാകും. ജീവൻ പണയം വച്ചുള്ള ഈ കളി ആസ്വദിക്കാൻ ആളുകൾ റോപ്പ്‌വേയിലൂടെ മുകളിലേക്ക് പൊയ്ക്കോണ്ടിരിക്കുന്നു.

കണ്ടാലും കണ്ടാലും മതിവരാത്ത കാഴ്ചകൾ. കളിച്ചാലും കളിച്ചാലും മതിവരാത്ത കുഞ്ഞുങ്ങൾ. ആരും കുട്ടികളായി മാറിപ്പോകുന്ന അവസരം. സന്ദർശകരെല്ലാം പല പല വിനോദങ്ങളിൽ. മഞ്ഞിൽ നിരങ്ങുന്നവർ. മഞ്ഞ് കൈയിൽ വാരി ഗോളങ്ങളാക്കുന്നവർ. മഞ്ഞുകൊണ്ട് രൂപങ്ങൾ മെനയുന്നവർ. ശൈശവത്തിന്റെ ഒരു ചില്ലയുണങ്ങാതെ ബാക്കി നിർത്തുവാൻ മനുഷ്യർക്ക് ഇപ്പോഴും കഴിയുന്നുണ്ടല്ലോ!

മലയിറങ്ങാൻ നേരമാകുന്നു. അതിനുമുമ്പ് മഞ്ഞിലൂടെ അല്പം ട്രക്കിങ്.

കോവർക്കഴുതപ്പുറത്തേറി ഒരു പർവ്വതത്തിന്റെ മുകളിലേക്ക് ആർച്ച് മാതിരിയുള്ള കവാടം കടന്നുപോകുന്നവർ. അവർ തീർത്ഥാടകർ കൂടിയാണ്. മലമുകളിലെ ശിവക്ഷേത്രത്തിൽ നിന്നുള്ള മണിമുഴക്കങ്ങൾ മലഞ്ചെരിവുകളിലേക്ക് ഇറങ്ങി വരുന്നുണ്ട്. അവർക്കു പിന്നാലെ മഞ്ഞു മാത്രമുള്ള ഒരു പർവ്വതശിഖിരത്തിലേക്ക് നടന്നു.

തീർത്ഥാടകരുടെ പാദങ്ങൾ കോവർക്കഴുതകൾക്കുമേൽ തൂക്കിയിട്ടിട്ടുണ്ട്. മറ്റുള്ളവരെ ചുമന്ന് തീർന്നുപോകുന്ന കഴുതജന്മങ്ങൾ! കഴുതകളെ നയിച്ച് കാലം മറന്ന മനുഷ്യർ.

കട്ടികുറഞ്ഞ മഞ്ഞിൽ കാല്പാദങ്ങൾ മുട്ടോളം താഴുന്നു. കുറ്റിച്ചെടികൾക്കു മീതെ പതിച്ച മഞ്ഞ് നമ്മെ പറ്റിക്കും. സോപ്പുപതയോളം നേർത്ത പുതുമഞ്ഞ്.

മഞ്ഞിലൂടെ നടന്നുപോകുമ്പോൾ ചില പരുന്തുകളും കാക്കകളും വട്ടമിട്ടു. നേരമാകുന്നുവെന്നു പറയാതെ പറഞ്ഞു. സായാഹ്നസൂര്യന്റെ കടുംചുവപ്പ് മഞ്ഞിനെ കൂടുതൽ തിളക്കി. കമ്പിളി വസ്ത്രങ്ങളിൽ പൊതിഞ്ഞ ഒരു യുവതി ഫ്ളാസ്കിൽ കാപ്പിയുമായി എത്തി.

വിലയിത്തിരി കൂടുതലാണ്. വിലയൊന്നു പേശി നോക്കി.

"എന്താ സാബ്.... ഈ കടുംമഞ്ഞിൽ ഞങ്ങൾ ഇത്തിരി കാപ്പിയുമായി എത്തിയില്ലേ. സ്നേഹത്തോടെ തന്നതല്ലേ.... എന്തു പാടാണു സാബ് ഇവിടത്തെ ജീവിതം.... നിങ്ങൾ തുണച്ചാലല്ലേ ഈ പാവങ്ങൾക്കു ജീവിക്കാനാകൂ."

അവളുടെ ഇത്തിരിച്ചുണ്ടുകൾ അനങ്ങി.

കപ്പുകളിൽ പകർന്ന കാപ്പിക്ക് അസാധാരണ സുഗന്ധം. രുചിയും മണവുംപോലും കാലദേശങ്ങൾക്കനുസരിച്ച് മാറുന്ന ജാലവിദ്യ.

നിഴലുകൾ മലഞ്ചെരിവിലേക്കു നീങ്ങി. ശീതക്കാറ്റ് വീശി. കാറ്റിന്റെ ആരവം അകന്നുപോയി. അതിനുപുറകെ ആകാശത്തുനിന്നും മഞ്ഞിൻ ശകലങ്ങൾ ഭൂമിയിലേക്കിറങ്ങി വന്നു. തലയിലും താടിയിലും മരങ്ങളിലും മഞ്ഞിൻകണങ്ങൾ.

മല പറഞ്ഞു, മക്കളേ മടങ്ങാൻ സമയമായി.

ആളുകൾ എന്തൊക്കെയോ മഞ്ഞുമലകളിലുപേക്ഷിച്ച് ദൈന്യതയോടെ തിരികെ നടന്നു. ആകാശത്തുനിന്നും മഞ്ഞുമഴ പെയ്യുന്നു.

മഞ്ഞിലൂടെ ഒരു അതിവേഗയാത്ര

റോഡിൽ മഞ്ഞുകോരിമാറ്റുന്ന ബുൾഡോസറുകൾ സജീവം. മണാലി ടൗണിൽ നിന്നെത്തിയ മൗണ്ടൻ ബൈക്കുകളും കോവർക്കഴുതകളും പിന്നാലെയുള്ള പട്ടിയും അതിനും പിന്നിൽ ഏതാനും വൃദ്ധരും കുട്ടികളും തണുത്തുതണുത്ത് അവരവരുടെ കൽവീടുകളിലേക്ക് മടങ്ങുന്നു.

ഞങ്ങളും.

മണാലിടൗണിൽ മഞ്ഞുവീഴ്ചയുണ്ടാകുമെന്ന് മാളിലെ ജീവനക്കാർ

പറഞ്ഞു. മാളുകളുടെയും ബസ്സ്റ്റാന്റിന്റെയും ചന്തയുടെയും ഇടയിലുള്ള ചത്വരത്തിൽ ആളുകൾ ചെറുചെറു സംഘങ്ങളായി കൂടിനില്ക്കുന്നു. അവിടേക്ക് വാഹനങ്ങൾക്കു പ്രവേശനമില്ല.

തണുത്ത കാറ്റെത്തിയത് മലമുഴക്കിക്കൊണ്ടാണ്. പൈൻമരങ്ങളിൽനിന്നും ദേവദാരുകളിൽനിന്നും ചില്ലകൾ അടർന്നു വീണു. കാറ്റ് പോയിക്കഴിഞ്ഞിട്ടും മഞ്ഞുവീഴുന്നതും കാത്ത് ഏറെനേരം നിന്നു.

പിന്നെ സത്രത്തിലേക്കു നടന്നു.

9

മണാലിയിലെ മറ്റു കാഴ്ചകളിലേക്ക് ത്രിലോക് ഞങ്ങളെ കൊണ്ടുപോകുകയാണ്. നഗറിലേക്കാണ് പോകുന്നതെന്നു പറഞ്ഞപ്പോൾ മറ്റൊരു ടൗൺ എന്നാണ് കരുതിയത്.

മലയുടെ താഴ്വാരങ്ങളും കയറ്റങ്ങളും ഹെയർപിൻ വളവും കഴിഞ്ഞ് യാത്ര പിന്നെയും നീണ്ടപ്പോൾ ത്രിലോകിനോടു ചോദിച്ചു:

“ഭായി എങ്ങോട്ടാണ് യാത്ര?”

“നഗർ, സാബ്.”

വഴിയോരത്തെ ദിശാസൂചിനോക്കി ഉറപ്പുവരുത്തി നഗർ – 6 കിലോമീറ്റർ.

ഇപ്പോൾ നില്ക്കുന്നത് പട്‌ലികുൽ ജങ്ഷനിൽ. മരങ്ങൾക്കിടയിലൂടെ റോഡ്. പ്രഭാതസൂര്യന്റെ രശ്മികൾ ദേവദാരുകൾക്കിടയിലൂടെ അരിച്ചെത്തുന്നു. അല്പമകലെ ബിയാസ് നദിയുടെ ഇടത്തേക്കര.

നഗർ: മ്യൂസിയം

നഗർ, കുന്നിൻ മുകളിലുള്ള വളരെ പഴയൊരു കൊട്ടാരത്തിനു ചുറ്റും വികസിച്ച ഇത്തിരിയിടമാണ്.

കല്ലും തടിയും അടുക്കിവച്ച് നിർമ്മിച്ച കൊട്ടാരത്തിൽനിന്നു നോക്കിയാൽ അകലെയുള്ള മഞ്ഞുമലകളും വിശാലമായ താഴ്വാരങ്ങളും ബിയാസ് നദിയും തടങ്ങളും കാണാം. താഴ്വാരമാകെ ആപ്പിൾതോട്ടങ്ങൾ. എ ഡി 1700 ൽ രാജാസിങ്ങാണ് ഈ കൊട്ടാരം പണിഞ്ഞത്. എ ഡി 1800 കളുടെ മദ്ധ്യത്തിൽ പ്രാദേശിക തലസ്ഥാനമായിരുന്നു നഗർ. നഗറിൽനിന്നും രാജാക്കന്മാർ കുളുവിലേക്ക് നീക്കിയതോടെ ഉപേക്ഷിക്കപ്പെട്ടു. പിന്നെ ബ്രിട്ടീഷുകാരായ പ്ലാന്റർമാർ ഇവിടെ കുടിയേറി.

പ്രശസ്ത റഷ്യൻ ചിത്രകാരൻ നിക്കോളസ് റോറിക്കിന്റെ ചിത്രങ്ങൾ പ്രദർശിപ്പിച്ചിട്ടുള്ള ഒരു ആർട്ട് ഗാലറി നഗറിലുണ്ട്. മഞ്ഞുമലകൾ താണ്ടി ഈ പ്രകൃതിയുടെ ചിത്രകാരൻ ഇവിടെയുമെത്തി. തിരുവനന്തപുരത്തെ രവിവർമ്മ മ്യൂസിയത്തിൽ കണ്ട റോറിക്കിന്റെ കടുംനീല നിറഞ്ഞ ചിത്രങ്ങൾ ഓർമ്മയിലെത്തി.

സമയച്ചുരുക്കം കാരണം ഓട്ടപ്രദക്ഷിണത്തിലാണ്. മഞ്ഞുമലകളും ദേവദാരുക്കളും ഹെയർപിൻ വളവുകളും മാറിമാറി വന്നു. വസിഷ്ഠ ക്ഷേത്രവും വനവിഹാറും കണ്ട് ഹിഡിംബ ക്ഷേത്രത്തിൽ എത്തി.

കൂറ്റൻ ദേവദാരുമരങ്ങൾക്കിടയിൽ പഗോഡ രൂപത്തിലുള്ള ജൈന ക്ഷേത്രം എ ഡി 1553 ൽ നിർമ്മിക്കപ്പെട്ടു. മണാലിയിലെ ആദിനിവാസികളെ രാക്ഷസർ എന്നാണ് വിളിച്ചു പോന്നിട്ടുള്ളത്. ഹിഡിംബിയുടെ പേരിലുള്ള ഈ ക്ഷേത്രത്തെ ധുങ്കിരി ക്ഷേത്രം എന്നും വിളിക്കാറുണ്ട്. ക്ഷേത്രപരിസരത്ത് എത്തുന്നവർ മരങ്ങളുടെ അത്ഭുതലോകത്താണ്

ഹിഡിംബ ക്ഷേത്രം: മണാലി

എത്തപ്പെടുന്നത്. ഈ ദേവദാരുക്കൾ വെട്ടാതെ സൂക്ഷിച്ചതിന് ഹിഡിംബിനിക്ക് ആയിരം സ്തുതി.

വിചിത്രമായ മുയലുകൾ കൈയിലേറ്റിയ സ്ത്രീകൾ. പഞ്ഞിക്കെട്ടിന് കണ്ണുവച്ചമാതിരിയുള്ള മുയലുകൾ നമുക്ക് കൈയിൽ വാങ്ങാം. ഫോട്ടോയ്ക്കു പോസ് ചെയ്യാം. യാക്ക് മൃഗങ്ങൾ സന്ദർശകരെ കാത്തു നില്ക്കുന്നുണ്ട്. അതിനൊപ്പം നിന്നോ പുറത്തു കയറിയോ ഫോട്ടോ എടുക്കാം.

ഒരുകാലത്തെ ജീവിതം മറ്റൊരുകാലത്തെ കാഴ്ചവസ്തുവായി മാറുന്നത് കൺമുന്നിൽ കാണാം.

വളരെ ക്ലേശപൂർണ്ണമായ ഈ മഞ്ഞുമലകളിൽ മനുഷ്യർ ആവശ്യത്തിനു വിറകില്ലാതെ വെള്ളമില്ലാതെ ആഹാരമില്ലാതെ ഉഴലുന്നു.

ടൂറിസമൊഴികെ മറ്റുതൊഴിലുകൾ നിലച്ചിരിക്കുന്നു. ഒരു ജനത പല വേഷങ്ങളിൽ ടൂറിസ്റ്റുകളുടെ പിന്നാലെ!

ടൂറിസം ഒരു ദേശത്തോടും അവിടത്തെ ജനതയോടും പ്രകൃതിയോടും ചെയ്യുന്നത് എന്താണെന്നു നമുക്ക് ഇവിടെ കാണാം. കുളു മലിനീകരണത്തിലമർന്നപ്പോഴാണ് മണാലി ഉദയം ചെയ്തത്. മണാലിക്കുശേഷം? സൊലാങ്പാസ്? റോതങ്പാസ്?

നമുക്ക് കൈയേറാനും നശിപ്പിക്കാനും ഇനിയുമേറെയുണ്ട് ഈ മഞ്ഞുമലയിൽ.

10

ദില്ലിയിൽനിന്നും പ്രമോദ് വിളിച്ചു.

ദില്ലിയിൽ പ്രക്ഷോഭങ്ങൾ ശക്തിപ്പെടുന്നു. റെയ്സാന കുന്നും ജന്തർ മന്ദറും ഇന്ത്യാഗേറ്റും പാർലമെന്റ് സ്ട്രീറ്റും പ്രക്ഷോഭകരാൽ നിറഞ്ഞിരിക്കുന്നു.

ഇന്ത്യൻ യുവത ഉണരുകയാണ്. ഈ ശിശിരത്തിൽ തെരുവുകളിൽ അഗ്നിപടരുകയാണ്.

പുരുഷകേന്ദ്രീകൃത വ്യവസ്ഥയുടെ അവസാനത്തിന്റെ ആരംഭമെന്ന് സച്ചിദാനന്ദന്റെ പ്രതികരണം കണ്ടു.

ദില്ലിയിലെ പെൺകുട്ടിയെയുംകൊണ്ട് വിമാനം സിങ്കപ്പൂരിലേക്ക് പറന്നിരിക്കുന്നു.

പ്രമോദ് ഓർമ്മപ്പെടുത്തി.

ത്രിലോകിനോട് ശ്രദ്ധിക്കാൻ പറയണം.

ഗുരുഗോവിന്ദ്സിങ്ങിന്റെ സ്മരണ നിറഞ്ഞ ഒരു പകൽ.

മൂടൽമഞ്ഞിലൂടെ, പോപ്ലർ മരങ്ങൾ ഇലകൾ കൊഴിക്കുന്ന പാട

ങ്ങൾക്കരികിലൂടെ ഞങ്ങൾ മടങ്ങി. വണ്ടി തടഞ്ഞ് ആളുകൾ ഞങ്ങളെ മധുരം തീറ്റിച്ചു. ഗുരുവിന്റെ ദിനമാണ്. മധുരം കഴിച്ചേ പറ്റൂ.

ചിലപ്പോൾ സൽക്കാരവും ഒരു പീഡനമാകും.

കരിമ്പിൻ പാടങ്ങളിൽനിന്നും വെട്ടിയെടുത്ത് കരിമ്പ് ശർക്കരയായി മാറുന്ന ജാലവിദ്യനോക്കി ഏറെനേരം നിന്നു. കുറച്ചു ശർക്കര വാങ്ങി.

എതിരെ മഞ്ഞപ്പൂക്കൾ ചൂടി കടുകു പാടങ്ങൾ.

പഞ്ചാബും ഹരിയാനയും ദില്ലിയും മൂടൽമഞ്ഞിൽ തന്നെയായിരുന്നു. ഇക്കുറി തണുപ്പു കൂടുതലായിരുന്നത്രെ.

തണുത്തരാത്രിയിൽ സുഹൃത്തിനൊപ്പം സിനിമ കണ്ടിറങ്ങിയ ഒരു പെൺകുട്ടിക്കു നേരെ ഉണ്ടായ അതിക്രമങ്ങളിൽ ദില്ലി ആകെ ഭയന്ന് മഞ്ഞിലൊളിച്ചില്ല. പ്രതിരോധത്തിന്റെ അഗ്നിസ്ഫുലിംഗങ്ങൾ തെരുവുകളിൽനിന്നും തെരുവുകളിലേക്കു പടർന്നു. സ്വന്തം വീടിനുള്ളിൽ മാത്രം ഒതുക്കപ്പെട്ട സ്ത്രീകൾ കൂട്ടംകൂട്ടമായി പുറത്തേക്കിറങ്ങി. പുരുഷാധികാരത്തിന്റെ ചിഹ്നങ്ങൾ പേറുമ്പോൾത്തന്നെ പ്രതിരോധിക്കാൻ ഒപ്പം കൂടിയ യുവാക്കൾ. പരമ്പരാഗതവാദികളുടെ നെറ്റി ചുളിപ്പിച്ച് പെൺകരുത്തുമായി യുവതികൾ.

വ്യവസ്ഥാപിത അധികാരങ്ങൾ കൈയൊഴിയുന്നിടങ്ങളിലേക്ക് മാഫിയാധികാര കേന്ദ്രങ്ങൾ പിടിമുറുക്കുന്നു.

ആ ബസും ഒരു അധികാര ശൂന്യയിടമായിരുന്നു.

11

ദില്ലി നഗരമാകെ മൂടൽമഞ്ഞിൽ പൊതിഞ്ഞ വെളുപ്പാൻകാലത്ത് കാൽനടക്കാരില്ലാത്ത വഴികളിലൂടെ ത്രിലോക് ഞങ്ങളെ കൊണ്ടുപോയി. തലേനാൾ സമരം ജ്വലിച്ചുനിന്ന ഇടങ്ങളിൽ ആളൊഴിഞ്ഞിരിക്കുന്നു. മഞ്ഞ പ്രകാശം പരത്തി മുന്തിയ കാറുകളുടെ ചീറിപാച്ചിൽ. പാർക്കുകളിൽ, ചത്വരങ്ങളിൽ, തീ കൂട്ടി ഉറക്കത്തിനു കാവലിരിക്കുന്ന തെരുവിന്റെ മക്കൾ. പുതയ്ക്കാൻ കമ്പിളിയോ കീറത്തുണിയോ പോലുമില്ലാതെ കൊടും തണുപ്പത്ത് മൃതപ്രായരായ മനുഷ്യർ.

വികസന സൂചിക ഉയരാത്തതിൽ ഖേദിക്കുന്ന മന്ത്രാലയങ്ങൾക്കു ചുറ്റും മാറ്റി നിർത്തപ്പെട്ട മനുഷ്യർ കൊടും തണുപ്പിൽ പട്ടിണികിടക്കുന്നത് ആരും കാണുന്നില്ല.

നിസാമുദീൻ റെയിൽവേസ്റ്റേഷനു മുന്നിൽ നൂറുകണക്കിനു മനുഷ്യർ പരസ്പരം പുതപ്പാക്കി ഉറങ്ങുവാൻ ശ്രമിക്കുന്നു. അതോ ഉണരുവാനോ?

മനുഷ്യനെ വകഞ്ഞുമാറ്റി മാത്രമേ കാലടികൾ വയ്ക്കുവാനാകൂ.

വിലപേശലിനൊടുവിൽ ഞങ്ങളുടെ ഭാണ്ഡങ്ങൾ തലയിലേറ്റിയ പോർട്ടറുടെ മുഖത്ത് പുലർച്ചെ ഒരു കോളുകിട്ടിയതിന്റെ സന്തോഷം.

ബോഗിക്കകത്തു ലെഗേജ് വച്ച്, നിറഞ്ഞ ചിരി തന്ന് നോട്ടുകൾ എണ്ണിത്തിട്ടപ്പെടുത്തി അയാൾ നടന്നകന്നു.

നേരം പുലരുമ്പോൾ ഏതോ സ്റ്റേഷനിൽ വണ്ടിനിന്നു.

രണ്ടുവാർത്തകൾ മുമ്പിൽ മരിച്ചുവീണു.

ഒന്ന്: ദില്ലിയിൽ കൂട്ടമാനഭംഗത്തിനിടയായ പെൺകുട്ടി സിങ്കപ്പൂരിൽ മരണമടഞ്ഞു.

രണ്ട്: നിസാമുദ്ദീൻ റെയിൽവേസ്റ്റേഷനു മുന്നിൽ ഒരാൾ കൊടും തണുപ്പേറ്റു മരിച്ചു.

7

കുടകുമലകളിൽ മഞ്ഞുപെയ്യുന്നു

മൂകാംബികയും ധർമ്മസ്ഥലയും കണ്ട് മടങ്ങുമ്പോൾ നേരിയ നിരാശ ബാക്കിയായി. കുടജാദ്രിയിൽ കയറുവാൻ കഴിഞ്ഞില്ല. മലനിരകളിൽ മഴ പെയ്തുകൊണ്ടേയിരിക്കുന്നു. മലയിറങ്ങിവരുന്ന കാറ്റിനുമുണ്ട് കുളിർമ്മ. ദക്ഷിണ കന്നട ഭൂപ്രകൃതിയിൽ കേരളം തന്നെ. കേരളം അമ്മയെങ്കിൽ ദക്ഷിണ കന്നഡ ചിറ്റമ്മയെങ്കിലുമാണ്. അത്രയ്ക്കുമുണ്ട് സാദൃശ്യം. മലനിരകളുടെ ഓരങ്ങളിൽ പടർന്നുകിടക്കുന്ന വയലേലകൾ. വയലൊരുക്കുന്നതിലും ഞാറ്റടികളിൽനിന്നും അടർത്തിയെടുത്ത ഞാറുകൾ പിടികളായി കെട്ടിയിടുന്നതിലും എന്തൊരു പൊരുത്തം. ഒരുപക്ഷേ,

ദക്ഷിണ കന്നടയിലെ തട്ടുകൃഷി

വർഷങ്ങൾക്കുമുമ്പ് ഓർമ്മയിൽനിന്നും ഇറങ്ങിപ്പോയ കേരളീയ ഗ്രാമീണ ദൃശ്യങ്ങൾ ഇവിടെ പുനരവതരിക്കുന്നതാവാം. കമുകിൻതോട്ടങ്ങളും തെങ്ങിൻതോപ്പുകളും തൊടികളും, എന്തിന് മലബാർ രീതിയിലുള്ള മച്ചിട്ട വീടുകളും കാണുമ്പോൾ മനസ്സ് ഗൃഹാതുരമാകുന്നു.

ധർമ്മസ്ഥലയിൽനിന്നും നൂറ്റിമുപ്പതോളം കിലോമീറ്റർ സഞ്ചരിക്കുമ്പോൾ മെർക്കാറയായി. കുടകരുടെ മഡിക്കേരി. കുടകിലേക്കുള്ള യാത്ര പച്ചപ്പരപ്പിലേക്കുള്ള ഒഴുകിയിറങ്ങലാണ്. കാപ്പിത്തോട്ടങ്ങൾക്കിടയിലൂടെ മലനിരകൾക്കിടയിലൂടെ സൂര്യകിരണങ്ങളുടെ നിഴലും വെളിച്ചവുമൊരുക്കുന്ന മായാജാലങ്ങൾക്കിടയിലൂടെ ബസ് ഒഴുകിയിറങ്ങുന്നു. മലയാളികളുമായി കാഴ്ചയിൽ ഏറെ സാദൃശ്യമുള്ളവരാണ് കർണ്ണാടകത്തിന്റെ ദക്ഷിണ ഭാഗത്തുള്ളവർ. ഉയർന്ന സാക്ഷരത. മലയിടുക്കുകളിൽപ്പോലും കാണുന്ന വിദ്യാലയങ്ങൾ. ഓമനത്തമുള്ള കുഞ്ഞുങ്ങൾ അതിരാവിലെ പോകുന്ന സ്വകാര്യബസിന്റെ സീറ്റുകൾക്കിടയിൽ ഒതുങ്ങുമ്പോൾ കണ്ടക്ടർ വിളിച്ചുകൂവുന്നു.

“റൈറ്റ്! പുറം കാഴ്ചയ്ക്ക് എല്ലാം റൈറ്റ്! കാപ്പിത്തോട്ടങ്ങളിൽ തണുത്തുറയുന്ന ജീവിതങ്ങൾക്ക് ഇനിയും മാന്യമായ ജീവിതം എത്രയകലെ! വേതനവും. പക്ഷേ, ജീവിതം തുടരുന്നു.... വളവുകൾ കയറി മഡിക്കേരിയിലേക്ക് ബസ് കുതിക്കുന്നു. യാത്രക്കാർക്കാകെ ഒരു യൂറോപ്യൻ ചുവ. തൊപ്പി, കോട്ട്, ഷൂ, കമ്പിളിക്കുപ്പായം, സുന്ദരികളും സുന്ദരന്മാരും. നഗരം വളർന്നിരിക്കുന്നു. പഴയ മഡിക്കേരി എന്നോ മാറിക്കഴിഞ്ഞിരിക്കുന്നു.

പതിനഞ്ചുവർഷങ്ങൾക്കുമുമ്പ്, യൗവനത്തിന്റെ ആദ്യനാളുകളിൽ ദേശാടനത്തിനിടയിൽ എത്തിച്ചേർന്ന സ്വപ്നതുല്യമായ ഭൂവിഭാഗം. അന്ന് കൗമാരമനസ്സിനെ കുളിരണിയിച്ച കോൺവെന്റുകുട്ടികൾ ഇന്നെവിടെ! കൊക്കോകോളയുടെയും പെപ്സിയുടെയും പരസ്യപ്പലകകൾക്കിടയിലൂടെ നീലമലനിരകൾ.

അന്ന്-റോഡിലൂടെ നിരനിരയായി നീങ്ങിയിരുന്ന കുടകു സ്ത്രീകൾ. പിന്നിൽനിന്നും മുന്നിലേക്ക് മുന്താണിയിട്ട് വിചിത്രരീതിയിൽ സാരി ചുറ്റിയ കുടകുസുന്ദരികൾ. അവരൊക്കെ ഇന്നെവിടെ! പാരമ്പര്യവസ്ത്രധാരണ രീതി മാത്രമായി ആർക്കു സംരക്ഷിച്ചു നിർത്താനാവും. ഈ മഹാപ്രവാഹത്തിൽ.

2

സെപ്തംബർ തുടങ്ങുകയാണ്. കുടകിൽ സീസൺ ആരംഭിക്കുകയായി. ഹോട്ടലുകളിൽ അവസാന മിനുക്കുപണികൾ നടക്കുന്നു. വൈൻ ഷോപ്പുകളിൽ വിളക്കുകൾ തൂങ്ങിക്കഴിഞ്ഞു.

കർണ്ണാടക ടൂറിസം വികസന കോർപ്പറേഷന്റെ ഹോട്ടൽ മയൂര വാലിവ്യൂ മഡിക്കേരിയുടെ ഉത്തുംഗതയിലാണ്. മലമടക്കുകളുടെയും താഴ്വരകളിലെ വയലേലകളുടെയും അപാരത ഇവിടെ ദൃശ്യമാവും. മലനിരകൾക്കപ്പുറം സൂര്യൻ താഴുമ്പോൾ അരുണാഭമായ ആകാശത്തിൽ നിറങ്ങളുടെ ഉത്സവം അരങ്ങേറുകയായി.

പടിഞ്ഞാറ് ചുവന്നു തുടങ്ങുമ്പോൾ താഴെ നഗരത്തിൽ വിളക്കുകൾ തെളിയും. കോടമഞ്ഞിന്റെ ആവരണം കുടകുമലകൾക്കു മീതെ മൂടപ്പെട്ടില്ലെങ്കിൽ ഒരായിരം മൺചെരാതുകൾ നിരനിരയായി കത്തിച്ചുവച്ചതുപോലെ നഗരം കാണപ്പെടും. വാഹനങ്ങളുടെ ഹെഡ് ലൈറ്റുകൾ സൃഷ്ടിക്കുന്ന പ്രകാശം നഗരത്തിൽ ചലിക്കുന്ന ദീപക്കാഴ്ചയായി മാറും.

പെട്ടെന്നായിരിക്കും കോടമഞ്ഞിറങ്ങുന്നത്. പടിഞ്ഞാറുനിന്നും പടർന്നു കയറി ക്രമേണ അന്തരീക്ഷമാകെ നിറയുന്നു. കിഴക്ക് നഗരത്തിൽ സോഡിയം ലൈറ്റുകളുടെ മഞ്ഞവെളിച്ചമൊഴികെ എല്ലാം മറയുന്നു. മയൂരവാലിയിൽ നിന്നു നോക്കുമ്പോൾ നമുക്കു കീഴെ മഞ്ഞാവരണം മാത്രം. അങ്ങിങ്ങുകത്തുന്ന സോഡിയം വിളക്കുകളും മഞ്ഞു പെയ്തിറങ്ങുമ്പോൾ ഹൃദയത്തിലേക്ക് തണുപ്പു പടർന്നുകയറും. റെസ്റ്റോറന്റുകളിലെ ബാറുകളിൽ തിരക്കേറും. തോട്ടമുടമകളും അവരുടെ പാശ്ചാത്യരായമക്കളും മാതൃഭാഷ മറന്ന് സംസ്കാരം മറന്ന് ഉച്ചത്തിൽ ആർത്തട്ടഹസിക്കുമ്പോൾ ഇംഗ്ലീഷിലുള്ള അശ്ലീലപദങ്ങൾ മുഴുവൻ വിളിച്ചു കൂവുമ്പോൾ....

സമ്പന്നന്റെ ജീവിതം എവിടെയും ഒരുപോലെ; ദരിദ്രന്റെയും.

തണുപ്പിൽ, പിഞ്ഞിപ്പോയ കോട്ടും തൊപ്പിയുമണിഞ്ഞ് വില കുറഞ്ഞ മദ്യമന്വേഷിച്ച് പായുന്നവരും, ആഴ്ചവരുമാനത്തിൽ അവസാനത്തെ ചില്ലിയും ചെലവിട്ട് ധൃതിയിൽ ചന്തയിൽനിന്നും അവസാനത്തെ ബസിനു പുറകെ ഓടുമ്പോൾ.... ബാറുകളിൽ പാശ്ചാത്യസംഗീതത്തിന്റെ പരുക്കൻ താളങ്ങൾ കോടമഞ്ഞിനെ പ്രകമ്പനംകൊള്ളിക്കുന്നു.

3

കുടക് എന്തു മനോഹരമായ പദം. കോടിമലനാട് എന്നാൽ നിബിഡ വനങ്ങളുടെയും കുത്തനെയുള്ള കുന്നുകളുടെയും നാടെന്ന് കുടകുകാർ അർത്ഥമാക്കുന്നു. പശ്ചിമഘട്ടത്തിന്റെ കിഴക്കുപടിഞ്ഞാറായിട്ടാണ് കുടകിന്റെ കിടപ്പ്. കർണ്ണാടകത്തിലെ ഹാസൻ, സൗത്ത് കാനറ, മൈസൂർ. കേരളത്തിലെ കണ്ണൂർ എന്നീ ജില്ലകൾക്കു നടുവിലാണ് കുടക്. കുടകിന്റെ ആസ്ഥാനമാണ് മെർക്കാറ അഥവാ മഡിക്കേരി. 1633 മുതൽ 1687 വരെ കുടകു ഭരിച്ചിരുന്ന മുദ്ദുരാജന്റെ പേരുമായി ബന്ധപ്പെട്ട് മുദ്ദുരാജകേരിയായും പിന്നീടത് മഡിക്കേരിയായും ബ്രിട്ടീഷ് ഭരണകാലത്ത് മെർക്കാറയായും മാറി. വീര രാജേന്ദ്രനെന്ന ഭരണാധിപന്റെ പ്രശസ്ത

സേവനത്തിൽ സന്തുഷ്ടരായ ബ്രിട്ടീഷുകാർ 1804 ൽ കുടകിനോടൊപ്പം പുത്തൂർതാലൂക്കുകൂടി കൂട്ടിച്ചേർത്തു. അങ്ങനെ മലനിരകളടങ്ങിയ കുടകും സമതലമായ പുത്തൂരും അടങ്ങിയതായിരുന്നു പഴയ കുടക്.

വീര രാജേന്ദ്രനിൽ ദുർഭരണമാരോപിച്ച് 1834 ൽ ബ്രിട്ടീഷുകാർ കുടകിനെ ബ്രിട്ടീഷ് കോളനിയാക്കി. 1837 ൽ മദ്രാസ് ഇൻഫെന്ററിയുടെ ഒരു രജിമെന്റ് മെഡിക്കേരിയിൽ താവളമുറപ്പിച്ചു. അത് 1883 ൽ പിൻവലിക്കപ്പെട്ടു.

ഇംഗ്ലീഷ് വിദ്യാഭ്യാസം ലഭിച്ച കുടകുപ്രമാണിമാർ ചേർന്ന് ഭൂഉടമകളുടെ ഒരു സംഘടനയുണ്ടാക്കി. കുടകിലെ ബ്രിട്ടീഷ് പ്രതിനിധിയായ ചീഫ് കമീഷണറുടെ ഏകാധിപത്യഭരണത്തിനെതിരെ ശബ്ദമുയർത്തി. 1981 ൽ ചീഫ് കമീഷണറുടെ ഏകാധിപത്യഭരണത്തെ തള്ളിപ്പറഞ്ഞുകൊണ്ടും മദ്രാസ് പ്രസിഡൻസിയുടെ ഭാഗമായി കുടകിനെ മാറ്റണമെന്ന് ഗവർണർ ജനറലിനോട് ആവശ്യപ്പെട്ടുകൊണ്ടും ഒരു പ്രമേയം പാസാക്കി. തുടർന്ന് പ്രക്ഷോഭങ്ങൾ നടന്നു. രാജ്യത്തിന്റെ ഇതര ഭാഗങ്ങളിൽ നടന്ന പ്രക്ഷോഭങ്ങളുടെ അല കുടകിലും അനുരണനങ്ങൾ സൃഷ്ടിച്ചു.

1919 ലെ ഗവൺമെന്റ് ഓഫ് ഇന്ത്യ ആക്ട് പ്രകാരം കുടകിൽ ഒരു ലെജിസ്ലേറ്റീവ് കൗൺസിലിന് രൂപം നല്കിക്കൊണ്ട് ബ്രിട്ടീഷ് ഭരണം ഉത്തരവായി. പക്ഷേ, ഇതൊരു ഉപദേശകസമിതി മാത്രമായിരുന്നു. മുഴുവൻ അധികാരവും ചീഫ് കമീഷണറിൽത്തന്നെ നിക്ഷിപ്തമായിരുന്നു. ഈ കൗൺസിലിൽ 15 തിരഞ്ഞെടുക്കപ്പെട്ട അംഗങ്ങളും 5 നോമിനേറ്റഡ് അംഗങ്ങളുമായിരുന്നു. ഈ അഞ്ചുപേരിൽ നാലുപേർ ഉദ്യോഗസ്ഥരും ഒരാൾ പട്ടികജാതി പട്ടികവർഗ്ഗത്തിൽപ്പെട്ടയാളും. 1924 വരെ കൗൺസിൽ നിലനിന്നു. 1938 ൽ മൈസൂറുമായി കുടകിനെ സംയോജിപ്പിക്കണമെന്ന അഭിപ്രായം രൂപപ്പെട്ടുവന്നുവെങ്കിലും കുടകിന്റെ സ്വതന്ത്രാസ്തിത്വം നഷ്ടപ്പെടുത്തുന്നതിന് ബ്രിട്ടീഷുകാർ എതിരായിരുന്നതുകാരണം അതു നടന്നില്ല. 1924 മുതൽ 1940 വരെയുള്ള കാലയളവിൽ കുടകിന്റെ സാമ്പത്തിക സ്ഥിതി അവതാളത്തിലായി. ഇതിനെക്കുറിച്ച് പഠിക്കാൻ ബ്രിട്ടീഷ് സർക്കാർ നിയോഗിച്ച കമീഷന്റെ ശുപാർശപ്രകാരം മൈസൂറിലെ ബ്രിട്ടിഷ് റസിഡന്റിൽനിന്നും കുടകിന്റെ ചീഫ് കമീഷണർ പദവി എടുത്തുമാറ്റി. ചീഫ് കമീഷണറുടെ ആപ്പീസ് ബാംഗ്ലൂരിൽനിന്നും മെർക്കാറയിലേക്ക് കൊണ്ടുവന്നു. അങ്ങനെ 1940 മുതൽ ഒരു മുഴുവൻ സമയ ഭരണാധികാരിയുടെ കീഴിൽ കുടക് ഒരു സ്വയംഭരണ പ്രദേശമായി മാറി.

സ്വാതന്ത്ര്യലബ്ധിക്കുശേഷം കുടകിന്റെ ഭാവിയെപ്പറ്റി വിവാദങ്ങളും പ്രക്ഷോഭങ്ങളുമുണ്ടായി. 1949 ൽ കുടകിൽനിന്നുമുള്ള രാഷ്ട്രീയ പാർട്ടികളുടെ ഒരു യോഗം ദില്ലിയിൽ വിളിച്ചുചേർത്ത് ഇന്ത്യൻ കോൺസ്റ്റിറ്റുവന്റ് അസംബ്ലിയിലേക്ക് കുടക് ലെജിസ്ലേറ്റീവ് കൗൺസിലിൽനിന്നുമുള്ള ഒരാളെ തിരഞ്ഞെടുത്തു. അദ്ദേഹം 1957 ലെ പൊതുതിരഞ്ഞെടുപ്പുവരെ ഇന്ത്യൻ പാർലമെന്റിൽ അംഗമായി തുടർന്നു. 1951 ലെ പാർട്ട് 'സി'

സ്റ്റേറ്റ്സ് ആക്ട്സ് പാസാക്കിയതിനെത്തുടർന്ന് 24 അംഗങ്ങളുള്ള കുടക് സംസ്ഥാന നിയമസഭ 1952 ൽ നിലവിൽ വന്നു. എന്നാൽ 1956 നവംബർ മാസം ഒന്നുമുതൽ, ഭാഷാസംസ്ഥാനങ്ങളുടെ രൂപീകരണത്തെത്തുടർന്ന് കുടക് മൈസൂർ സംസ്ഥാനത്തിന്റെ ഭാഗമായി.

കന്നടയാണ് കുടകിലെ ഔദ്യോഗികഭാഷ. കന്നട സംസാരിക്കുന്ന അത്രയും പേർ കുടകു ഭാഷ സംസാരിക്കുന്നവരായുണ്ട്. മലയാളം, തുളു, തെലുങ്ക്, തമിഴ് എന്നീ ഭാഷ സംസാരിക്കുന്നവരും കുറവല്ല. കുടകിലെ വ്യാപാരി സമൂഹത്തിൽ നല്ലൊരളവ് മലയാളികളുണ്ട്. ഇന്ത്യൻ സേനയ്ക്ക് നിസ്തുല സംഭാവനകൾ നല്കിയ ജനറൽ തിമ്മയ്യയും ജനറൽ കരിയപ്പയും കുടകിന്റെ വീരപുത്രന്മാരത്രെ.

അതിവേഗം വളർന്നുകൊണ്ടിരിക്കുന്ന പട്ടണമാണ് മെർക്കാറ. തണുപ്പിന്റെ ആവരണമണിഞ്ഞ് പുലർകാലങ്ങളും സായന്തനങ്ങളും നുകർന്നുകൊണ്ട് അലഞ്ഞുതിരിയുവാൻ ആരും കൊതിച്ചുപോവും. നഗരത്തിന്റെ ഹൃദയഭാഗത്തായി മഡിക്കേരികോട്ട. നിരവധി യുദ്ധങ്ങൾക്ക് സാക്ഷ്യം വഹിച്ചിട്ടുള്ള കോട്ടയ്ക്കുള്ളിൽ ഇന്ന് പ്രധാനപ്പെട്ട സർക്കാർ ആപ്പീസുകളാണ്. ടിപ്പു സുൽത്താൻ പണിത കോട്ട 1790 ൽ വീര രാജേന്ദ്രൻ പിടിച്ചടക്കി. നഗരത്തിന്റെ ഏതു ഭാഗത്തേക്കും വെടിയുണ്ടകൾ പായിക്കാവുന്നവിധം സ്ഥാപിക്കപ്പെട്ട പീരങ്കികൾ. യുദ്ധത്തിന്റെ പുറകെ പാഞ്ഞിരുന്ന മനസ്സിനെ യുദ്ധത്തെതന്നെയും നിർമ്മാണത്തിന്റെയും നശീകരണത്തിന്റെയും വിരുദ്ധതലങ്ങളിലേക്ക് നയിച്ച ടിപ്പുസുൽത്താൻ ഈ മഞ്ഞുപെയ്യുന്ന മലമടക്കുകളിലൂടെയും തേരോടിച്ചിരുന്നു.

രാജാസ് സീറ്റ്: മെർക്കാറ

4

സൂര്യാസ്തമയത്തിന്റെ ലഹരിയിൽ കുടകുരാജാക്കന്മാർ സ്വയം മറന്നിരിക്കുമായിരുന്ന 'രാജപീഠം' നഗരത്തിൽനിന്നും ഒരു കിലോമീറ്റർ മാത്രം അകലെയാണ്. അപാരമായ താഴ്വരകളും നീലാകാശവും ഒത്തുചേരുന്നിടംവരെ ഇവിടെയിരുന്നാൽ കാണാം. കോടമഞ്ഞ് വന്നു മൂടുകയും ഒഴിയുകയും ചെയ്തിരുന്ന സായന്തനങ്ങളിൽ മധുചഷകവുമായി എത്ര രാജാക്കന്മാർ പത്നീസമേതം ഈ പീഠത്തിൽ ഇരുന്നിട്ടുണ്ടാവില്ല.

നഗരത്തിന്റെ വടക്കുഭാഗത്തായി നാലു ശവകുടീരങ്ങളുടെ സമുച്ചയം കാണാം. രാജാക്കന്മാരായിരുന്ന വീരരാജനും ലിംഗരാജേന്ദ്രനും അവരുടെ പോരാളികളായിരുന്ന അച്ഛനും മകനും. നഗരത്തിന്റെ ഒഴിഞ്ഞൊരീ പ്രദേശത്തു പുൽപ്പരപ്പുകൾക്കു നടുവിൽ മുഗൾമാതൃകയിലുള്ള ഈ ശവകുടീരങ്ങൾ ഒന്നു നോക്കിപ്പോകുവാനുണ്ട്. ലിംഗരാജൻ 1820 ൽ പണിത ഓംകാരേശ്വരക്ഷേത്രം സമീപത്താണ്.

അബി വെള്ളച്ചാട്ടം കാണണമെങ്കിൽ മഡിക്കേരിയിൽനിന്നും 5 കിമീ പോകണം. ബസ് റൂട്ടല്ല. ഓട്ടോറിക്ഷ കൂലി പറഞ്ഞുറപ്പിച്ചു. നഗരം പിന്നിട്ട് ലിംഗരാജേന്ദ്രന്റെ ശവകുടീരവും പുൽമേടുകളും പിന്നിട്ട് അജ്ഞാതവഴികളിലൂടെ ഒരു വനപാതയിലെത്തിയപ്പോൾ ഉള്ളൊന്നുകാളി. കൂടെയുള്ള കുട്ടികൾ, ഭാര്യ, പരിചയമില്ലാത്ത എത്ര സ്ഥലങ്ങളിലൂടെ ഇവരെ കൊണ്ടുപോയിരിക്കുന്നു. ഈ നടുക്കം എപ്പോഴും കൂട്ടായുണ്ട്. ഓട്ടോ ഡ്രൈവറുടെ ആകെയൊരു രൂപം അത്ര പന്തിയല്ല. മൂന്നു കിലോമീറ്റർ പിന്നിട്ടപ്പോൾ അപരിചിതത്വത്തിന്റെ മാറാലനീക്കി അയാൾ ചിരിച്ചു.

ഓട്ടോറിക്ഷക്കാരുടെ ജീവിതപ്രാരാബ്ധങ്ങൾ പറഞ്ഞു തുടങ്ങി. വിചിത്രമായ മലയാളത്തിൽ. മുമ്പെങ്ങോ തിരുവനന്തപുരത്തു വന്നിട്ടുണ്ടത്രേ! നല്ലനാട്, നാട്ടാർ.

"യൂണിയനുണ്ടോ?"

"ഉണ്ട്."

ഇടതുപക്ഷയൂണിയനുകളുടെ സാന്നിദ്ധ്യം പ്രകടമായിരുന്നു മുമ്പ്. ഭാഷയുടെ പേരിൽ വംശത്തിന്റെ പേരിൽ കുടക് ഇളകിമറിഞ്ഞ നാളുകളിൽ ക്ഷതം കൂടുതൽ പറ്റിയത് ഈ യൂണിയനുകൾക്കായിരുന്നു. വീണ്ടും ട്രേഡ് യൂണിയനുകൾ ശക്തിപ്പെടുന്നുണ്ട്. തോട്ടം മേഖലയിൽ ഭാഷയും വംശീയതയും പുരട്ടിയ അമ്പുകളുമായി തോട്ടയുടമകൾ കാത്തിരിക്കുന്നുണ്ടാവും വീണ്ടുമൊരു കലാപം എയ്തുവിടുവാൻ.

കാട്ടുപാതകൾ പിന്നിട്ട് കുന്നിൻചരുവിലൂടെ വിശാലമായ ഒരു കാപ്പിത്തോട്ടത്തിനരുകിൽ ഓട്ടോറിക്ഷ നിന്നു. മൊസാമ്പിയും പേരയ്ക്കയും ഓറഞ്ചും നിരത്തിവച്ചിട്ടുള്ള ഒരു പെട്ടിക്കട. വെള്ളച്ചാട്ടത്തിലേക്കുള്ള ചൂണ്ടുപലക സ്വകാര്യ എസ്റ്റേറ്റിലൂടെയാണ് യാത്രയെന്ന് മുന്നറിയിപ്പ്. അകലെ വെള്ളച്ചാട്ടത്തിന്റെ ഇരമ്പം. ഈറൻമണ്ണ്.

മഴയും മഞ്ഞും മാറി മാറി വരുമ്പോൾ കൂറ്റൻ വൃക്ഷങ്ങൾക്ക് ചുവട്ടിൽ കാപ്പിച്ചെടികൾ പുളകമണിയുന്നു. ചുവന്ന ചെണ്ടുകൾ മാതിരി മുട്ടോടുമുട്ട് പഴുത്ത കായ്കൾ. പിച്ചകപ്പൂവുപോലെ കാപ്പിപ്പൂവുകൾ.

അങ്ങിങ്ങ് ഏലം.

ഓറഞ്ചുമരങ്ങൾ.

കീറത്തുണികളണിഞ്ഞ് തലയിൽ പോളിത്തീൻ ചാക്കുഷീറ്റുകൾ പുതച്ച് പെണ്ണുങ്ങൾ കാപ്പിച്ചെടിയുടെ ചുവടുകളിൽ കളപിഴുകയും വളമിടുകയും ചെയ്യുന്നു. എത്രയോ പേർ വെള്ളച്ചാട്ടം കണ്ടുമടങ്ങിയ വഴി. കരിയിലകൾക്കിടയിലിരുന്നുകരയുന്ന ചീവീടുകളുടെ ശബ്ദവീചികൾ മുഖരിതമായ കാട്ടുവഴിയിലൂടെ നാമെത്തപ്പെടുന്നത് ചേതോഹരമായ ഒരു വെള്ളച്ചാട്ടത്തിലേക്കാണ്. തലക്കാവേരിയിൽനിന്നും ഉത്ഭവിച്ച് ഇടതൂർന്ന വനങ്ങൾക്കിടയിലൂടെ ഉല്ലസിച്ച് കടൽ ലക്ഷ്യമാക്കിപ്പായുമ്പോൾ ഇടയ്ക്കൊരു കാലിടറിവീഴ്ച. മുപ്പതടിയോളം ഉയരം വരുന്ന വെള്ളച്ചാട്ടം. വെള്ളച്ചാട്ടത്തിന്റെ ഇരമ്പൽ ശ്രവിച്ച് തെറിച്ചുവീഴുന്ന നീർമുത്തുകളിൽ വിരചിതമാകുന്ന മഴവില്ലുകൾ കണ്ട് പുഴയിലിറങ്ങി കൈകാൽ കഴുകി തെല്ലുനേരം വിശ്രമിക്കുമ്പോൾ മനസ്സിലടിഞ്ഞുപോയ നഗരക്കറകൾ മാഞ്ഞുപോവുന്നു. അബിയിൽനിന്നും കുട്ടികളെ പിടിച്ചുമാറ്റി കാപ്പിത്തോട്ടങ്ങൾക്കിടയിലൂടെ മടങ്ങുമ്പോൾ ഓട്ടോറിക്ഷക്കാരൻ തയ്യാറെടുത്തു കഴിഞ്ഞു മടക്കയാത്രയ്ക്ക്.

ഭാഗമണ്ഡലം ക്ഷേത്രം

5

മഡിക്കേരിയിൽനിന്നും 48 കി മീ ദൂരമുണ്ട് തലക്കാവേരിക്ക്. നേരിട്ട് ബസ് ഇല്ല. ഭാഗമണ്ഡലയിൽ ഇറങ്ങി ട്രക്കർ പിടിച്ചുപോവുകയേ നിർവ്വാഹമുള്ളൂ. ഭാഗമണ്ഡലയിലേക്ക് നാല്പതു കി മീ രാവിലെ കുളിരണിഞ്ഞ് മലനിരകളിലൂടെയുള്ള യാത്ര. കാപ്പിത്തോട്ടങ്ങളിലേക്കു പോകുന്ന തൊഴിലാളികളും കങ്കാണിമാരും. സ്ത്രീകളെല്ലാം പൂവ് ചൂടിയിട്ടുണ്ട്. അത് വസ്ത്രധാരണം പോലെ കൗതുകകരം. സൗന്ദര്യത്തികവോടെ പൂക്കളും ഇലകളും ചേർത്ത് പൂച്ചെണ്ടുകൾ. ഏതോ വനിതാ കോളേജിലെ കുട്ടികൾ ഇടയ്ക്കെപ്പോഴോ കയറി. കിലുകിലെ ചിരി. ചിരിക്കുമ്പോൾ തെളിയുന്ന നുണക്കുഴികൾ. കുസൃതി ഒളിപ്പിച്ചനോട്ടം. തലയിൽ നിറയെ പിച്ചിപ്പൂവ്. രാവിലെ കുളിർകാറ്റിൽ പിച്ചകപ്പൂവിന്റെ മണം.

കേരളത്തിൽ നമ്മുടെ പെൺകുട്ടികൾക്കു നഷ്ടപ്പെട്ടുകൊണ്ടിരിക്കുന്ന നൈർമ്മല്യം ഇതാ ഈ മലയിടുക്കുകളിൽ.

ഭാഗമണ്ഡല ചെറിയൊരു കവലയാണ്. മൂന്നാലു ചായക്കടകൾ, പലചരക്കുകടകൾ ഏതാനും പെട്ടിക്കടകൾ. തുലാസംക്രമണകാലത്ത് ഭാഗമണ്ഡല ഭക്തരെ കൊണ്ടുനിറയും.

കാവേരി, കണ്ണകി, സുജ്യോതി എന്നീ അരുവികൾ ഇവിടെ സന്ധിക്കുന്നു.

ത്രിവേണി സംഗമം!

കേരളീയശില്പ മാതൃകയിൽ പണിത ഭാഗമണ്ഡലക്ഷേത്രം പ്രസിദ്ധമാണ്. ശിവനാണ് പ്രതിഷ്ഠ. ചുറ്റുമതിൽ. മദ്ധ്യസ്ഥാനത്ത് ശ്രീകോവിൽ. ഏറെ നിശ്ശബ്ദമായ അന്തരീക്ഷം. പായസം വഴിപാടുണ്ട്. അമ്പലത്തൂണുകളിൽ മലയാള ലിഖിതങ്ങൾ. രാവിലെയും ഉച്ചയ്ക്കും വൈകുന്നേരവും പൂജയുണ്ട്. പാരമ്പര്യവാദ്യോപകരണങ്ങൾ മുഴക്കിക്കൊണ്ടുള്ള (പഞ്ചവാദ്യത്തോട് സാമ്യമുണ്ട്) സംഗീത നിവേദ്യം. നിറഞ്ഞ മനസ്സുമായേ നമുക്ക് ക്ഷേത്രത്തിനു പുറത്ത് കാലുവയ്ക്കാനാവൂ.

ബ്രഹ്മഗിരിയുടെ താഴ്വരയിൽനിന്നും കാവേരി ഉത്ഭവിക്കുന്നു. തലക്കാവേരി.

സ്കന്ദപുരാണത്തിൽ കാവേരിയുടെ ഉത്ഭവത്തെക്കുറിച്ച് വർണ്ണിക്കുന്നുണ്ട്.

ചന്ദ്രവർമ്മനെന്ന രാജകുമാരൻ തീർത്ഥാടനമദ്ധ്യേ ബ്രഹ്മഗിരിയിലെത്തി. സ്വച്ഛന്ദമായ ആ പ്രദേശത്ത് രാജകുമാരൻ പാർവ്വതീദേവിയെ ഉപാസിക്കുന്നു. സമ്പ്രീതമായ ദേവി രാജകുമാരന് അധികാരത്തിന്റെ വാളും വിജയത്തിന്റെ കുതിരയും, പിന്നെ ഒരു സൈന്യത്തെയും നല്കി. ഒരു നദിയായി പുനർജ്ജനിക്കുമെന്ന് വാക്കു നല്കി ദേവി അപ്രത്യക്ഷയായി.

പാലാഴിമഥനം കഴിഞ്ഞു അമൃതുമായി കടന്ന അസുരരിൽനിന്നും അതു വീണ്ടെടുക്കാൻ പരമശിവൻ മോഹിനിയെ ഭൂമിയിലേക്കയച്ചു.

മോഹിനിക്കു കൂട്ടായി ലോപാമുദ്രയെന്ന പാർവ്വതീ രൂപത്തെ ലക്ഷ്മീ ദേവിയും അയച്ചു. ദൗത്യം പൂർത്തിയാക്കിയ മോഹിനി ബ്രഹ്മഗിരിയിൽ ഒരു പാറയായി വിശ്രമംകൊണ്ടു. ലോപാമുദ്രയെ വളർത്തുപുത്രിയായി ബ്രഹ്മാവിനു നൽകി.

സന്താനലബ്ധിക്കായി ബ്രഹ്മഗിരിയിൽ തപസ്സിരുന്ന കാവേരി മുനിക്ക് ലോപാമുദ്രയെ, സ്വന്തം വളർത്തുപുത്രിയെ, ബ്രഹ്മാവ് മകളായി നല്കുന്നു. ലോപാമുദ്ര കാവേരിയായി, മുനിപുത്രിയായി ബ്രഹ്മഗിരിയുടെ രോമാഞ്ചമായി വളർന്നു. ആഗ്രഹിക്കുമ്പോൾ ഒരു നദിയായി മാറുവാൻ വരം ചോദിച്ച് അവൾ ബ്രഹ്മാവിനെ തപസ്സ് ചെയ്തു. വരം ലഭിച്ചു. പുഴയായി മാറുമ്പോൾ ആ പുഴയിൽ സ്നാനം ചെയ്യുന്നവർക്ക് പാപമുക്തി ലഭിക്കുമെന്ന അനുഗ്രഹവും.

വനയാത്രയ്ക്കിടയിൽ കാവേരിയെ അഗസ്ത്യമുനി കാണുവാനിടയായി. മുനിയുടെ മനസ്സിൽ ആദ്യപ്രണയത്തിന്റെ അലയൊലികളുണർന്നു. മുനിയുടെ വിവാഹാഭ്യർത്ഥന നിരസിക്കുവാനോ പുഴയായി മാറാനുള്ള ആഗ്രഹം അടക്കി നിർത്താനോ ആവാതെ കാവേരി ധർമ്മസങ്കടത്തിലായി. അവസാനം അവൾ വിവാഹത്തിനു സമ്മതിച്ചു. പക്ഷേ, ഒരു കരാർ. ഒരിക്കലും തന്നെ ഒറ്റയ്ക്കാക്കരുത്. അങ്ങനെ ചെയ്താൽ ആ നിമിഷം മുനിയെ ഉപേക്ഷിക്കും. മുനിക്കും സമ്മതം. നാളുകൾ പോയി. ശപിക്കപ്പെട്ട ഏതോ ഒരു ദിനത്തിൽ നിബന്ധന മറന്നുപോയി മുനി ശിഷ്യന്മാരുമൊത്തു അടുത്തുള്ള കുളത്തിൽ സ്നാനം ചെയ്യാൻ പോയി.

ഒറ്റപ്പെടലിന്റെ വീർപ്പുമുട്ടലിൽ,
പുഴയാകാനുള്ള വെമ്പലിൽ.

കാവേരി ഓടി. അഗസ്ത്യമുനിയും ശിഷ്യരും കുളിക്കുകയായിരുന്ന കുളത്തിലേക്കെടുത്തു ചാടി. ഒരു പുഴയായി പൊട്ടിയൊഴുകി. ശിഷ്യന്മാർ തടയുവാൻ നോക്കി. ഭൂഗർഭത്തിലൊളിച്ച കാവേരി വീണ്ടും ഭഗന്തക്ഷേത്രയിൽ പ്രത്യക്ഷപ്പെട്ടു. വാലമ്പരി ലക്ഷ്യമാക്കി ഒഴുകി.

6

ജീപ്പ് ബ്രഹ്മഗിരിയുടെ താഴ്വാരത്തുനിന്നു. പാദരക്ഷകൾ പുറത്തിട്ട് ഒരു മഹാനദിയുടെ ജന്മഗൃഹത്തിലേക്ക് നടന്നു. കാവേരിയുടെ പ്രഭവസ്ഥാനം പടവുകൾ തീർത്ത് ഒരു കുളംപോലെ സൂക്ഷിച്ചിട്ടുണ്ട്. പാപമുക്തിക്കായി മുങ്ങി നിവരുന്നവർ.

കൈക്കുമ്പിളിൽ കോരിയെടുത്ത വെള്ളത്തിന് കുളിർമ്മ.

കുളത്തിൽനിന്നും ചെറിയൊരു നീർച്ചാലായി കാവേരി പുറത്തേക്കൊഴുകുന്നു. കാവേരിക്കുകാവലായി ശിവക്ഷേത്രം. അവിടെനിന്നും മുന്നൂറടി ഉയരം വരെ പടവുകളാണ്. പടവുകൾ കയറിച്ചെല്ലുന്നത് ബ്രഹ്മഗിരിയുടെ നിറുകയിൽ.

തലക്കാവേരി: കാവേരി ഇവിടെ ജനിക്കുന്നു.

കുടകിലെ ഏറ്റവും പവിത്രമായ ഗിരിമുകളിലാണ് നില്ക്കുന്നതെന്ന് ഓർക്കുക.

കാറ്റിന് ഗതിവേഗം. തെളിഞ്ഞ ആകാശമാണെങ്കിൽ കുദ്രേമുഖ്. മൈസൂരിലെ ചാമുണ്ഡിക്കുന്ന് വയനാട് മലകൾ തുടങ്ങിയ ഭൂപ്രദേശങ്ങൾ ദൃശ്യമാവും.

പുൽമേടുകളും പൂക്കളും നിറഞ്ഞ ബ്രഹ്മഗിരിയിൽ മഞ്ഞിറങ്ങുകയും ഒഴിയുകയും ചെയ്യുന്നത് നിമിഷം കൊണ്ടാവും. ചുറ്റുമുള്ള കാഴ്ചകളൊക്കെ മറച്ചുകൊണ്ട് ഏകാഗ്രതയിലേക്കും ഏകാന്തതയിലേക്കും നാമെത്തപ്പെടും. മഞ്ഞൊഴിയുമ്പോൾ കാവേരിയുടെ പ്രഭവസ്ഥാനം അങ്ങു താഴെ കാണാം. എല്ലാ ആരംഭങ്ങൾക്കും അത്ഭുതത്തിന്റെ ആവർണ്ണമിട്ടുകൊണ്ട് നിഗൂഢമായി നിർത്തുവാൻ പ്രകൃതിക്കെന്തേ ഈ വ്യഗ്രത. അറിയാതെ ചോദിച്ചു പോകുന്നു.

തുലാസംക്രമണ നാളുകളിൽ തലക്കാവേരി ഭക്തജനങ്ങളാൽ നിറയും. ഭക്തിമന്ത്രങ്ങൾ എങ്ങും മുഴങ്ങും. കേരളത്തിൽനിന്നും അനേകം പേർ വന്നു പോകും. കുടകിലെ ഓരോ ഗൃഹവും ഒന്നോ രണ്ടോ പ്രതിനിധികളെ ബ്രഹ്മഗിരിയുടെ താഴ്‌വരയിലേക്കയക്കും കാവേരിയെ വണങ്ങാൻ.

നിശ്ശബ്ദതയെ താലോലിക്കുന്ന ബ്രഹ്മഗിരിത്താഴ്‌വരയിൽനിന്നും ആരംഭിച്ച് എത്രയോ പ്രദേശങ്ങൾക്ക് ദാഹനീർ പകർന്ന് സമുദ്രത്തിലേക്കൊഴുകുന്ന കാവേരിയെന്തേ തർക്കവിതർക്കങ്ങൾക്കിരയാവുന്നു. അഗസ്ത്യമുനിയുടെ ശിഷ്യന്മാർ തടയുവാൻ ശ്രമിക്കവേ ഭൂഗർഭത്തിലൊളിച്ച

വളാണ് കാവേരി. ആധുനിക മനുഷ്യന്റെ മുന്നിൽ അവളെങ്ങനെയാവും പ്രതികരിക്കുക.

എങ്ങുനിന്നോ പ്രഭാതകീർത്തനം ഉയരുന്നു. തൊഴിലാളി സ്ത്രീകളെയും കയറ്റിയ ട്രക്കുകൾ തോട്ടങ്ങളിലേക്കു നീങ്ങുന്നു.

ചുവരുകളിൽ കറുത്ത മഷിയിൽ ലിഖിതങ്ങൾ കാണുന്നു.

കുടക് കുടകർക്ക്.

സ്വതന്ത്ര കുടകു സംസ്ഥാനം അനുവദിക്കുക.

കുടകിന്റെ സാംസ്കാരികാസ്തിത്വം തകർക്കുന്നവർ കുന്നിറങ്ങുക.

മലമടക്കുകളിൽനിന്നും പുക ഉയരുന്നുവോ?

കുടകിൽ മഞ്ഞുപെയ്തുകൊണ്ടേയിരിക്കുന്നു.

8

പുലിവിഴുന്താൻ ചുനയും ഭവാനി എന്ന പെൺപട്ടിയും

തീർത്തും മായമില്ലാത്ത ഒരിടത്തെയാണ് നാം മായം എന്നു വിളിക്കുന്നത്. നെയ്യാർഡാമിൽനിന്നും ഏഴു കിലോമീറ്ററോളം സഞ്ചരിച്ചാൽ മായത്ത് എത്താം. അല്പംകൂടി പോയാൽ നെയ്യാർഡാമിന്റെ ക്യാച്മെന്റ് ഏര്യയായി. കടവു കടക്കാൻ ഏറെപ്പേരുണ്ടായിരുന്നില്ല. അടുത്തുള്ള പള്ളിയിൽ ആരാധന നടക്കുന്നു.

"നോക്കൂ, തണുപ്പുകാലം കഴിഞ്ഞു.
മഴയും നിലച്ചുപോയി.
പൂവുകൾ ഭൂമിയിൽ പ്രത്യക്ഷപ്പെടുന്നു.
പാട്ടുകാലം വന്നെത്തി.
മാടപ്രാവുകളുടെ കൂജനങ്ങൾ
നമ്മുടെ നാട്ടിലെങ്ങും കേട്ടുതുടങ്ങി."

(*ഉത്തമഗീതം*)

കടത്തുകാരൻ അക്കരെനിന്നും തുഴഞ്ഞ് എത്തുന്നു. സൂര്യരശ്മികൾ കനത്തിരുന്നില്ല. ഡാമിലെ ജലത്തിന് നിഴലിന്റെ നിറമായിരുന്നു. അകലെ, വറ്റിപ്പോയ ജലത്തിന്റെ സ്മൃതി വലയങ്ങൾ കടത്തുകാരൊക്കെയും മൂകരായിപ്പോവുന്നത് എന്തുകൊണ്ട്? ജലത്തിന്റെയെന്നപോലെ ജീവിതത്തിന്റെയും ആഴം അറിയുന്നതുകൊണ്ടാകുമോ?

ദാശരാജാവും പുത്രി സത്യവതിയും കടത്തുകാരായിരുന്നല്ലോ?

2

കടവുകടന്ന് പുരവിമലയിൽ.

പുരവിമല ആദിവാസകേന്ദ്രമത്രെ. ക്യാച്ച്മെന്റ് ഏര്യയിൽ ദ്വീപായി

മാറിയ ഇടങ്ങൾ. കുറച്ചു വീടുകൾ മാത്രമേയുള്ളൂ. പുരവിമലയിലെ വനപാലകരുടെ കാര്യാലയത്തിൽനിന്നും രണ്ടുപേർ ഒപ്പം ചേർന്നു. വഴികാട്ടികൾ. കാട്ടിലെ നളന്മാർ. വാഴത്തോപ്പുകളും റബ്ബർക്കാടുകളും പിന്നിട്ട് ആദിവാസി ദേവതകളുടെ തറയും പിന്നിട്ട് അടുത്ത കടവിലേക്ക്.

മൗനിയായ കടത്തുകാരൻ ഇവിടെയും. പക്ഷേ, മുഖത്ത് ചിരിയുണ്ട്. നെയ്യാറിലൂടെയാണത്രെ നാം കടന്നുപോകുന്നത്. വലിയ ചെമ്മുഞ്ചി, ചെറിയ ചെമ്മുഞ്ചി മലനിരകൾക്കിടയിലുള്ള കോതവയലിൽനിന്നും ഉത്ഭവിച്ച് തെക്കുപടിഞ്ഞാറായി ഒഴുകിവരുന്ന നെയ്യാറിൽ വഴിക്കുവച്ച് കല്ലാറും മുല്ലയാറും സന്ധിക്കുന്നു. ജലസമൃദ്ധി കുറഞ്ഞുവരുന്നതിന്റെ അടയാളങ്ങൾ എമ്പാടും കാണാം.

ഒരിക്കൽ ജലസമൃദ്ധി വിളഞ്ഞ നിലങ്ങളിൽ വരണ്ടുണങ്ങിയ വെടിക്കട്ടകൾ.

വെടിക്കട്ടകളിൽ വേനൽപ്പച്ചകൾ. കെടുതിയുടെ സൂചനകൾ.

കടവുകടന്ന് എത്തുന്നത് കൊമ്പൈക്കാണി.

വനപാലകർക്ക് അവിടെയും സങ്കേതമുണ്ട്.

3

അവൾ ഉറങ്ങുകയായിരുന്നു. തൊട്ടുതലോടിയപ്പോൾ അവൾ വാലാട്ടി. തലചെരിച്ച് സ്നേഹം കാട്ടി. കാലുകൾ ഉയർത്തി അഭിവാദ്യം ചെയ്തു.

വനത്തിനുള്ളിലേക്കു കടക്കുമ്പോൾ നാം നിശ്ശബ്ദരാകണം. വഴികാട്ടികൾ പറഞ്ഞു. വായടക്കാൻ പാടുപെട്ട് ഞങ്ങൾ നടന്നു. ഇത് മഹാപ്രസ്ഥാനമോ? ആറുപേരും പിന്നാലെ ഒരു നായയും. ഇവൾ എപ്പോൾ കൂടെയെത്തി? നടത്തത്തിനിടയിൽ ചിലപ്പോൾ അവൾ മുന്നിൽ. ചിലപ്പോൾ ഞങ്ങൾ. ഒടുവിൽ അവൾക്ക് പേരിട്ടു. ഭവാനി.

അടുത്ത് കാണി സെറ്റിൽമെന്റുകളുണ്ട്. കാരിക്കുഴി, ചക്കപ്പാറ, തെന്മല, നാന്നൂറോളം കുടുംബങ്ങൾ. പുലിവിഴുന്താൻ ചുനയിലേക്കാണ് യാത്ര. പണ്ടെങ്ങോ വനത്തിനുള്ളിലെ കയത്തിൽ പുലിവീണുവത്രെ! പതിനേഴു കിലോമീറ്റർ കാൽനടയായി.

ഉത്തരം കയത്ത് പുഴ കടക്കണം.

ഉരുളൻ കല്ലുകൾക്കിടയിലൂടെ ലജ്ജാവതിയായി നെയ്യാർ. മുട്ടോളമേ വെള്ളമുള്ളൂ. ഇടയ്ക്കിടെ കയങ്ങളുണ്ട്. സൂക്ഷിക്കണം. കണ്ണാടിപോലെ വെള്ളം. വെള്ളത്തിനടിയിലെ ജൈവ സമൃദ്ധി. അന്താരാഷ്ട്ര മാർക്കറ്റിൽ വൻ ഡിമാന്റുള്ള കേരളത്തിന്റെ സ്വന്തം മത്സ്യം, 'മിസ് കേരള', ടൈഗർ ഫിഷ്, ടെട്രാ, സക്കർ, കാരികൾ, വരാലുകൾ, നെടിമീനുകൾ, മാനത്തു കണ്ണികൾ, പാവക്കൈലികൾ. എത്രയെത്ര മീനിനങ്ങൾ. കുളയട്ട മുതൽ നീർക്കോലി വരെ. പുഴകൾക്കരികിൽ മരസമൃദ്ധി.

കാട്ടുപുന്നകൾ, കുളമാവുകൾ, താന്നികൾ, തേന്മാവുകൾ, വെൺതേക്കുകൾ, കാട്ടുകാരകൾ, കരിമരങ്ങൾ, പേഴുകൾ.

4

പുഴനടന്നു കയറുമ്പോൾ ഭവാനി ഒപ്പമില്ല. അവളെപ്പോഴേ അക്കരയെത്തിക്കഴിഞ്ഞു. കരിയിലകളിൽ മെല്ലെ പാദങ്ങളൂന്നി ശ്വാസം മെല്ലവേ വിട്ട് ആയാസരഹിതമായി നടക്കാൻ പഠിക്കണം.

വനത്തിനുള്ളിൽ ദേശീയ പാതകളും നാട്ടുപാതകളും ഇടവഴികളും ചവിട്ടുവഴികളുമുണ്ട്. കാട്ടുതീ നിയന്ത്രിക്കാൻ നിർമ്മിച്ച ഫയർബെൽറ്റുകളാണ് ദേശീയപാതകൾ. അതുവഴി മനുഷ്യർ നടന്നു പോകുന്നു. ആനകൾ അതുവഴിതന്നെ പോകണമെന്നില്ല. അവയ്ക്ക് ആനത്താരുകളുണ്ട്. നിശ്ചിത വഴിയേ നടന്നു പോകുന്ന ജന്തുക്കൾ തീർത്ത ചവിട്ടുവഴികൾ. മിക്ക വഴികളും കാട്ടുവയലിലേക്ക് (വനത്തിനുള്ളിലെ ചതുപ്പുകൾ) വന്യജീവി സാന്നിദ്ധ്യം ഇവിടെയാണുണ്ടാവുക. ആനകൾക്ക് പ്രത്യേക ആവാസകേന്ദ്രങ്ങളില്ല. അവ കൂട്ടം കൂട്ടമായി സഞ്ചരിച്ചുകൊണ്ടേയിരിക്കുന്നു. ഈറക്കാടുകൾ വകഞ്ഞുമാറ്റി പുൽച്ചെടികൾ പിഴുത് നിലത്തടിച്ച് പനമ്പട്ടകളും ഈന്തിലകളും വായ്ക്കകത്താക്കി തുമ്പിക്കൈകൊണ്ട് മരച്ചില്ലകൾ ഒടിച്ചിട്ട് പോകുന്നവഴിയിൽ പിണ്ടമിട്ട് ഒരു ഞെരിപ്പാണ്. വനത്തിൽ ആനയെ നേരിൽ കാണുക ആനന്ദകരമായ ഒരേർപ്പാടല്ല. പുലിയുടെയും കടുവയുടെയും കരടിയുടെയും സാന്നിദ്ധ്യം നെയ്യാർ വനങ്ങളിലുണ്ട്. മനുഷ്യന്റെ ഗന്ധം അവയെ ദൂരത്തേക്ക് പായിക്കുന്നു. ശത്രുവിന്റെ ഗന്ധം മണത്തറിയാൻ അവയ്ക്ക് എളുപ്പം കഴിയും.

ഭവാനി പുഴ മുറിച്ചു കടക്കുന്നു

5

ആനച്ചൂര് എങ്ങും പരന്നു. വായു നിശ്ചലം. അകലെവിടെയോ ചില്ലകൾ ഒടിയുന്നു. നിശ്ശബ്ദത ഭരിച്ചു. ഫയർബെൽറ്റിൽ ചൂടോടെ ആനപ്പിണ്ടം കണ്ടു. ആകാശത്തേക്കു ശിഖിരങ്ങൾ വിരിച്ചു കൂറ്റൻ മരങ്ങൾ. മുപ്പതു നാല്പതു മീറ്റർ ഉയരംവരുന്ന ആഞ്ഞിലികൾ, തേന്മാവുകൾ, താന്നികൾ. അടിക്കാടുകൾ സമൃദ്ധമല്ല. അങ്ങിങ്ങ് ചൂരൽക്കൂട്ടങ്ങൾ. മരങ്ങളിൽ പറ്റിപ്പിടിച്ച് കാട്ടുകുരുമുളകുകൾ പച്ചപ്പട്ടുവിരിച്ച് കാട്ടുതിപ്പലി കാട്ടു കരിവേപ്പുകൾ. ഇടയ്ക്കിടെ വയനകൾ, മരോട്ടികൾ. സമുദ്രനിര

മരക്കൂണുകൾ

പ്പിൽനിന്നുള്ള ഉയരം കൂടുന്നതനുസരിച്ച് മരങ്ങളുടെ ഉയരം കുറയുന്നു. ജൈവ സമൃദ്ധിയുടെ അപാര കാഴ്ചകൾ. മരവാഴകൾ, ഓർക്കിഡുകൾ സീതത്താലികൾ വിവിധയിനം പായലുകൾ പൂപ്പലുകൾ. എന്തെല്ലാം തരം കൂണുകൾ. അരിക്കുമ്മിൾ, കുടക്കുമ്മിൾ, ചൂടുക്കുമ്മിൾ, ചിപ്പിക്കുമ്മിൾ, ചെവിക്കുമ്മിൾ, റേന്തകുമ്മിൾ....

കാട്ടുപോത്തുകൾ ഓടിപ്പോയി. എരുമച്ചൂര് എങ്ങും പരന്നു. മാനുകളും മ്ലാവുകളും അടുത്തെവിടെയോ ഉണ്ട്. മെസഞ്ചർപക്ഷി ഉച്ചത്തിൽ ശബ്ദം മുഴക്കി മനുഷ്യ സാന്നിദ്ധ്യം അറിയിക്കുന്നു. മൃഗങ്ങൾ ഓടി മറയുന്നു. വഴികാട്ടി, മൃഗങ്ങൾ മറയുന്നതിന്റെ രഹസ്യം വെളിപ്പെടുത്തി. മരങ്ങളിൽ വെട്ടുകത്തിയാൽ കൊത്തിയും ചെടിത്തലപ്പുകൾ വെട്ടി വഴിയിലിട്ടും അടയാളങ്ങൾ ഉറപ്പിച്ചാണ് വഴികാട്ടി ഞങ്ങളെ നയിക്കുന്നത്. ഭവാ

ഈന്തിന്റെ വനപ്രൗഢി

നിയും അടയാളം വയ്ക്കുന്നുണ്ട്. മൂത്രമൊഴിച്ചാണെന്നു മാത്രം. അതിനു മാത്രം മൂത്രം ഈ കുഞ്ഞു ശരീരത്തിൽ എവിടെ ഒളിപ്പിച്ചു വച്ചിരിക്കുന്നുവെന്ന് ഞങ്ങൾ അത്ഭുതം കൂറി.

കയറ്റം കയറുംതോറും കൂടുതൽ മലകൾ തെളിഞ്ഞു. കളമല, തിണ്ടിമല, മപ്പിമല, അരയല്ലുമല. വഴികാട്ടി പറഞ്ഞു. വടക്കുഭാഗത്ത് കാണുന്നത് വെൺകുളത്തുകാർ മല. പുലി വിഴുന്താൻ ചുന ഇനിയും അകലെയാണ്. ഒറ്റദിവസം കൊണ്ടുപോയിവരാനാകില്ല. ഇടയ്ക്ക് ക്യാമ്പു വേണം. ഭക്ഷണ സാധനങ്ങൾ മായത്തുനിന്നും വാങ്ങിയിരുന്നു. ഭൂത അപ്പിലെ (അപ്പ് - ഗുഹ) ഒറ്റമുറിക്കെട്ടിടത്തിന് വാതിലുകളില്ല. അശ്ലീല രചനകൾ അകത്തുണ്ടുതാനും.

കല്ലാറിനുള്ളിൽ പാറമുകളിൽ പഞ്ചാരമണലിന്റെ വിതാനങ്ങൾ മുറ്റമാക്കി ക്യാമ്പൊരുങ്ങി. ഔഷധക്കാറ്റിൽ വിയർപ്പകന്നു. പുഴയിൽനിന്നും ശേഖരിച്ച ധാതുജലം പാത്രത്തിൽ തിളച്ചു. കാട്ടുവിറകുകൾ ജ്വലിച്ചു. ഒഴുകുന്ന പുഴയിലെ ഒഴുകാപ്പാറകൾക്കരികിൽ ജലം നിശ്ചലമായിരുന്നു. നിശ്ചലജലത്തിൽ കാട്ടുമരങ്ങളുടെ ഛായാചിത്രങ്ങൾ. പുഴമത്സ്യങ്ങൾ മനുഷ്യസാന്നിധ്യമറിഞ്ഞ് ഒളികേന്ദ്രങ്ങളിലേക്ക് മാറി. ചീവീടുകൾ ഒറ്റയ്ക്കും കൂട്ടമായും വിലപിച്ചു. മലമുഴക്കികളുടെ ഗംഭീരനാദവും മലയോരക്കോഴികളുടെ ചിലയ്ക്കലും ഇടകലർന്നു. കാടിന്റെ സംഗീതവും കാട്ടുമൃഗങ്ങളുടെ ഗർജ്ജനവും കാറ്റിന്റെ വിദൂരമുഴക്കങ്ങളും അർദ്ധനിദ്രയിലും നിങ്ങൾ കാട്ടിലാണെന്ന കാര്യം ഓർമ്മിപ്പിച്ചു.

6

രാത്രിയായി പൂർണ്ണചന്ദ്രദിനമാണ്. പക്ഷേ, ചന്ദ്രനെ മറച്ച് മേഘങ്ങളുണ്ട്. കാട്ടിൽനിന്നും ശേഖരിച്ച വിറക് അഗ്നികുണ്ഡമായി എരിയുന്നു. തീ കണ്ടാൽ മൃഗങ്ങൾ എത്തില്ലത്രേ. കാതുകൾ കൂർപ്പിച്ച് ഭവാനി ഒരിടത്തു കിടന്നു. ചിലപ്പോൾ അവൾ ക്യാമ്പ് വലം വയ്ക്കും. മരങ്ങൾക്കിടയിലൂടെ നക്ഷത്രങ്ങൾ കാണാം. ആനകളുടെ ചിന്നം വിളിയുടെ ദുർബ്ബല വീചികൾ. വനജീവികളുടെ പദനിസ്വനം. മണലിലും പാറയിലുമായി കിടക്കുമ്പോൾ കാടും ഇരുട്ടും ഒന്നാകുമ്പോൾ സ്ഥലകാലങ്ങൾ വിസ്മൃതിയിലാകുന്നു. മലയിലെ മന്ദമാരുതനൊപ്പം ഉറക്കം കടന്നുവരുന്നു.

ഷോളവനങ്ങൾ പിന്നിട്ട് വരണ്ടപ്രദേശത്തേക്കുകടക്കുകയാണ്. അങ്ങിങ്ങ് വളർച്ച മുരടിച്ച മരങ്ങൾ. ഇടയിൽ കുറ്റിക്കാട്. നെല്ലിയും കാട്ടുപേരയും പേഴുമരങ്ങളും കാണപ്പെട്ടു. ഇലകൾ കൊഴിഞ്ഞു തുടങ്ങുകയാണ്. പലവർണ്ണങ്ങളിലുള്ള ഇലകൾ ഉതിർന്നു വീഴുന്നു. വരണ്ട കാടുകളിൽ വന്യമൃഗ സാന്നിദ്ധ്യം ഏറും. കരടിയുടെയും പുലിയുടെയും കാഷ്ടം അല്പം കഴിച്ച് അതിന്മേൽ ഉരുണ്ട് ശരീരമാസകലം പുരട്ടി ഭവാനി കടന്നുപോയി. എന്തെല്ലാം നിഗൂഢതകളാണ് പ്രകൃതിയിൽ ഒളിപ്പിച്ചിട്ടുള്ളത്. നമുക്കറിയാത്ത ഗന്ധം അവളറിയുന്നു. കരടിയുടെ ഗന്ധം സ്വയം സ്വീകരിച്ച് അവറ്റയെ കബളിപ്പിക്കാനാണോ അവളുടെ നീക്കം. നന്ദിയില്ലാത്ത ഈ മനുഷ്യരെ ഇങ്ങനെ നന്ദിയോടെ സേവിക്കാൻ എന്തു ജന്മാന്തരബന്ധമാണ് തമ്മിൽ?

പുലിവിഴുന്താൻ ചുന

കയറ്റമാണ്. മടുപ്പിക്കുന്നു, മുട്ടുകളെ ക്ഷീണിപ്പിക്കുന്ന കുത്തനെയുള്ള കയറ്റം. വഴിയിൽ ആരോഗ്യപ്പച്ച പുഷ്ടിപ്പെട്ടുനില്ക്കുന്നു. ഭവാനി പിന്നിലാണ്. കുറേശ്ശേ കിതയ്ക്കുന്നുണ്ട്. കയറ്റത്തിന്റെ ഒന്നാം ഘട്ടമെത്തുമ്പോൾ അകലെ വെള്ളച്ചാട്ടം ദൃശ്യമാവുന്നു. പൂമരുത് പൂത്തുലഞ്ഞു നില്ക്കുന്ന കാഴ്ചയിലൂടെ ഇരമ്പം അടുത്തുവന്നു.

കൂറ്റൻപാറകൾ കടന്ന് പുഴയുടെ ഏറ്റത്തിലേക്ക് അതീവ ദുഷ്കരങ്ങളായ പാഷാണവൃന്ദങ്ങൾ കടന്നും ഒഴുക്കിൽ ഇറങ്ങി നടന്നും സ്വച്ഛന്ദമായ പ്രവാഹം ആസ്വദിച്ചും മലങ്കാറ്റിനു ചെവികൊടുത്തും ആനച്ചൂരിൽ ഭയന്നും ഏറെ നടന്നു. ഇതു തന്നെയാണ് പുലിവിഴുന്താൻ ചുനയെന്ന് വഴികാട്ടി. മനുഷ്യസ്പർശമേല്ക്കാത്ത ഈ നിഗൂഢ പ്രദേശം അത്ഭുതങ്ങളുടെ ആലയമാകുന്നു. അപ്പർ ജലപാതം കാണാൻ പുഴ വഴിയുള്ള നടത്തം വിഫലമായി. മുന്നിലുള്ള ഭീകരമായ തടസ്സങ്ങൾക്കു മുന്നിൽ അടിയറവു പറഞ്ഞ് വീണ്ടും കുന്നുകയറി സമതലത്തിലേക്കു നടന്നു. താഴ്വാരം വരെ ലോവർ ഫാൾസിലേക്ക്.....

7

പുഴയുടെ വേറൊരുഭാഗം. ചിലപ്പോൾ പുഴയിൽ ഇറങ്ങിയും ചിലപ്പോൾ കരയ്ക്കുകയറിയും യാത്ര തുടർന്നു. ആനത്താരുകളിലൂടെയുള്ള യാത്ര ചങ്കിടിപ്പിക്കും. ആനകൾ കടന്നുപോകുമ്പോഴും ഗന്ധം ബാക്കിയാവുന്നു. വഴികൾ തടയുന്നിടത്ത് കാട്ടുവള്ളികൾ വെട്ടിമാറ്റി മാർഗ്ഗം സൃഷ്ടിച്ചു. അട്ടകൾ കടിച്ചു തൂങ്ങുമ്പോഴും അത് അവഗണിക്കേണ്ടി വരുന്നു. പെരിക്കാലട്ടകൾ വാഴുന്ന താഴ്വരയിലൂടെയും കടന്നുപോയി. എവിടെയും തേരട്ടകൾ. വഴികാട്ടിയുടെ ഭാഷയിൽ, ഫുൾ അട്ടകൾ. ഹാഫ് അട്ടകൾ. പൈന്റ് അട്ടകൾ. വീണ്ടും പുഴയിലൂടെ. പാറകളും വഴുക്കലും നീർക്കുഴികളും ചരിഞ്ഞുവീണ് മരങ്ങൾ ഉയർത്തിയ പ്രതിരോധവും സന്ധ്യയിലേക്കു ചാറാൻ തുടങ്ങുന്ന സമയവും അവഗണിച്ചു.

ആഹ്ലാദം അണപൊട്ടി. ഇതാ ഇരമ്പം അടുത്തുവരുന്നു. വെള്ളച്ചാട്ടത്തെ സമീപിക്കുകയാണ്. നൂറോളം മീറ്റർ ഉയരെ നിന്നും രണ്ടിടങ്ങളിലായി ജലപാതം. അഗാധമായ ഗർത്തത്തിലേക്കാണ് ജലപാതം. പ്രകൃതി അതിന്റെ രഹസ്യമായി ഒളിപ്പിക്കുന്ന ഈ ജലപാതകൾ പ്രസരിപ്പിക്കുന്ന സൗന്ദര്യം അവാച്യം തന്നെ. മുകളിൽ പടർന്നു പന്തലിച്ച കാനനച്ചോലയിൽ കാട്ടുവാഴകളുടെ പശ്ചാത്തലത്തിലും പരന്ന തടാകത്തിലേക്ക് ഒരു ജലപാതം. പുലിവിഴുന്താൻ ഫാൾസ് എത്രയെത്ര വെള്ളച്ചാട്ടങ്ങൾ പിന്നിട്ടാണ് നെയ്യാർ സ്വയം തടയപ്പെടാനായി ഒഴുകിയെത്തുന്നത്.

കാനനച്ചോലകളും ജലാശയങ്ങളും ജൈവവൈവിദ്ധ്യത്തിന്റെ സംരക്ഷിത പ്രദേശങ്ങൾ കൂടിയാണ്. മനുഷ്യർ മലിനപ്പെടുത്താത്ത ഇടങ്ങൾ കുറയുകയാണ്. വെള്ളച്ചാട്ടത്തിന്റെ ഇരമ്പലിൽ മറ്റ് ശബ്ദങ്ങൾ മുങ്ങി. പാറമേൽ കിടക്കുമ്പോൾ ചാഞ്ഞു തുടങ്ങിയ സൂര്യരശ്മികളുടെ തങ്ക

വർണ്ണം കടുംപച്ച വനത്തിലെ നിഗൂഢതകളിൽ മായാജാലം സൃഷ്ടിക്കുന്നതും കണ്ട് കണ്ണുകൾ അടയുമ്പോൾ തിടുക്കപ്പെട്ടു. ജലപാതം തീർത്ത നീർച്ചുഴികളിൽനിന്നും തെന്നിമാറിയൊഴുകിയ നീർച്ചാലിൽ കാലുകൾ ഇറക്കി വച്ചു.

ഭവാനിയും ക്ഷീണമകറ്റുകയാണ്. അവളുടെ കുഞ്ഞിക്കാലുകൾ മടക്കിവച്ച് ശരീരം അതിന്മേൽ അലസമായി വച്ച് മുഖം പാറമേൽ താങ്ങി കണ്ണുകൾ ഇടയ്ക്കിടയ്ക്ക് ചിമ്മിത്തുറന്ന് ശാന്തമായി ഉറങ്ങുന്നു. എങ്ങനെയാവും അവൾ കാടിനെ കാണുന്നത്? സൗന്ദര്യം എന്നത് മനുഷ്യനു മാത്രം ആസ്വദിക്കാവുന്ന ഒന്നായിരിക്കുമോ? സഹജവാസനകൾക്കപ്പുറം എന്തൊക്കെയോ ചൈതന്യം അവളുടെ പ്രകൃതത്തിൽ ഉൾച്ചേർന്ന പോലെ. കാനനപാതകൾ താണ്ടി അജ്ഞാതമനുഷ്യർക്കൊപ്പം ക്ലേശങ്ങൾ സഹിച്ച് ഈ വനാന്തരത്തിൽ എത്താൻ എന്തുൾപ്രേരണയാണവൾക്കുണ്ടായത്. ആർക്കറിയാം!

വെള്ളച്ചാട്ടത്തിൽനിന്നും ചിന്നിച്ചിതറുന്ന ജലമുത്തുകളിൽ അസംഖ്യം മഴവില്ലുകൾ. മരങ്ങൾക്കിടയിലൂടെ കാണാനാവുന്നത് ഒരു തുണ്ട് ആകാശം മാത്രം. ആകാശത്തു നോക്കുമ്പോഴറിയാം ഇരുട്ട് ഏറെ അകലെയല്ലെന്ന്. ഉച്ചഭക്ഷണം കരുതാത്തതിന്റെ ദൈന്യത ഓരോ മുഖങ്ങളിലും നിഴലിച്ചു. യാത്രയിലെ ആസ്വാദനം ഞങ്ങൾക്കും, ക്ലേശം വഴികാട്ടിക്കും. കാടിന്റെ മണം അയാളെയും ഭവാനിയെയും അടുപ്പിക്കുന്നു. കാട്ടിലുണരുന്ന സൗഭ്രാത്രം! നടക്കുമ്പോൾ അവരൊപ്പമുണ്ടാകും സഹോദരങ്ങളെപ്പോലെ. പാറമേൽ ഉറങ്ങുമ്പോഴും അവർ അടുത്തടുത്താണ്. ചരിവിലായതുകാരണം അയാളുടെ ഒരു കാൽ മാത്രമേ ദൃശ്യമാവുന്നുള്ളൂ.

തട്ടിയുണർത്തപ്പെടുമ്പോൾ അമ്പരപ്പാർന്ന മിഴികളോടെ അയാൾ ചുറ്റും നോക്കി.

വെട്ടുകത്തിയും വടിയുമെടുത്ത് ധൃതിയിൽ നടന്നു.

ഇപ്പോൾ ഇരുട്ടു വീഴും.

ആനത്താരുകളിൽ അപകടം പതിയിരിക്കുന്നുണ്ട് എന്നകാര്യം ഓർമ്മിപ്പിച്ചു.

ഒന്നുകൂടി തിരിഞ്ഞു നോക്കി.

മുമ്പ് നിന്നെയെനിക്കറിയുമായിരുന്നില്ല.

നീ നിതാന്തമായി അവിരാമമായി ഇങ്ങനെ അടർന്നു വീണു കൊണ്ടിരിക്കുക.

ഞങ്ങൾ അലഞ്ഞു തിരിയാൻ വിധിക്കപ്പെട്ടവർ ഇങ്ങനെ കാടും മലകളും നാട്ടുവഴികളും താണ്ടി ഇങ്ങനെ....

ഒന്നുതാനല്ലയോ, നിങ്ങളും ഞാനുമീ കാടും കിനാ-
ക്കളും അണ്ഡകടാഹവും എന്ന് എഴുതിയത് ആരാണ്?

8

കാനന പാതകളോ ചവിട്ടുവഴികളോ ഇല്ല. പുഴയിലിറങ്ങി നടന്നും കരയ്ക്കുകയറിയും തരുലതാ പാഷാണ നിബിഡപ്രദേശങ്ങൾ കടന്ന് മുന്നോട്ട്. കാട്ടരുവിയുടെ പദനിസ്വനം വഴി നീളെ. അവസാന സൂര്യ രശ്മിയും ഇലകൾക്കിടയിൽ മറഞ്ഞു.

ഭവാനി ഞങ്ങൾക്ക് മുന്നിലുണ്ട്. ചെവി വട്ടംപിടിച്ചും പാറകളിന്മേൽ മൂത്രമൊഴിച്ചും അവൾ നടക്കുകയാണ്. പുഴയിലെ വഴുക്കൽ പാറകളിൽ പാദമൂന്നിയും തണുതണുത്ത വെള്ളത്തിൽ ഇറങ്ങി നടന്നും മറുകരകയറി. അപ്പോൾ ഭവാനി ഒപ്പമില്ല. അവൾക്കായി നടത്തിയ അന്വേഷണങ്ങൾ വിഫലം. അവളുടെ അനക്കം പോലുമില്ല. പട്ടികൾ പുലിക്കു പ്രിയമെന്നു കേട്ടിരിക്കുന്നു. പുലി പിടിച്ചോ? എവിടെ അവൾ? ഒരംഗത്തെ വഴിയിൽ വിട്ട് നടക്കേണ്ടി വരുമ്പോഴുള്ള വിഷമത്തോടെ ഞങ്ങൾ നടന്നു.

ചീവീടുകൾ ഊർജ്ജസ്വലരായിരിക്കുന്നു. വനസംഗീതത്തിന് കൂടുതൽ തീവ്രത. മിന്നാമിനുങ്ങുകൾ തെളിഞ്ഞു. കാറ്റിനു കുളിരേറി. മരച്ചില്ലകളും കാട്ടുവള്ളികളും വഴിമുടക്കി. അങ്ങോട്ടുപോയ ഇടത്തുകൂടിയല്ല മടക്കമെന്ന തോന്നൽ ബലപ്പെട്ടിരിക്കുന്നു. വഴി തെറ്റി.

മലങ്കാറ്റിനൊപ്പം ഒഴുകിയെത്തിയ ശബ്ദവീചികളിൽ ഒരു ദീന രോദനം ഉൾച്ചേർന്നിരുന്നോ?

ചെവിയോർത്ത് ഒരുനിമിഷം നിന്നു.

ഭവാനിയുടെ കരച്ചിലാണ്, കുറച്ചകലെനിന്നും.

അവൾ പുഴയ്ക്കക്കരെ.

ഞങ്ങൾ വഴിതെറ്റിയിടത്തുനിന്നാവും അവൾ കരയുന്നത്.

യാത്രാസംഘം വഴികാട്ടിയ്ക്കൊപ്പം

ഒരിക്കൽക്കൂടി പുഴ മുറിച്ചു കടന്നു.

അവളുടെ രോദനം കൂടുതൽ വ്യക്തമായി.

ഇരുട്ടിൽ അവളുടെ വെളുത്ത ശരീരം തെളിഞ്ഞു കണ്ടു.

കുത്തിയിരുന്ന് തല മുകളിലേക്കുയർത്തിയാണ് കരച്ചിൽ.

ഞങ്ങൾക്കരികിലേക്ക് കുതിച്ചെത്തി വാല് വേഗത്തിലാട്ടി.

ഞങ്ങളുടെ ശരീരത്തോട് ചേർന്നു നിന്നു.

മുഖങ്ങളിലേക്കു നോക്കി.

ഞങ്ങൾക്കു വഴി തെറ്റിയാലും അവൾക്ക് തെറ്റില്ലെന്ന് ഞങ്ങൾക്കുറപ്പായി. അവൾക്കു പിന്നാലെ ഞങ്ങൾ നടന്നു.

വനപാതയിലെത്തിയതോടെ അവളുടെ വേഗത കൂടി. ഒരിക്കൽ തിരിഞ്ഞുനിന്നു. ശക്തമായി വാലാട്ടി. പിന്നെ, അതിവേഗത്തിൽ അവൾ ഇരുട്ടിൽ മറഞ്ഞു.

പുഴവക്കത്തെ ക്യാമ്പിൽ തണുത്ത ഭക്ഷണം ഞങ്ങളെ കാത്തിരുന്നു. കാട്ടിനുള്ളിൽ ഏതു ഭക്ഷണവും സ്വാദിഷ്ടമാണ്. ഭക്ഷണവേളയിൽ ഭവാനിയെ തിരഞ്ഞു. അവൾ അപ്രത്യക്ഷയായിരിക്കുന്നു. ഇവളിതെവിടെപ്പോയി?

ഈ രാത്രി ആര് ഞങ്ങളുടെ നിദ്രയ്ക്കു കാവലിരിക്കും?

അവളുടെ അസാന്നിദ്ധ്യം സൃഷ്ടിച്ച മൂകതയിൽ ഞങ്ങൾ മൗനികളായി.

അരിച്ചെത്തുന്ന തണുപ്പുമാത്രം.

തീകുണ്ഠത്തിനു ചുറ്റും നിഴൽ രൂപങ്ങൾ.

കൊമ്പെക്കാണിയിൽ നിന്നും മടക്കം

അഗ്നിയുടെ നാവുകൾ മുകളിലേക്കുയർന്നു.

രാത്രി ഒന്നോ രണ്ടോ തുള്ളി മഴ പെയ്തു.

കരിവു മഴ.

കാട്ടരുവിക്കരയിലാണെന്ന കാര്യം മറന്ന്. ഉറക്കത്തിൽ ഇടയ്ക്കൊന്നുണർന്നു. മേഘമറയിൽനിന്നും തലനീട്ടിയ ചന്ദ്രപ്രഭയിൽ കണ്ണുകൾ ഭവാനിയെത്തേടി.

മടക്കം.

മുളച്ചില്ലകൾ ഒടിയുന്നു. ആനകളുടെ സാമീപ്യമറിയുന്നു. മലനിരകൾ പിന്നിടാനുള്ള തിടുക്കത്തിൽ ഞങ്ങൾ ഭയം പകുത്തില്ല. ആപത്തിനു മുന്നിൽ അവനവൻ മാത്രം.

9

കൊമ്പെ ക്യാമ്പിൽ വനപാലകർ തന്ന കട്ടൻചായ കുടിച്ച് കടവിലേക്ക്. ഭാണ്ഡങ്ങളും ചുമലിലേറ്റി വഞ്ചിക്കായുള്ള കാത്തിരിപ്പ്. കടത്തുകാരന്റെ ഭാര്യയോട് കാണാതായ പട്ടിയെപ്പറ്റി സൂചിപ്പിച്ചു.

അവൾ ഞങ്ങടെയാ.... ചെലപ്പോ മലകയറ്റക്കാരോടൊപ്പം കാട്ടിപ്പോവും. ഇഷ്ടപ്പെട്ടാ മാത്രം. അവര് മടങ്ങാൻ തുടങ്ങിയാൽപ്പിന്നെ അവൾ അവിടെ നിക്കാതെ നേരേ ഇങ്ങു പോരും.

അവളിവിടെ എത്തിയാ ഞങ്ങൾ കരുതും അവര് മടക്കയാത്ര തുടങ്ങിയെന്ന്.

എന്നിട്ടവളെവിടെ?

ഇന്നലെ രാത്രിതന്നെ ഇവിടെയെത്തി. ഒറക്കമാണ്. വീട്ടിൽ.

അവളെക്കണ്ട് യാത്ര പറയണമെന്നുണ്ടായിരുന്നു.

ആശ്വാസത്തോടെ കടവിലേക്കു നടന്നു.

വഞ്ചി തിരികെ വരുന്നുണ്ട്.

9

നീർത്തെറ്റികൾ പൂക്കുന്നിടത്തേക്ക്

വീടിനോടുചേർന്ന വസ്തുവിൽനിന്നും അഞ്ചുസെന്റ് വിറ്റ് നാവായിക്കുളത്ത് ഒരേക്കർ വയൽ വാങ്ങി. എതുക്കാട്ടു നിന്നും പറകുന്നിലേക്ക് പോകും വഴി കാവനാട്ടുകോണം ഏലായിലാണ് വയൽ. നാപ്പറ എന്നു പേരുള്ള ഒരു വയലും മൂന്നു തുണ്ടു വയലുകളും. മദ്ധ്യവേനൽ കാലത്താണ് വാങ്ങൽ. വയൽ 'പാഴായും ശൂന്യമായും' കിടക്കുന്ന സമയം. ഒരു സന്ധ്യക്കാണ് 'വയലു കാണാൻ' എത്തിയത്. ഏലാക്കരയിലൂടെ കൈതക്കാട് പടർന്ന തോട്. എതിരെ നാഗരുകാവ്. സന്ധ്യാദീപം കത്തിച്ച് ആരോ പോയതേയുള്ളൂ. ചെറുവല്ലിക്കാവിനടുത്ത് മുപ്പത്തഞ്ച് കൊല്ലം മുമ്പുണ്ടായിരുന്ന ഏലാ എടുത്തുവച്ച മാതിരി. കൃത്യം മുപ്പതു കിലോമീറ്റർ അകലെയാണെങ്കിലും വയൽ വാങ്ങിയതിനു പിന്നിൽ ഒരു ഗൃഹാതുരത്വമുണ്ട്.

ബാല്യകൗമാരങ്ങൾ പിന്നിട്ടത് ഏലായിലും കരയിലുമായിട്ടായിരുന്നു. ഏലാക്കരയിലുള്ള തെങ്ങിൻ തോപ്പിൽ, വെട്ടിയിട്ടുപോയ ഓലകളിൽ മലർന്നു കിടന്നാണ് എം ടി യെയും ഉറൂബിനെയും വിലാസിനിയെയും മുകുന്ദനെയും വായിച്ചത്. പ്രണയത്തിന് കൊതിച്ചത്. നടീൽകാലത്ത് വയലൊരുക്കിയതും മുട്ടറ്റം ചെളിയിൽനിന്ന് നൃത്തം ചെയ്തതും വെയിലും കാറ്റും മഴയുമേറ്റ് പുളകംകൊണ്ടതും, ഇടിയും മിന്നലുമേറ്റ് ഞെട്ടിയതും, പെരുമഴയത്ത് വാഴക്കൂട്ടങ്ങൾക്കിടയിലൊളിച്ചതും കൊയ്ത്തുകാലത്ത് മുറ്റത്തടുക്കി വെച്ച കറ്റയിൽ നിന്നുയർന്നു വരുന്ന നീരാവിയുടെ നെന്മണം അവസാനമായി നുണഞ്ഞതും ഏകദേശം മുപ്പത്തഞ്ചു കൊല്ലങ്ങൾക്കുമുമ്പ്. പഴങ്കഥകൾ കേട്ട് കൊതിച്ച മക്കളെ വയൽ കാണിക്കാൻ കൊണ്ടുപോയിരുന്ന കണിയാപുരം വലിയ ഏലായും ഇന്നില്ല. അതിനും എത്രയോ മുമ്പ് കൺമുമ്പിലെ പാടങ്ങൾ മറഞ്ഞു കഴിഞ്ഞിരുന്നു.

2

ഏതു വിത്തിറക്കണം? പഴയ വിത്തുകൾ തന്നെയാവുമോ ഇപ്പോഴും. വർഷങ്ങൾ എത്രയോ പോയി. പഠനം കഴിഞ്ഞു. ജോലിയായി. പെൻഷൻ പറ്റാൻ ഏതാനും വർഷങ്ങൾ. ഇതിനിടയിൽ വിത്തുകളെത്രയോ വന്നുപോയിട്ടുണ്ടാകണം. ശ്രദ്ധിച്ചില്ല. അന്നൊക്കെ കുറ്റിച്ചേറാടി, മഞ്ഞച്ചേറാടി, നമ്പർ ടു, നമ്പർ ടെൺ, പവിഴചമ്പാവ്, ചെറുമണിയൻ, തവളക്കണ്ണൻ എന്നിങ്ങനെ പഴയ ഇനങ്ങളും ഒരിക്കൽ വന്നു പോയ തൈനാൻ, പിന്നാലെയെത്തിയ ഐ ആർ 8, ജയ തുടങ്ങിയ വിത്തുകളുമായിരുന്നു.

വിത്തിറക്കേണ്ട നാളടുത്തിട്ടും കാവനാട്ടുകോണം ഏലായിൽ ആരുടെയും അനക്കം കാണാനില്ല. ഈ 'പൂവിൽ' മിക്കവരും കൃഷിയിറക്കുന്നില്ല. അതുതന്നെ മഴയുണ്ടെങ്കിൽ മാത്രവും. ആദ്യകൃഷി ഇറക്കിയിട്ടു തന്നെ കാര്യം. പുതിയ പേരുകൾ കാതിൽ വന്നു വീണു. നമ്പർ ഇരുപത്, കാഞ്ചന, ഭാരതി, സൂര്യപ്രഭ, അശ്വതി.....

വിത്തു കിട്ടാനില്ല. പത്തായങ്ങളിൽ നിന്നെടുത്തു കുത്തിക്കഴിഞ്ഞു. കൃഷിഭവനിലന്വേഷിച്ചപ്പോൾ ഈ പൂവിൽ വിത്തുകൊടുക്കേണ്ട എന്നു തീരുമാനിച്ച കാര്യമറിഞ്ഞു. കഴിഞ്ഞ പ്രാവശ്യം നല്കിയ വിത്തിൽ പകുതിയും മുളച്ചില്ലത്രെ! മുളച്ചതിൽ പാതിയും കതിരായില്ലത്രേ! നാഷണൽ സീഡ് കോർപ്പറേഷന് കരമനയിൽ ഓഫീസുണ്ടെന്നും അവിടെ എല്ലാ തരം വിത്തുകളും ലഭിക്കുമെന്ന ഉപദേശം കിട്ടി. പക്ഷേ, സൂക്ഷിക്കണം. നാട്ടിനും ഏലാക്കും ഇണങ്ങുന്ന വിത്തായിക്കൊള്ളണമെന്നില്ല. അത്തരമൊരു നീക്കം വേണ്ടെന്നു വച്ചു. പഴയ കർഷകരുടെ വീടുകളിൽ കയറിയിറങ്ങി. 28–ാം മൈലും, പറകുന്നും, പാണൻപറമ്പും, കൂനൻ മാവുമൊക്കെ നടന്നു കണ്ടു. പറങ്കിമാവിൻ തോട്ടങ്ങളിലൂടെ നടക്കുമ്പോൾ മൂപ്പെത്തി തുടങ്ങിയ കശുമാങ്ങകൾ കണിയൊരുക്കി. കശുവണ്ടി ഫാക്ടറികളിൽനിന്നും കറുത്ത പുക ഉയർന്നു. ഈ അലച്ചിലിനിടയിൽ 'വിത്തും' 'നെല്ലും' വേറെയാണെന്നറിഞ്ഞു. വിതയ്ക്കാൻ വേണ്ടി പ്രത്യേക രീതിയിൽ ഒരുക്കിയ നെല്ലാണ് 'വിത്ത്.' ഒരു വീട്ടിൽനിന്നും മൂന്നരപ്പറ നെല്ല് വാങ്ങി. അവർ മുന്നറിയിപ്പു തന്നു. കഞ്ഞിവയ്ക്കാൻ കരുതിയതാണ്. കാഞ്ചന. സാറു വല്ലാതെ അലഞ്ഞില്ലേ? നിരാശപ്പെടേണ്ടെന്നു കരുതി. കൊറേ മൊളയ്ക്കും. കൊറേ പാഴാകും. എന്നെ ചീത്ത പറയേണ്ട. ഒരു പറ നെല്ലിനു നൂറു രൂപ. കൃത്യം താങ്ങു വിലയ്ക്കൊപ്പം.

3

പൊടിയിൽ പാവണോ നീറ്റിൽ പാവണോ? ഉത്തരം മഴയെ ആശ്രയിച്ച്. ഗ്ലോബൽ വാമിങ്ങാണുപോലും. മഴ പിണങ്ങി നടക്കുകയാണ്. രണ്ടാഴ്ച കഴിഞ്ഞ് മഴയൊന്നു പെയ്തു. നാട്ടുവഴിയിലൂടെ നടക്കുമ്പോൾ

മഴയുടെ പ്രണയപ്പാടുകൾ ദൃശ്യമായി. ഇലകളിൽ മഴത്തുള്ളികൾ തിളങ്ങുന്നു. പലരും ഇതിനകം പൊടിയിൽ പാകിക്കഴിഞ്ഞിരുന്നു. ഞാറ്റടികളിൽ മുളച്ചു പൊന്തുന്ന പുതുനാമ്പുകൾ. വിത്തിറക്കാൻ വൈകിയതിൽ തെല്ലുനിരാശ തോന്നിയെങ്കിലും പുറത്തു കാട്ടിയില്ല. വസ്തു വാങ്ങാൻ സഹായിച്ച കൊച്ചുഗോവിന്ദക്കുറുപ്പ് ഒരു കർഷകൻ കൂടിയാണ്. പക്ഷേ, ഈ പൂവിൽ കൃഷിയിറക്കിയില്ല.

തരിശു പാടങ്ങളിൽ അങ്ങിങ്ങുമാത്രം ഞാറ്റടികൾ. ഞാറ്റടിയിൽ രണ്ടു ചാൽ ഉഴാൻ ഉണ്ണിയെന്ന ഉണ്ണകൃഷ്ണക്കുറുപ്പിനെ ഏല്പിച്ചു. കാവനാട്ട് കോണം ഏലായിൽ രണ്ടുപേർക്കെ കാളകളുള്ളൂ. ഞാറ്റടി രണ്ടു ചാലുഴുതപ്പോൾ അഞ്ഞൂറ് രൂപ. ആദ്യകൃഷിക്ക് പേഴ്സ് നോക്കണ്ട. മൂന്നരപ്പറ കാഞ്ചന മുളപ്പിക്കാൻ കൊച്ചുഗോവിന്ദക്കുറുപ്പിനെ ഏല്പിച്ചു. നെല്ലേറെ മുളപ്പിച്ചു വിതച്ച കുറുപ്പിന്റെ കൈകൾ നെൽച്ചാക്കിലേക്ക് താഴ്ന്നു. ഒരു കൈക്കുമ്പിൽ വിത്ത് പരിശോധിച്ച അദ്ദേഹം പറഞ്ഞു: "ഉണക്കു പോര, ചണ്ടുണ്ട്. ഇരുപത്തിനാലു മണിക്കൂർ വെള്ളത്തിൽ ഇട്ടശേഷം അടുത്ത ദിവസം ചണച്ചാക്കിൽ വാരിക്കെട്ടി. നനഞ്ഞ ചാക്കിനു മുകളിൽ ഭാരം കയറ്റിവച്ചു. എന്തിനെന്നു ചോദിച്ചപ്പോൾ അതവിടെ ഇരിക്കട്ടെന്നായി. മൂന്നാം നാൾ മുളയ്ക്കേണ്ടതാണ്. പക്ഷേ, പാതി വിത്തിലും മുളപൊട്ടിയില്ല. കുറുപ്പ് നിരാശനായി. എനിക്ക് അത്ഭുതമൊന്നും തോന്നിയില്ല. നാളെ മുളയ്ക്കും. എഴുപതിലേറെ ഓണമുണ്ടു കഴിഞ്ഞ കുറുപ്പ് നിശ്ശബ്ദനായി.

ഞാറ്റടിയൊരുക്കുന്നതിന് പണിക്കാരെ സംഘടിപ്പിക്കുന്ന കാര്യം പറഞ്ഞപ്പോൾ കുറുപ്പ് പറഞ്ഞു: "....ഗോപിയോടു പറയാം." വഴിയെ വ്യക്തമായി. പണിക്കാരൻ ഗോപി കുറവ സമുദായക്കാരനാണ്. വയലുകളുടെ ഉടമകൾ മിക്കവരും നായർ സമുദായാംഗങ്ങളായ കുറുപ്പന്മാരും. പണിക്കാർ കുറവ സമുദായക്കാരായ ദളിതരുമാണ്. നെല്ലിനൊപ്പം 'ജാതി' യും പാടങ്ങളിൽ വിളയുന്നു.

പുലർച്ചെ എതുക്കാട് ബസിറങ്ങി നാട്ടുവഴിയിലൂടെ കാവനാട്ടു കോണത്തേക്കു നടക്കുമ്പോൾ കുളിരുമാറിയിരുന്നില്ല. പാൽ പാത്രവുമായി എതിരെ വന്ന പ്രായം ചെന്ന സ്ത്രീ തെരക്കി: "വിത്തു മൊളച്ചില്ല, അല്ല്യോ?" അതു വാർത്തയായതു ഞാനറിഞ്ഞില്ല. കുറുപ്പിന്റെ വീട്ടിലേക്കു പോകുമ്പോൾ മതിലിനുള്ളിൽനിന്നും ഒരാൾ പറഞ്ഞു. നേരെ ഒണക്കി കാണത്തില്ല, അതാ എല്ലാം മൊളയ്ക്കാത്തത്. കൃഷിയുടെ ഓരോ ചലനവും നാട്ടുകാരറിയുന്നു. അവിടെ ഒന്നും നിസ്സാരകാര്യങ്ങളല്ല. സ്വകാര്യ ദുഃഖങ്ങളല്ല. മഴ പെയ്യാത്തത്, ഉഴാൻ ട്രാക്ടർ വരാത്തത്, തോട്ടിൽ വെള്ളം വറ്റിപ്പോയത്, പ്രാവ് വിത്തു പെറുക്കി കടന്നത് എല്ലാം പരസ്പരം പങ്കുവെക്കാനുള്ളതാണ്.

4

ഉണ്ണി കാളകളെ മേയാൻ വിട്ട് ഞാറ്റടിയൊരുക്കാൻ കൂടി. വരാമെന്നേറ്റിരുന്നയാൾ എത്തിയില്ല. ഞാൻ വയലിലേക്കിറങ്ങി. വർഷങ്ങൾക്കു

ശേഷം ചെളിയിൽ കാലുകൾ പുതഞ്ഞപ്പോൾ ജീവന്റെ ചില്ലകൾ തളിർത്തു. മൺവെട്ടികൊണ്ട് പുൽതലപ്പുകളും ഉടയാത്ത കട്ടകളും ചവിട്ടി താഴ്ത്തി. മൺവെട്ടിയിൽ ഒരു കൈ ഊന്നി കാലുകൊണ്ടുള്ള അർദ്ധ വൃത്തം. കലങ്ങിയ ചെളിയിൽ തെങ്ങിന്റെ തലപ്പുകൾ ഓളം വെട്ടി. ഒരു പത്തുമിനിറ്റ്. കൃഷിപ്പണിയുടെ താളത്തിലേക്ക് വീഴുമ്പോൾ മനസ്സിൽ കുറിച്ചിട്ടു. പഠിച്ച പണികൾ ഒരിക്കലും മനുഷ്യൻ മറന്നു പോകുന്നില്ല. ഏതോ ഒരു ആദിബോധത്തിന്റെ തള്ളൽ. 130 ദശലക്ഷം പഴക്കമുണ്ട് നെല്ലിന്റെ അസ്തിത്വത്തിന്. മനുഷ്യപ്പിറവി മുതൽ നെല്ല് ഒപ്പമുണ്ട്. ആദിമ കൃഷിയുടെ മുറിയാപ്പരമ്പര. എപ്പോ വേണമെങ്കിലും പുനർജ്ജനിപ്പിക്കാം. മണ്ണുണ്ടെങ്കിൽ, വയലുണ്ടെങ്കിൽ. ഗോവിന്ദക്കുറുപ്പ് ഒരുക്കിയ വയലിൽ തെങ്ങിൻമടലുപയോഗിച്ച് മാല് തീർത്തു. ചാരം വിതറുമ്പോൾ ചോദിച്ചു, രാസവളം വേണ്ടെ? അധികം വാച്ചാ നെല്ല് നടാങ്കൊള്ളൂല്ല.

നെൽ വിത്തുകളധികവും മിഴി തുറന്നില്ല. വെളുത്തു തുടുത്ത നവമുകുളങ്ങൾ, വേരുകൾ. ഞാറ്റടിയിൽ വിത്തു വിതയ്ക്കുന്നത് ഒരു കലാപ്രവർത്തനമാണ്. നോക്കി നില്ക്കുമ്പോൾ എളുപ്പമെന്നു തോന്നും. ഒരിടത്തും കൂടാതെ, കുറയാതെ എല്ലാ മാലിലും ഒരു പോലെ വിത്തുകൾ. വിതകഴിഞ്ഞ് പ്രാവുകളെ പേടിപ്പിക്കാൻ വീഡിയോ കാസറ്റിന്റെ ടേപ്പുകൾ നീളെയും കുറുകെയും കെട്ടി കുറുപ്പ് കാവലിരുന്നു. പ്രാവുകൾ വരുന്നത് പറ്റത്തോടെയാണ്. ഓരോ റെയ്ഡു കഴിയുമ്പോഴും, ഞാറ്റടി ഒഴിയും.

മുളച്ചുവളർന്നപ്പോൾ ഞാറ്റടിയിൽ ഞെരുക്കമില്ല. ഞാറു തെകയൂല്ലെന്ന് വന്നവരെല്ലാം പറഞ്ഞു. കൃഷിയിറക്കാൻ വിത്തു പാകിയിട്ടുള്ളവരോട് കെഞ്ചി – അധികം വരുന്ന ഞാറെനിക്ക്. ഗ്ലോബൽ വാമിങ് എന്നു കേട്ടാൽ ഓഫീസിൽ ഇരിക്കുമ്പോൾ ഒന്നും തോന്നൂല്ല. വയലിൽ നില്ക്കുമ്പോൾ മഴ വൈകുന്നത് നെഞ്ചു പൊള്ളുന്ന അനുഭവവും.

5

ഓർക്കാപ്പുറത്തു കിട്ടിയ മഴയിൽ തോടു നിറഞ്ഞു. തലക്കുളം നിറഞ്ഞുകവിഞ്ഞു. ഇടത്തോടുകളിലൂടെ വെള്ളം ഒഴുകിപ്പോയി. രണ്ടുനാൾ കൊണ്ട് വെള്ളം പോയ വഴിയറിയാതായി. ട്രാക്റ്റർ ഇറങ്ങാൻ വഴിയില്ല. കാരണം രണ്ട്. ഒന്ന്: എല്ലാരും കൃഷിയിറക്കുന്നില്ല. രണ്ട്: വെള്ളം പോര. ഏലാകൾക്കപ്പുറം ഒരാൾക്ക് ഒരു ചെറിയ ട്രില്ലറുണ്ട്.

പുലർന്നു വരുന്നതേയുള്ളൂ. കുറുപ്പിനെയും കൂട്ടി തോടുകൾ മുറിച്ചു കടന്ന് തെങ്ങിൻതോപ്പിലൂടെ നടന്നു. തെറ്റിപ്പൂവുകളും മുൾച്ചെടികളും നിറഞ്ഞ കണ്ണേറുകൾ. തരിശായി കിടക്കുന്ന നിലങ്ങൾ. കൈയേറ്റത്തിന്റെ തഴമ്പുകൾ. കപ്പയും തെങ്ങും വിഴുങ്ങിയ വയലുകൾ. വാഴത്തോപ്പുകൾക്കുള്ളിൽ കനത്തു വരുന്ന തെങ്ങിൻതൈകൾ. ആളുകൾ

നെൽകൃഷി ഉപേക്ഷിക്കുകയാണ്. ട്രില്ലർ തേടിയോടാൻ എല്ലാരും പുതുക്കൃഷിക്കാരല്ലല്ലോ?

അയാൾ തീർത്തും പറഞ്ഞു: "ഒരാൾക്കു മാത്രമായി ട്രില്ലർ കൊണ്ടുവരാനൊക്കൂല്ല സാറേ. അടുത്ത പൂവിൽ നോക്കാം. എന്റെ സ്വന്തം വയൽ പോലും ഉഴുതില്ല. വെള്ളമില്ലാതെ കാര്യം നടക്കൂല്ല." അയാൾ പതുക്കെ കുറുപ്പിന്റെ ചെവിയിൽ പറഞ്ഞു: "മഴ മിക്കവാറും ഉണ്ടാവൂല്ല. വൃശ്ചികത്തിന്റെ കുളിരാണ് രാവിലെ. എടവത്തിന്റെ ലക്ഷണമല്ല. മഴ ചതിക്കും." എന്തൊക്കെ നാട്ടറിവുകൾ. ഇയാളുടെ അറിവു തെറ്റട്ടെ! എനിക്കു കൃഷിയിറക്കിയല്ലേ മതിയാകൂ.

6

കണക്കു കൂട്ടലുകൾ തെറ്റി. മഴ വന്നു. ഒന്നല്ല പലവട്ടം. ഉഴുതിമറിക്കാത്ത വയലുകളിൽ തെളിവെള്ളം കെട്ടിക്കിടന്നു. വെള്ളത്തിനടിയിൽ ചെറുപ്പുള്ളാടികളുടെ ഇലകളിൽ ജലബിന്ദുക്കൾ പളുങ്കു തീർത്തു. നീർത്തെറ്റികൾ തലയുയർത്തി. റോസ് നിറത്തിലുള്ള നീർത്തെറ്റി പൂക്കളും വൈലറ്റ് നിറത്തിലുള്ള കാക്കത്തിപ്പൂവുകളും വരമ്പോരങ്ങളിൽ വസന്തം തീർത്തു.

ഉണ്ണി പാടങ്ങൾ ഉഴുതു. കാളകൾ വയൽ ചവിട്ടി തിമിർത്തു. (കലപ്പ മനുഷ്യ സംസ്കാരത്തിന്റെ അദ്ധ്വാനത്തിന്റെ പങ്ക് ഉറപ്പിച്ച ആയുധമാണ്. ഞേങ്ങോൽ എന്ന ദ്രാവിഡപദത്തിൽ നിന്നാണ് കലപ്പയുടെ സംസ്കൃത പദമായ ലാംഗലം ഉരുത്തിരിഞ്ഞത്). കലപ്പയിൽനിന്നും ഈർപ്പമുള്ള വയൽമണ്ണ് അടർന്നു വെള്ളത്തിൽ വീണു. അലിയുന്ന മണ്ണിൽനിന്നും ജലജീവികൾ പുറത്തുവന്നു. വെള്ളക്കൊക്കുകൾ കാളകൾക്കു പിന്നിൽ തത്തിക്കളിച്ചു. വയൽ ഉണരുകയാണ്.

കൃഷി വകുപ്പിൽനിന്നും കിട്ടുമെന്നറിയിച്ച സൗജന്യവളം ഇനിയും എത്തിച്ചേർന്നില്ല. ഓരനെല്ലൂർ ഏലാ വികസന സമിതി പ്രസിഡന്റ് മുരളി സമാധാനിപ്പിച്ചു. വളം കിട്ടും. പക്ഷേ, സമയം പിടിക്കും. അതും കാത്തിരുന്ന് കൃഷി മുടക്കണ്ട. എടവത്തിൽ ചിലരേ കൃഷിയിറക്കൂ. ചിങ്ങത്തിൽ കൂടുതൽ പേർ കൃഷിയിറക്കും. അപ്പോളൊക്കെ ശരിയാക്കാം.

കാവനാട്ടുകോണത്തെ നെൽകൃഷിക്കാരുടെ പ്രിയപ്പെട്ട വളം ഫാക്ടംഫോസാണ്. ഫാക്ടംഫോസ് കിട്ടാനില്ല. ബാംഗ്ലൂരിൽ കർഷകർ കൃഷിയാഫീസ് കൈയേറിയ വാർത്ത. വെടിവയ്പ്പ്. മരണം. അഖിലേന്ത്യാ തലത്തിൽ രാസവളക്ഷാമം പത്രവാർത്തയാവുന്നു. കേരളത്തിൽ എല്ലാ സംവിധാനവും ഒരുക്കിയെന്നു കൃഷിമന്ത്രി. വളം ഡിപ്പോയിൽ വളമെത്തിയിട്ടില്ല. ഒരു കുട്ട ചാണകത്തിന് മുപ്പത് രൂപ! ചുമട്ടുകാരികൾക്ക് പക്ഷേ, കൂലി നൂറ്റി ഇരുപത് രൂപ മാത്രം! അവിടെയും പണിയെടുക്കാൻ കുറത്തികൾ മാത്രം. സവർണ്ണ സമുദായക്കാർ ഇനിയും കൂലിക്കു ചാണകം ചുമന്നു തുടങ്ങിയിട്ടില്ല. എപ്പോഴും കഠിനജോലിയും

കുറഞ്ഞ കൂലിയും അവഗണനയും ദളിതർക്കുള്ളതാണല്ലോ!

രാസവളം വന്നു. കൃഷിയാഫീസർ പറഞ്ഞു. ഫാക്ടംഫോസ് വേണ്ട. അതു കേരളത്തിലെ ഏലാകൾക്കു പറ്റിയതല്ല! രാജ്ഫോസ്/ റോക്ക് ഫോസ് ഏക്കറിന് എൺപത് കിലോ യൂറിയ രണ്ടു പ്രാവശ്യ മായി എൺപതു കിലോ. പൊട്ടാഷ് പതിനഞ്ചു കിലോ രണ്ടു പ്രാവശ്യ മായി.

നടീൽ ദിവസം രാവിലെ ചാറ്റൽ മഴ പെയ്തു. രാവിലത്തെ ഇളം വെയിലിൽ, ചെറുകാറ്റിൽ പെയ്തിറങ്ങിയ തേന്മഴ നനയുമ്പോൾ വർഷ ങ്ങൾ അലിഞ്ഞുപോയി. ഞാറ്റടിയിൽനിന്നും പെണ്ണുങ്ങൾ ഞാറുപറിച്ചു. പിടികളാക്കി കെട്ടിമാറ്റി. അഞ്ചു ചാലിളകിയപ്പോൾ വയൽ ഒരുങ്ങി. അയ്യായിരം രൂപ പോയാലെന്ത്? വയൽ ഒരുങ്ങിയല്ലോ. അയ്യായിരം രൂപ കൂടുതലാണെന്ന് പലരും പറഞ്ഞു. ആദ്യ കൃഷിയല്ലേ? ഒരിക്കൽ പറ്റി ച്ചോട്ടെ. ഒരിക്കൽമാത്രം. ഗോപിയും മൂന്ന് ആണുങ്ങളും ഉഴുതു പറിച്ച വയൽ തട്ടിയൊരുക്കി. തോട്ടുവരമ്പിലേക്കു പോയ ഗോപി ഒരു കാഞ്ഞി രകമ്പ് വെട്ടി വന്നു. ശിഖരങ്ങളിൽ ചെമ്പരത്തിപ്പൂക്കൾ. വയലിന്റെ ഒത്ത നടുക്കു കുത്തി – 'പൊരിയൽ.' ഐശ്വര്യത്തിന്റെ പ്രതീകം. പരമ്പരാ ഗത കർഷക തൊഴിലാളിയുടെ സൗന്ദര്യബോധം! നടീലിനിറങ്ങുന്ന പെണ്ണുങ്ങൾക്ക് നൂറ്റിപത്തുരൂപയും ആണുങ്ങൾക്ക് നൂറ്റമ്പതു രൂപയും പത്തുമണിക്ക് 'ഇളംപകലും', ഉച്ചയ്ക്ക് ഊണു പുറമെയും.

ഞാറു നട്ടുകയറുമ്പോൾ പെണ്ണുങ്ങളോടും ചോദിച്ചു. കൊയ്യാനും കൂടുമല്ലോ. കുറുപ്പന്മാരെപ്പോലെ കൂലി കുറച്ചാ കൊയ്യാൻ ആളെ കിട്ടൂല്ല. നെല്ലിനു വളം ചേർക്കൂല്ല. നേരാംവണ്ണം കൃഷിയിറക്കൂല്ല. നാല്പതു പറ വിളയേണ്ടിടത്ത് പത്തുപറ. പിന്നെ ഞങ്ങളെങ്ങനെ പതത്തിനു കൊയ്യും. പതം നാലിന് ഒന്ന്. കൂലി രൂപയായി ചോദിച്ചാ വരുത്തം. (ആഗോളവല് ക്കരണം വന്നതും ഇറക്കുമതിയിലൂടെ ആഭ്യന്തരവിപണി ഇടിഞ്ഞതും വളത്തിനുൾപ്പെടെയുള്ള സബ്സിഡികൾ കുറഞ്ഞതും കൃഷി ആദായ കരമല്ലാതായതും അവർ അറിയണമെന്നില്ല!) പ്രതിസന്ധിക്ക് പല ദിശ കളാണ്. വരട്ടെ. എല്ലാം വരട്ടെ! നേരിടാം.

7

നുരി നിവർന്ന് വയൽ പച്ചപ്പട്ടു പുതച്ചപ്പോൾ കളകളും വളർന്നു. നെല്ലേത്? കളയേത്? ഓലപ്പുഴുക്കൾ വരുന്നുണ്ട്. കൃഷിയുടെ പരുക്കൻ യാഥാർത്ഥ്യങ്ങൾ കൺമുന്നിൽ. മൂന്നാഴ്ച കഴിഞ്ഞപ്പോൾ കളയെടു ക്കാൻ ആളെ നിർത്തി. ഒപ്പം വയലിലിറങ്ങി. ഏലാ വികസന ഓഫീ സിൽനിന്നും അറിയിച്ചു. സൗജന്യ വളമെത്തി. അമ്പതുകിലോ എല്ലു പൊടി അത്രയുംതന്നെ വേപ്പിൻപിണ്ണാക്ക്, മുപ്പതു കിലോ റോക്ക് ഫോസ് മുപ്പതു കിലോ യൂറിയ, പത്തുകിലോ പൊട്ടാഷ്. വീണ്ടും വിളിച്ചു കൃഷി ഓഫീസറെ. റോക്ക് ഫോസ് ഒഴികെ രണ്ടാം വളം കൊടുത്തോളൂ. എല്ലു

പൊടിയും മറ്റും അടിവളമാണ്. ഒരു മാസത്തിനുള്ളിലായതിനാൽ പ്രശ്നമില്ല.

ശാസ്ത്രീയ രീതിയവലംബിച്ച് നുരിയിൽ രണ്ടു ഞാറു വീതം അകലത്തിലാണ് നട്ടത്. ചില നുരികൾ പട്ടുപോയിട്ടുണ്ട്. ഞാറുകൾ തമ്മിലുള്ള അകലം പ്രതീക്ഷിച്ചതിലും അല്പം കൂടുതൽ, വാരിപ്പിടിച്ചു നടൂ സാറെ എന്നു പറഞ്ഞത് അനുസരിക്കാത്തതിന്റെ ഫലം. പതിനയ്യായിരം രൂപ വെള്ളത്തിലാകുമോ? ജൈവ വളവും, രാസവളവും പാകത്തിന് നല്കി. അകലത്തിനുള്ള നുരികൾ പനച്ചു വരുമെന്ന് പ്രതീക്ഷ. അതിങ്ങു കേറിപ്പോരൂല്ലെ. ഗോവിന്ദക്കുറുപ്പ് ധൈര്യം പകർന്നു. മഴ വീണ്ടും വന്നു. തോടു നിറഞ്ഞു. വയൽ വരമ്പുകൾ കവിഞ്ഞ് വെള്ളമൊഴുകി. പ്രതീക്ഷകൾ വരമ്പുകൾക്കകത്തു തന്നെ തളം കെട്ടി നിന്നു. നീർത്തെറ്റിപ്പൂക്കളും, കാക്കത്തിപ്പൂവുകളും, കണ്ണേറുകളിൽ നിറഞ്ഞു. ഒരു വിളവെടുപ്പിനായി ഞാൻ കാത്തിരുന്നു.

10

അദൃശ്യ മതിലുകൾ

ദേശീയ പാതയിൽ മഴത്തുള്ളികൾ വീണു ചിതറുന്നുണ്ടായിരുന്നു. വൈപ്പർ തീവ്രമായി ചലിച്ചിട്ടും മുൻ വശത്തെ കണ്ണാടിയിലൂടെ കാഴ്ചകൾ മങ്ങി. മഴ, ഹൈവേയിലെ യാത്രയെ പലയിടങ്ങളിൽ കുരുക്കി. തിരുവനന്തപുരം നഗരത്തിൽനിന്നും ഏകദേശം 50 കിലോമീറ്റർ. മഴയുടെ പ്രാദേശിക രൂപങ്ങൾ ചലച്ചിത്ര ഫ്രെയിമുകൾ പോലെ മാറി മറിഞ്ഞു. കഴക്കൂട്ടത്തെ മഴയല്ല കണിയാപുരത്ത്.

ആറ്റിങ്ങലിലെത്തുമ്പോഴേക്കും മഴ സങ്കട പ്രവാഹമായി. ആലങ്കോട്, ഹൈവേയിൽ മഴത്തുള്ളികളുടെ ചടുല നൃത്തം.

കടുവാപ്പള്ളി കഴിഞ്ഞപ്പോൾ മഴ തോർന്നു. മണമ്പൂര് കവലയിൽ നിന്നും ഇടത്തോട്ടു തിരിഞ്ഞ് രണ്ടു കിലോമീറ്റർ പോയപ്പോൾ ക്ഷണക്കത്ത് ഒന്നു കൂടി വായിച്ചു. സ്ഥലം ഉറപ്പു വരുത്തി.

“തോപ്പു വിളയ്ക്ക് എങ്ങോട്ടു തിരിയും?”

സൈഡ് വിന്റോ താഴ്ത്തി, കടത്തിണ്ണയിൽ നില്ക്കുന്നവരോട് തിരക്കി.

“അരക്കിലോ മീറ്റർ പോയി, വടക്കോട്ട് തിരിയുക.”

“പക്ഷേ, അവിടെങ്ങും കല്യാണമുള്ളതായി അറിയില്ലല്ലൊ.”

“വടക്കെവിടെ? പടിഞ്ഞാറെവിടെ?”

ദിക്കുകൾ തെറ്റിപ്പോകുന്ന സ്ഥലം. നില നോക്കാൻ സൂര്യനെവിടെ?

വീണ്ടും വീണ്ടും ചോദ്യങ്ങൾ.

അന്വേഷിപ്പിൻ കണ്ടെത്തും. മനസ്സിൽ ഉറപ്പിച്ചു. എച്ചമിയും കിരിയയും അനിയന്റെ കല്യാണത്തിന് വിളിച്ചിരിക്കുകയാണ്, തിരുവനന്തപുരത്തുനിന്നും കിറുക്കുകേറി നാവായിക്കുളത്തുവന്ന്, വയൽ വാങ്ങി നെൽകൃഷി ചെയ്യുന്ന ഈയുള്ളവനെ. നാവായിക്കുളം മാറനല്ലൂർ ഏലാ സമുച്ചയത്തിൽപ്പെട്ട കാവനാട്ടുകോണത്താണ് കൃഷി.

വയലുടമകൾ കുറുപ്പന്മാരാണ്. നായന്മാരുടെ അപരനാമം. അങ്ങിങ്ങ് ചില ഈഴവർ. ഇതര സമുദായക്കാർ കഷ്ടി. പണിക്കാർ കുറവരാണ്. അവർക്ക് സ്വന്തം വയലില്ല. പണിക്ക് ഒരു കുറവും വരുത്തിയില്ലെങ്കിലും ജാതിയിലും ജീവിതത്തിലും ആരോഗ്യത്തിലും അവർ കുറഞ്ഞു തന്നെ നിന്നു. അയിത്തത്തിന്റെ പരിഷ്കൃത രൂപങ്ങളെ വയലിൽ വച്ചു തന്നെ പരിചയപ്പെട്ടിരുന്നു. വയലിൽ 'ജാതി' സമൃദ്ധമായി വിളഞ്ഞു തന്നെ നില്ക്കുന്നു. കൃഷിപ്പണിക്ക് ആളെ കിട്ടുന്നില്ല എന്നു പരാതിപ്പെടുന്നവർ പണിക്ക് കുറവരെ കിട്ടുന്നില്ല എന്നു തന്നെയാണ് അർത്ഥമാക്കുന്നത്. കൂടുതൽ കൂലി കിട്ടുന്ന ജോലി തേടി കുറവർ പോകുന്നതിനെ ഇവർ രഹസ്യമായി ശകാരിക്കുന്നു. കാലം കീഴ്മേൽ മറിഞ്ഞതിനെ പഴിക്കുന്നു. ഉയർന്ന ജാതിയിലെ പ്രമാണിമാർ ഇപ്പോഴും വരമ്പത്തുതന്നെ. കുറവർ വരമ്പത്തു കയറുന്നതാണ് പ്രശ്നം. കുറുപ്പർ വയലിലിറങ്ങുന്നതും.

എച്ച്മിയും കിരിയയും പ്രതീകങ്ങളാണ്. ദളിത് സ്വത്വത്തിന്റെ പ്രതീകങ്ങൾ. ആര്യ നാമങ്ങളായ ലക്ഷ്മിയെയും ഗിരിജയെയും ചവിട്ടിമെതിച്ച് തങ്ങളുടെ 'വായിൽ കൊള്ളുന്ന' എച്ച്മിയും കിരിയയുമാക്കിയത് ബോധപൂർവമല്ലെങ്കിലും, അർഹിക്കുന്ന പ്രതിഷേധം തന്നെയാണ്.

വീണ്ടുമൊരു മഴ വരുന്നുണ്ട്. ഇതു തന്നെയാണ് തോപ്പു വിളയെന്ന് ചന്തയിൽ പോകുന്ന പെണ്ണുങ്ങൾ സാക്ഷ്യപ്പെടുത്തി.

പക്ഷേ, ഇവിടെയെങ്ങും കല്യാണമില്ലല്ലോ?

മീൻ വാങ്ങാനുള്ള തെരക്കിൽ അവർ തിരിഞ്ഞു നില്ക്കാതെ നടന്നു. കാറിലിരുന്നു ചോദിച്ചാൽ പത്രാസാകുമോ എന്ന ചിന്ത അലട്ടിയതു കാരണം പുറത്തിറങ്ങി. ഒരു കുന്നിന്റെ ഒത്ത നടുവിലാണ് നില്പ്. തോപ്പു വിള, പറ്റിയ പേര്. മരിച്ചീനി വിളഞ്ഞു കിടക്കുന്ന പുരയിടങ്ങൾ. ഇടവപ്പാതിയേറ്റ് മരിച്ചീനിക്ക് പുത്തൻ നാമ്പുകൾ വന്നിരിക്കുന്നു. അരങ്ങിവിട്ട മഞ്ചിണാത്തി മരങ്ങളിൽ പൊടിപ്പുകൾ വന്നു തുടങ്ങി. അങ്ങും ഇങ്ങും ഓരോ പറങ്കിമാവുകൾ. വീടുകൾക്കു ചുറ്റും പ്ലാവ്, മാവ്, തെങ്ങ്. ആരും കുന്നു കയറി വരുന്നില്ല. വേഗത്തിൽ പാഞ്ഞുവന്ന പൾസർ കൈകാണിച്ചു നിർത്തി. ഇവിടെയെങ്ങാനും കല്യാണമുണ്ടോ, എന്ന ചോദ്യത്തിനു മുന്നിൽ നിഷേധാർത്ഥത്തിൽ ചുണ്ടു പിളുത്തി കാണിച്ച് പൾസർ ഗിയർ മാറ്റി. പ്രതീക്ഷകൾക്ക് ഗതിവേഗം പകർന്ന് എണ്ണകുപ്പി കയറിൽ തൂക്കി ഒരു പയ്യൻ ആടിയാടി വരുന്നുണ്ട്. കുന്നുകയറാൻ അവൻ വല്ലാതെ കിതയ്ക്കുന്നു. എന്താ അവനൊന്നോടി വന്നാൽ! രണ്ടു മൂന്നു ചുവടിറങ്ങി ആവശ്യത്തിലേറെ കുനിഞ്ഞ് അവനോട് തെരക്കി "മോനെ ഇവിടെയങ്ങാനുമൊരു കല്യാണം നടക്കുന്നുണ്ടോ?"

"ലോ ലവിടെ. കുന്നിന്റെ മോളിൽ. ഷെഡ്ഡു കെട്ടീട്ടുണ്ട്. ആളും കൂടീട്ടുണ്ട്. വിട്ടു പോയാ മതി."

വിട്ടു തന്നെ പോവാമനിയാ എന്ന് ഉള്ളിൽ പറഞ്ഞ് പതുക്കെ കുന്നിറങ്ങി, ഒന്നാം ഗിയറിൽ മറുകുന്നു കയറി. ചെമ്മൺ പാതവക്കത്ത് കാറൊ

തുക്കി. കല്യാണത്തിന്റെ ആരവം കേട്ടു. പപ്പടം കാച്ചുന്നതിന്റെ മണം അന്തരീക്ഷത്തിലുണ്ട്. താണ ഒരു സ്ഥലത്ത് പാചകം സജീവമാണ്. ചെമ്പിൽ ചോറുവാർത്തു വച്ചിട്ടുണ്ട്. പലതരം കറികൾ സ്റ്റീൽ പാത്രങ്ങളിൽ, വാഴയിലകൊണ്ട് മൂടിക്കെട്ടിയിട്ടുണ്ട്. വാഴയിലകൾ നീരാവിയേറ്റ് വാടിയിട്ടുണ്ട്. അടുപ്പിൽ കുടിക്കാനുള്ള വെള്ളം ചൂടാവുകയാണ്. വൻ വിറകിൻ കഷ്ണങ്ങൾ എരിഞ്ഞുതീരുന്നു. ഉയരുന്ന തീയ്ക്കൊപ്പം പുകയും ചാരവും. ചെറിയൊരു തട്ടു പന്തലിൽ ഏറെപ്പേർ തിങ്ങിനിറഞ്ഞ് ഭക്ഷണത്തിനായി കാത്തിരിക്കുന്നു. ഉയരത്തിലാണ് കല്യാണവീട്. താല്ക്കാലികമായുണ്ടാക്കിയ മൺപടവുകൾ കയറി. നീലനിറത്തിലുള്ള പോളിത്തീൻ ഷീറ്റ് വലിച്ചു കെട്ടിയുണ്ടാക്കിയ കല്യാണപ്പന്തൽ.

കല്യാണവീട്ടിൽ കയറിച്ചെന്ന ഞാനും ഭാര്യയും അന്തിച്ചു നിന്നു. എല്ലാവരും നമ്മെ ശ്രദ്ധിക്കുമ്പോഴുണ്ടാകുന്ന ഒരു തരം ചൂളൽ. ഞങ്ങൾ മറ്റുള്ളവരിൽനിന്നും വേറിട്ടു തന്നെ നിന്നു. രൂപംകൊണ്ടും വേഷം കൊണ്ടും. ഗിരിജയും ലക്ഷ്മിയും ഓടിയെത്തി. പയ്യന്റെ അച്ഛൻ വന്നു കൈപിടിച്ചു. തലേദിവസം രാത്രി ഒമ്പതരവരെ കാത്ത കാര്യം ആവർത്തിച്ചു പറഞ്ഞു. ഇടയ്ക്കിടയ്ക്ക് റോഡിൽ ചെന്നു നോക്കിയത്രേ. രാവേറെ ചെന്നിട്ടും പ്രതീക്ഷിച്ചത്രെ. തെരക്കുകാരണം എത്താതെ പോയ കാര്യം പലവട്ടം വിശദീകരിച്ചു. പന്തലിനുള്ളിൽ ഇരിക്കുവാൻ സംവിധാനമില്ല. ആകെയുള്ളത് രണ്ട് പ്ലാസ്റ്റിക് കസേരകൾ മാത്രം. ചുവന്നത്, കൈയുള്ളത്. അതിന്മേൽ പുതിയ നേര്യതു പുതച്ചിട്ടുണ്ട്. പുറകിൽ മേശപ്പുറത്ത് സരസ്വതിയുടെ ചിത്രം. കൈകളിൽ വീണ. മുഖത്ത് പാതിവിടർന്ന പുഞ്ചിരി. എരിയുന്ന സാമ്പ്രാണിത്തിരികളുടെ മണം.

ഭാര്യയെക്കൂട്ടി ഗിരിജയും ലക്ഷ്മിയും അകത്തേക്കു പോയി. വധു ഒരുങ്ങിയിരിക്കുകയാണ്. വരൻ അടുത്തെവിടെയോയുണ്ട്. മുഹൂർത്തം തെല്ലകലെയാണ്. മുഹൂർത്തം കാത്ത് ഏവരും അക്ഷമരായി. താഴെ ഊട്ടുപുരയിൽ ക്ഷമനശിച്ചതിന്റെ സ്വരം ഉയർന്നു. കുട്ടികൾ നീട്ടി കരയുകയും അമ്മമാർ അവരെ ഉച്ചത്തിൽ ശകാരിക്കുകയും ചെയ്യുന്നുണ്ട്.

ഒരു തർക്കം പതുക്കെ ഉടലെടുത്തു. വരന്റെ മാമനാണ് പ്രശ്നം ഉന്നയിച്ചത്. രാവിലെ തന്നെ ടിയാൻ മിനുങ്ങിയിട്ടുണ്ട്. നാവു കുഴയാതിരിക്കാൻ പുള്ളിക്കാരൻ നന്നെ ശ്രമിക്കുന്നുണ്ട്; 'അന്തർജലം' അനുവദിക്കുന്നില്ലെങ്കിലും. കസേരയിലിരുന്ന് കല്യാണമോ? തറയിൽ പലകയിട്ട് അതിൽ നേര്യതു വിരിച്ച് മുന്നിൽ നിറപറയും നിലവിളക്കും വച്ച് വേണ്ടേ? പെണ്ണിന്റെ അച്ഛൻ കുഴങ്ങി. ഇനി നിറപറയും നിലവിളക്കിനും എവിടെ പോകും. അന്യനായ ഒരാളെന്ന നിലയിൽ പ്രശ്നം എന്റെ മുന്നിലെത്തി. ഞാൻ തീർപ്പു കല്പിച്ചു. പെണ്ണുവീട്ടുകാർ അവരുടെ ആചാരവും സൗകര്യവും അനുസരിച്ച് തയ്യാറാക്കിയ കല്യാണരീതി നമുക്ക് അംഗീകരിക്കാം. മാറ്റം വരുത്താൻ പറഞ്ഞാൽ സംഗതി കുഴയും. മനസ്സില്ലാമനസ്സോടെ മാമൻ ഒതുങ്ങി. അത്ര പന്തിയല്ലാത്ത രീതിയിൽ എന്നെ നോക്കി. കൊട്ടില്ല, കുരവയില്ല, ക്യാമറയില്ല, പൂജാരിയില്ല, പെണ്ണിറങ്ങിവന്നു. ഒരു

സാധാരണ സാരി. പട്ടല്ല. മുടിയിൽ ചൂടിയ മുല്ലപ്പൂവ് വാടിയിട്ടുണ്ട്. കഴുത്തിൽ ചെറിയൊരു സ്വർണ്ണ ചെയിൻ. പയ്യൻ അടുത്തുതന്നെ ഉണ്ടായിരുന്നു. അവനെ വേർതിരിച്ചറിയുന്ന ഒന്നുമില്ല. സരസ്വതിയുടെ ചിത്രത്തിനരികെ രണ്ടുമടക്കിലുള്ള മുല്ലപ്പൂമാലകൾ കണ്ടിരുന്നു. കാരണവന്മാർ നിർദ്ദേശിച്ചതനുസരിച്ച് വധൂവരന്മാർ അടുത്തടുത്തു നിന്നു. മാലകൾ പരസ്പരം കഴുത്തിലിട്ടു. കല്യാണം കഴിഞ്ഞു! താഴെ ചെറുപ്പക്കാർ എന്തൊക്കെയോ പറഞ്ഞ് തർക്കിക്കുന്നു. തർക്കം മൂക്കുകയാണ്. അസഭ്യപ്രയോഗങ്ങൾ ഉച്ചത്തിലായി. അട്ടഹാസമായും സംഘട്ടനമായി മാറാനും ഏറെ സമയം വേണ്ടിവന്നില്ല. സൈക്കിൾ ചെയിൻ പ്രയോഗിക്കപ്പെട്ടു. കല്ലും കട്ടയുമെടുത്ത് പരസ്പരം ഇടിക്കുന്നുണ്ടായിരുന്നു. വധു അലറിവിളിച്ചു. വരൻ മുണ്ട് കയറ്റി കുത്തി സംഘർഷസ്ഥലത്തേക്ക് പാഞ്ഞു. ആരൊക്കെയോ ഇടപെട്ട് പരിക്കേറ്റവരെ മാറ്റി. സൈക്കിൾ ചെയിൻ അരയിൽ ചുറ്റി ഒരാൾ ഓടിമറഞ്ഞു. കുറേ നേരങ്ങൾകൊണ്ട് കാര്യങ്ങൾ പഴയപടിയായി.

ഉണ്ടിട്ടേ പോകാവൂ. വധുവിന്റെ അച്ഛൻ വന്നു പറഞ്ഞു. സദ്യ തുടങ്ങിക്കഴിഞ്ഞിരുന്നു. വൃദ്ധന്മാരും വൃദ്ധകളും കുട്ടികളുമാണ് ഏറെയും. ഞങ്ങളെ കൂട്ടിക്കൊണ്ടുപോയ ആൾ രണ്ടുപേരെ എഴുന്നേല്പിച്ച് സ്ഥലമൊരുക്കി. അരുതെന്ന വിലക്കിനു അർത്ഥമുണ്ടായില്ല. കുറ്റബോധത്തോടെ ഇരുന്നു. അടുത്തിരുന്ന കുട്ടി കഴിഞ്ഞ കളരിയിലെ ഊണ് പൂർത്തിയാക്കിയിട്ടില്ല. അമ്മ ധൃതികാട്ടി. അവൻ പ്രഥമൻ ആസ്വദിക്കുകയാണ്. കൈകളിലൂടെ പ്രഥമൻ ഒലിച്ചിറങ്ങി. മൂക്കിലും മുന്നിയിലും സദ്യയുടെ ബാക്കി.

ഉണ്ണാനിരുന്നപ്പോൾ ഒരു വിചാരം ശക്തിപ്പെട്ടു. പുറം ലോകത്തുനിന്നും ആരുംതന്നെ ഇവിടെ എത്തിയിട്ടില്ലെ? കല്യാണപ്പന്തലിൽ നില്ക്കുമ്പോൾ ശ്രദ്ധിച്ചിരുന്നു. കുറവ സമുദായക്കാരല്ലാതെ ആരും അവിടെ ഉണ്ടായതായി തോന്നിയില്ല. അതെങ്ങനെ അറിയാമെന്നല്ലേ? അറിയാം. ഉയരം കുറഞ്ഞ് അദ്ധ്വാനിച്ച് മുരടിച്ച മുഖങ്ങൾ എളുപ്പത്തിൽ തിരിച്ചറിയാം. അക്കൂട്ടത്തിൽ മറ്റാരെങ്കിലുമുണ്ടെങ്കിൽ കാഴ്ചയിൽ വേറിട്ടുതന്നെ നില്ക്കും. ഞാനും ഭാര്യയും അവരിൽനിന്നും വേറിട്ടുതന്നെ നിന്നു. സദ്യക്കിടയിൽ പാളി നോക്കി. ആരെങ്കിലും ഒരാൾ? ഒരു സ്ത്രീ? ഒരു പുരുഷൻ.... ഒരു കുട്ടി.... കുറവരല്ലാതെ.... ബന്ധുക്കളല്ലാതെ....

പരിപ്പുകറി, ചെറുപയർ ഉടച്ച് ഉണ്ടാക്കിയതായിരുന്നു. ആർഭാടത്തിൽ മുങ്ങിയ പ്രമാണി കല്യാണം പോലല്ലിത്. കുറച്ചുകറികൾ. ഉള്ളത് തനത് രുചിയുള്ളവ. തികച്ചും എത്നിക്ക് ഫുഡ്. പ്രഥമൻ കഴിഞ്ഞ്, ചോറും മോരും കഴിഞ്ഞ് ഇല മടക്കി.

പെണ്ണും ചെറുക്കനും കുന്നിനുമുകളിൽ തന്നെ നിന്നു. പോകാനിറങ്ങുമ്പോൾ ഞാൻ ലക്ഷ്മിയോടു തെരക്കി. "എന്താ ലക്ഷ്മീ, നിങ്ങൾ മറ്റു ജാതിക്കാരെയാരേം ക്ഷണിച്ചില്ലേ?"

അവൾ പറഞ്ഞു. "അയ്യോ സാറേ. ഞങ്ങടെ കല്യാണത്തിനു അവ

രൊന്നും വരൂല്ല. തലേന്നു രാത്രി വന്നിട്ടുപോവും."

തലേനാളത്തെ ഭക്ഷണത്തിന് സവിശേഷതയുണ്ട്. അതിൽ ബേക്കറി ഭക്ഷണത്തിനോ വടക്കേ ഇന്ത്യൻ ഭക്ഷണത്തിനോ ആണ് പ്രാമുഖ്യം. അയിത്തം കൂടിക്കൊള്ളുന്നത് തനത് (എത്നിക്) ഭക്ഷണത്തിലാണ്. ചോറിലും സാമ്പാറിലും മീൻ കറിയിലുമൊക്കെയാണ്. അത് തൊടുമ്പോൾ സവർണ്ണ മനോഭാവം പിടയുന്നുണ്ടാവും. ഈ നൂറ്റാണ്ടിലും.

അവൾക്കതിൽ അസ്വാഭാവികമായി ഒന്നും തോന്നിയില്ല. എന്റെ ഉള്ളെരിഞ്ഞു. ഇതുതന്നെയല്ലേ സാമൂഹ്യബഹിഷ്കരണം. ദളിതന്റെ കല്യാണത്തിനു ഇതരർ പങ്കെടുക്കില്ല. നാം പരിഹരിച്ചു എന്നു മേനി നടിക്കുന്ന ജാതിപ്രശ്നം കേരളത്തിൽ പൊതുവെ ഒളിഞ്ഞും ചിലയിടങ്ങളിൽ വളരെ തെളിഞ്ഞും നിലനില്ക്കുന്നു. തമിഴ്നാട്ടിലെ ഉത്തപുരത്ത് ദളിതനും സവർണ്ണനുമിടയിൽ ഇടിക്കാനൊരു മതിലുണ്ട്. ഇവിടെ അദൃശ്യമതിൽ. ഇടിക്കാൻ ഏറെ പ്രയാസമുള്ള അദൃശ്യമതിൽ. ഞാൻ കണ്ട കാഴ്ചകൾ യാഥാർത്ഥ്യമല്ലാതിരിക്കട്ടെ എന്നാണ് എന്റെ ആഗ്രഹം.

11

ഒരു പ്രണയത്തിന്റെ അന്ത്യം

ദേശീയപാത 7–ലെ ടോൾ ബൂത്തിൽ ഞങ്ങളെ ഇറക്കിവിട്ട് വോൾവോ ബസ് പോകുമ്പോൾ നേരം പുലർന്നിരുന്നില്ല. പാതിയുറക്കത്തിന്റെ വിഭ്രാന്തിയിൽ ലഗേജെല്ലാം എടുത്തോ എന്ന സംശയം ബാക്കി നിന്നു. ടോൾബൂത്തിൽ വാഹനങ്ങൾ വന്നും പോയുമിരുന്നു. യന്ത്രക്കൈ ഉയരുകയും താഴുകയും ചെയ്തു.

“ധർമ്മപുരിക്ക് ഇങ്കെയിരുന്ത് ബസ് കെടയ്ക്കുമാ!”

അറിയാവുന്ന തമിഴിൽ ചോദിച്ചു. ലോറിയുടെ ഡ്രൈവർ സീറ്റിൽ, അടിവസ്ത്രം പുറത്തുകാട്ടി, ബീഡിയുടെ അവസാന അറ്റവും വലിച്ചു തീർക്കുന്നതിൽ ശ്രദ്ധിച്ചിരുന്നയാൾ മെല്ലെ മുഖം തിരിച്ചു.

“ടോൾ ബൂത്തുക്കുപക്കം നിന്റാൽ പോതും. ൌൺ ബസ് കെടയ്ക്കും. കാലയിലെ ബസിരുക്ക്....”

‘കാലയി’ലെ ബസ് എത്താൻ കുറെ വൈകി. ഏഴുകിലോമീറ്റർ ദൂരമുണ്ട് ധർമ്മപുരിയിലേക്ക്. ടോൾബൂത്തിന്റെ പേര് ശ്രദ്ധിക്കാൻ മറന്നു.

ബസിനുള്ളിൽ ഏവരും ഉറക്കത്തിലാണ്. കണ്ടക്ടർ ഇടയ്ക്കിടയ്ക്ക് ഉണരും. സീറ്റിൽ കിടന്നുറങ്ങുന്നവരെ ഉണർത്താൻ ശ്രമിക്കും. എന്നിട്ട് അയാൾ ഉറങ്ങും.

ടിക്കറ്റ് ചോദിച്ചു വാങ്ങി.

“ധർമ്മപുരി സ്റ്റോപ്പ് എത്തുമ്പോത് ശൊല്ലുങ്കോ സർ.”

“സരി.”

പുലരുന്നേയുള്ളൂ. ഒരു പ്രത്യേകതകളുമില്ലാത്ത ഊഷരഭൂമിയാണ് കണ്ണിൽപ്പെടുന്നത്. വഴിയരുകിൽ വീടുകൾ കാണുന്നില്ല. വെട്ടം വച്ചപ്പോൾ ൌണിനടുത്തെത്തുന്നതിന്റെ ലക്ഷണങ്ങൾ കണ്ടു തുടങ്ങി. കൂടുതൽ വാഹനങ്ങൾ, മരുന്നുകടകൾ. ജില്ലാ ആശുപത്രിയും മെഡിക്കൽ

കോളേജും പിന്നിട്ട് വളവു തിരിഞ്ഞ് ബസ് മുന്നോട്ടു പോയി. നഗരം എത്തിയിരിക്കുന്നു. പ്രഭാതസവാരിക്കാർ, പത്രവിതരണക്കാർ, സൈക്കിളിൽ ചായ വില്ക്കുന്നവർ, മുല്ലപ്പൂക്കളും മഞ്ഞക്കനകാമ്പരങ്ങളും കോർത്തുകെട്ടി നീളത്തിൽ മെടഞ്ഞെടുത്ത മാലകൾ ചുറ്റുചുറ്റായി വച്ച് കാത്തിരിക്കുന്ന സ്ത്രീകൾ.

ധർമ്മപുരി ബസ്സ്റ്റാന്റ് സാമാന്യം വലിയ സ്റ്റാന്റാണ്. സേലത്തേക്കും ഹൊഗനയ്ക്കലിലേക്കുമുള്ള ബസുകൾ സ്റ്റാർട്ട് ചെയ്ത് നിർത്തിയിട്ടുണ്ട്. ചെന്നൈയിലേക്കും മധുരയിലേക്കും തമിഴ്നാടിന്റെ ഇതര ഭാഗങ്ങളിലേക്കുമുള്ള ബസുകൾ യാത്രക്കാരെയും കാത്തു കിടക്കുന്നു.

ബസ്സ്റ്റാന്റിനടുത്തുതന്നെ മുറി കിട്ടി. വായുസഞ്ചാരമില്ലാത്ത മുറികളിൽ പൂതലിച്ച ചുമരുകൾ. കെട്ടിക്കിടക്കുന്ന വായുവിന്റെ അസഹ്യമായ ഗന്ധം. മുറിയുടെ സൗകര്യത്തിനല്ലല്ലോ ഇവിടെ പ്രാധാന്യം.

ഭാണ്ഡം ഇറക്കിവയ്ക്കുക. കുളിക്കുക. മറ്റു കാര്യങ്ങൾ ചെയ്യുക.

കൗണ്ടറിലെ പയ്യന്റെ കണ്ണുകൾ ചുവന്നിരുന്നു.

തമിഴ്നാട്ടിലെ സർക്കാർ മദ്യശാലയായ TASMAC ൽനിന്നും ലഭിക്കുന്ന വിലകുറഞ്ഞ മദ്യത്തിന്റെ മണം നേരം പുലർന്നിട്ടും വിട്ടുപോയിട്ടില്ല.

"സാർ.... എന്ന വിഷയമാ ഇങ്കെ വന്തിരിക്കേൻ?"

"അന്ത ഇളവരശൻ ദിവ്യാ മാറ്ററെപ്പറ്റി തെരിയ വന്തിരിക്കേൻ. അങ്കെ പോകമുടിയുമാ?"

"മുടിയും സാർ.... ഇങ്കെയിരുന്ത് ഫൈവ് കിലോ മീറ്റർ.... അവ്വളവു താൻ. ഓട്ടോ കെടയ്ക്കും. നെറയെ ബസിരുക്ക്ത്.... നത്തം.... വില്ലേജ് താൻ."

2

പ്രാഥമിക വിവരങ്ങൾ തിരക്കിയശേഷം മുറിക്കുള്ളിൽ കയറി. ദിനപ്പത്രങ്ങളിലൂടെ കണ്ണോടിച്ചു. *ന്യൂ ഇന്ത്യൻ എക്സ്പ്രസി*ലെ ധർമ്മപുരി പേജിൽ ഇങ്ങനെയൊരു വാർത്ത:

Commission Doubts Suicide Theory

എക്സ്പ്രസ് ന്യൂസ് സർവ്വീസ്

ആഗസ്ത് 9 വെള്ളി, 2013.

ജൂലൈ 4, വ്യാഴാഴ്ച റെയിൽവേ ട്രാക്കിൽ മരിച്ച നിലയിൽ കാണപ്പെട്ട ഇ ഇളവരശൻ എന്ന ദളിത് യുവാവിന്റെ മരണത്തെപ്പറ്റി അന്വേഷിക്കാൻ തമിഴ്നാട് സർക്കാർ നിയോഗിച്ച ഏകാംഗ കമീഷൻ റിട്ടേർഡ് ഹൈക്കോടതി ജഡ്ജി ജസ്റ്റിസ് എസ് ആർ ശിങ്കാരവേലു അന്വേഷണം ആരംഭിച്ചു.

അദ്ദേഹം സംഭവസ്ഥലം സന്ദർശിക്കുകയും അന്വേഷണം സംബന്ധിച്ച് പൊലീസ് അധികാരികളുമായി ആശയവിനിമയം നടത്തുകയും

ഇളവരശൻ

ചെയ്തു. ജില്ലാ കളക്ടർ കെ വിവേകാനന്ദനും പൊലീസ് സൂപ്രണ്ട് അസ്ര ഗാർഗ്ഗും അദ്ദേഹത്തെ അനുഗമിച്ചു.

സ്ഥലം പരിശോധിച്ചതിനുശേഷം ജസ്റ്റിസ് ശിങ്കാരവേലു ഇങ്ങനെ പറഞ്ഞു: "പ്രവേഗം (Velocity) ശാസ്ത്രീയമായി കണക്കാക്കുമ്പോൾ യുവാവിന്റെ മരണത്തിൽ എനിക്ക് സംശയമുണ്ട്. ട്രെയിൻ മണിക്കൂറിൽ 80 കിലോമീറ്റർ വേഗത്തിൽ പോയിരുന്നുവെങ്കിൽ ഈ സംഭവത്തിൽ ശരീരം കൂടുതൽ ദൂരേക്കു തെറിച്ചു വീഴുമായിരുന്നു. എന്നാൽ റെയിൽവേ ട്രാക്കിനരികിലാണ് മൃതശരീരം കാണപ്പെട്ടത്. അതിനാൽ ഇതൊരു ആത്മഹത്യയോ കൊലപാതകമോ എന്ന കാര്യത്തിൽ എനിക്കു സംശയമുണ്ട്. ആത്മഹത്യാ കുറിപ്പ് ഇളവരശൻ തന്നെ എഴുതിയതാണോ അതോ ദിവ്യയെ മടക്കിക്കൊണ്ടുവരാമെന്ന വാഗ്ദാനത്തിൽ മറ്റാരെങ്കിലും പ്രലോഭിപ്പിച്ച് എഴുതിയതാണോ എന്ന കാര്യത്തിലും എനിക്കു സംശയമുണ്ട്. അപ്രകാരം പ്രലോഭിപ്പിച്ച ആളിനു മരണത്തിലുള്ള പങ്കും സംശയാസ്പദമാണ്. ഇളവരശൻ ആത്മഹത്യക്ക് ആസൂത്രണം ചെയ്യുകയായിരുന്നെങ്കിൽ എന്തിന് ATM വഴി 9,000 രൂപ പിൻവലിച്ചു?"

ഇളവരശന്റെ ശവശരീരം മോർച്ചറിയിൽനിന്നു നീക്കുമ്പോൾ കുനിഞ്ഞ് കൈയുറയെടുക്കാൻ ശ്രമിക്കവെ തെളിവുകൾ ഒളിപ്പിക്കാൻ ശ്രമിക്കുന്നു എന്ന സംശയത്താൽ അവിടെ കൂടിനിന്ന ആൾക്കൂട്ടം കൈകാര്യം ചെയ്ത മുരുകൻ എന്നയാളെപ്പറ്റിയും അദ്ദേഹം അന്വേഷിച്ചു.

ജില്ലാ പൊലീസ് സൂപ്രണ്ട് സമ്പത്ത്, ആർ ഡി ഒ മേനക, പോസ്റ്റ്മോർട്ടം നടത്തിയ ഡോക്ടർ കെ തണ്ടർചീഫ്, തടങ്കം വില്ലേജ് അഡ്മിനിസ്ട്രേറ്റീവ് ഓഫീസർ റ്റി ജയരാമൻ, റസിഡന്റ് മെഡിക്കൽ ഓഫീസർ സുരഭി, റെയിൽവേ പൊലീസ് സൂപ്രണ്ട് രാജേന്ദ്രൻ, മിശ്രവിവാഹ ദമ്പതികളുടെ അഖിലേന്ത്യാ അസോസിയേഷൻ പ്രസിഡന്റ് കെ അളകേശൻ, സി പി ഐ (എം) ജില്ലാ സെക്രട്ടറി തുടങ്ങിയവർ സത്യവാങ്മൂലം ഫയൽ ചെയ്യുകയും ജുഡീഷ്യൽ കമീഷൻ മുമ്പാകെ മൊഴി നല്കുകയും ചെയ്തു.

വ്യാഴാഴ്ച ഇളവരശന്റെയോ ദിവ്യയുടെയോ ഭാഗത്തുനിന്നുമുള്ള ആരും കമീഷൻ മുമ്പാകെ ഹാജരാകുകയോ സത്യവാങ്മൂലം ഫയൽ ചെയ്യുകയോ ഉണ്ടായില്ല.

അന്വേഷണാനന്തരം മാധ്യമങ്ങളെ അഭിസംബോധന ചെയ്യവേ

ജസ്റ്റിസ് ശിങ്കാരവേലു ഇങ്ങനെ പറഞ്ഞു:

"നേരിൽ കേൾക്കൽ തടസ്സങ്ങളില്ലാതെ നടന്നു. ഇന്നു ഞങ്ങൾ സത്യവാങ്മൂലം കേൾക്കുക മാത്രമേ ചെയ്തുള്ളൂ. ആഗസ്ത് 26, 27 തീയതികളിലായി വിശദമായ അന്വേഷണം നടത്തും. ഇളവരശന്റെയും ദിവ്യയുടെയും ബന്ധുക്കൾക്കും സംഭവവുമായി ബന്ധപ്പെട്ടവർക്കും ജുഡീഷ്യൽ കമീഷൻ മുമ്പാകെ ഹാജരാകാൻ നോട്ടീസ് നല്കും. ഇതുമായി ബന്ധപ്പെട്ട് ആർക്കും ചെന്നൈയിലുള്ള എന്റെ ഓഫീസിൽവച്ച് എന്നെ കാണാവുന്നതാണ്."

ഇത്തരം സംഭവങ്ങൾ ഭാവിയിൽ ഉണ്ടാകുന്നത് തടയാനുള്ള നിർദേശങ്ങളും അന്തിമ റിപ്പോർട്ടിനൊപ്പം ഉണ്ടാകുമെന്നും അദ്ദേഹം പറഞ്ഞു.

ഹിന്ദു ദിനപത്രത്തിലും ഇതേ രൂപത്തിലുള്ള വാർത്ത കണ്ടു. എന്നാൽ *ഡെക്കാൻ ക്രോണിക്കിൾ* പത്രം വ്യത്യസ്തമായ ഒരു വാർത്തയാണ് നല്കിയത്.

ശിങ്കാരവേലു ദളിത് വിരുദ്ധനെന്നാരോപണം:

ഇളവരശന്റെ ബന്ധുക്കൾ അന്വേഷണ കമീഷനെ ബഹിഷ്കരിക്കും.

ഡി സി ലേഖകൻ

ധർമ്മപുരി, ആഗസ്ത് 8.

മരണമടഞ്ഞ ദളിത് യുവാവ് ഇളവരശന്റെ ബന്ധുക്കൾ സർക്കാർ നിയോഗിച്ച അന്വേഷണ കമീഷന്റെ മുമ്പാകെ ഇന്നു ഹാജരായില്ല.

"30 ൽ ഏറെ സത്യവാങ്മൂലങ്ങൾ ലഭിച്ചു. ഉദ്യോഗസ്ഥരിൽനിന്നും മറ്റുള്ളവരിൽനിന്നുമായി. ആഗസ്ത് 26, 27 തീയതികളിൽ തെളിവെടുപ്പ് നടക്കുമ്പോൾ ഹാജരാക്കണമെന്നു കാണിച്ച് ഇളവരശന്റെയും ദിവ്യയുടെയും ബന്ധുക്കൾക്ക് നോട്ടീസ് നല്കും."

ജസ്റ്റിസ് ശിങ്കാരവേലു പറഞ്ഞു.

ഇവിടെ അടുത്തുള്ള നത്തം കോളനിയിലെ താമസക്കാരനായ ഇളവരശൻ ദിവ്യ എന്ന വണ്ണിയാർ പെൺകുട്ടിയെ വിവാഹം ചെയ്തതും തുടർന്ന് ദുരൂഹസാഹചര്യത്തിൽ ഇളവരശൻ കൊല്ലപ്പെട്ടതും ധർമ്മപുരിയിലും പരിസരപ്രദേശങ്ങളിലും സംഘർഷത്തിന് ഇടവരുത്തിയിരുന്നു.

ഇവിടെ ധർമ്മപുരി ആർട്സ്കോളേജിനു സമീപമുള്ള റെയിൽവേ ട്രാക്കിനരികിൽനിന്നും 2013 ജൂലൈ 4 ന് ഇളവരശന്റെ മൃതദേഹം പൊലീസ് കണ്ടെടുത്തിരുന്നു. മൃതദേഹത്തിൽനിന്ന് പൊലീസ് ആത്മഹത്യാക്കുറിപ്പ് കണ്ടെടുത്തിരുന്നെങ്കിലും ഇതിൽ കള്ളക്കളി നടന്നിട്ടുണ്ടെന്ന് ഇളവരശന്റെ പിതാവ് ടി ഇളങ്കോവൻ പറഞ്ഞു. "ശിങ്കാരവേലുവിനെ അന്വേഷണ കമീഷൻ തലപ്പത്തുനിന്നും മാറ്റണമെന്ന ഞങ്ങളുടെ ആവശ്യം അംഗീകരിക്കാത്ത സാഹചര്യത്തിൽ ഞങ്ങളെന്തിന് ആ കമ്മീഷനു മുന്നിൽ ഹാജരാകണം." അദ്ദേഹം ക്ഷോഭിച്ചു. ഇക്കാര്യം ചൂണ്ടിക്കാട്ടി മദ്രാസ് ഹൈക്കോടതിയിൽ താൻ അപ്പീൽ നല്കിയിട്ടുണ്ടെന്നും അത് ആഗസ്ത് 14 ന് ഹിയറിങ്ങിന് എത്തുന്നുണ്ടെന്നും ഇളങ്കോവൻ

പറഞ്ഞു. "ശിങ്കാരവേലു മുമ്പ് ദളിതർക്കെതിരെ പ്രവർത്തിച്ചിട്ടുള്ളയാളാണ്. ഇളവരശന്റെ മരണത്തിനു പിന്നിലുള്ള ജാതി ഗൂഢാലോചന പുറത്തുകൊണ്ടു വരണമെങ്കിൽ അന്വേഷണ കമീഷൻ വേറൊരു തലവനെ നിശ്ചയിക്കണമെന്ന് ഞങ്ങൾ ആവശ്യപ്പെട്ടിരുന്നു. ഇളവരശന്റെ മൃതദേഹം കിടന്ന സ്ഥലം സന്ദർശിച്ചശേഷം ശിങ്കാരവേലു പറഞ്ഞു.

"ട്രെയിനിന്റെ വേഗത കണക്കിലെടുത്തപ്പോൾ അപകടം നടന്ന സ്ഥലവും മൃതദേഹം കണ്ടെത്തിയ സ്ഥലവും തമ്മിലുള്ള അകലം അവിശ്വസനീയമാണ്. ഇളവരശന്റെ മരണത്തിനു പിന്നിൽ കള്ളക്കളി നടത്തിയിട്ടുണ്ടെന്ന കാര്യം തള്ളിക്കളയാനാവില്ല."

ആത്മഹത്യാകുറിപ്പെഴുതിയാൽ ദിവ്യയെ വീണ്ടുകിട്ടുമെന്ന് വിശ്വസിപ്പിച്ച് ഇളവരശനെക്കൊണ്ട് നിർബ്ബന്ധിപ്പിച്ച് എഴുതിപ്പിച്ചതാകാം. അതിനുശേഷം കൊലപ്പെടുത്തിയതാകാനും സാദ്ധ്യതയുണ്ട്."

പൊലീസ് അന്വേഷണം ഒരുവിധത്തിലും അന്വേഷണകമീഷനെ സ്വാധീനിക്കുകയില്ലെന്ന് ജസ്റ്റിസ് ശിങ്കാരവേലു പറഞ്ഞു.

ഈ വാർത്തകളിൽനിന്നും മുമ്പ് ഇതുമായി ബന്ധപ്പെട്ടു പുറത്തുവന്നിട്ടുള്ള റിപ്പോർട്ടുകളിൽനിന്നും സി പി ഐ (എം) ഈ പ്രശ്നത്തിൽ ശക്തിയായി ഇടപെട്ടിരുന്നുവെന്ന് മനസ്സിലാക്കിയിരുന്നു.

3

സി പി ഐ (എം) ഓഫീസ് അന്വേഷിച്ചിറങ്ങുമ്പോൾ രാവിലെ ഏഴു മണിയാകാൻ ഏതാനും മിനിട്ടുകൾ മാത്രം ബാക്കിയുണ്ടായിരുന്നു. ബസ് സ്റ്റേഷനിലേക്ക് ബസുകൾ വന്നും പോയുമിരുന്നു. താല്ക്കാലിക ചായക്കടകൾ സജീവമായിരുന്നു. റോഡ് ഏറക്കുറെ വിജനം. ഓട്ടോറിക്ഷകൾ ഓട്ടംകാത്ത് രാവിലെ തന്നെ എത്തിയിരിക്കുന്നു.

രാവിലെതന്നെ തുറന്നിരിക്കുന്ന ഒരു പെട്ടിക്കടയിൽ തെരക്കി.

"സി പി ഐ (എം) ആപ്പീസ് എങ്കെയിരുക്ക്?"

അയാൾ പുറത്തിറങ്ങി വന്ന് രണ്ട് ദിശകളിലേക്കു ചൂണ്ടി.

"രണ്ട് ആപ്പീസ് ഇരുക്ക് സാർ. ലെഫ്റ്റ് ടേൺ പണ്ണി പോനാൽ അവങ്ക മാവട്ടം ആപ്പീസ് പാക്കലാം."

മാവട്ടം എന്നാൽ ജില്ല. മാനിലം എന്നാൽ സംസ്ഥാനം. ബസ്സ്റ്റാന്റ് റോഡിൽനിന്നും കുറെ ഏറെ മുന്നോട്ടുനീങ്ങി. ഇടതുവശം തിരിഞ്ഞ് അര കിലോമീറ്റർ പിന്നിട്ടപ്പോൾ സി പി ഐ (എം) ജില്ലാ കമ്മിറ്റി ഓഫീസ് കണ്ടു. നിറയെ പുളിമരങ്ങൾക്കിടയിൽ ഒരു ഇരുനില കെട്ടിടം. പുറത്ത് ചുവരെഴുത്തുകളും കർഷകത്തൊഴിലാളിയൂണിയന്റെ കടലൂരിൽ ചേർന്ന അഖിലേന്ത്യാ സമ്മേളനത്തിന്റെ പോസ്റ്ററുകളും കണ്ടു. രാവിലെത്തന്നെ ഓഫീസ് തുറന്നിരിക്കുന്നു.

ജില്ലാ സെക്രട്ടറിയെ തെരക്കി. ഒമ്പതു മണിയാകുമെന്ന് മറുപടി കിട്ടി. ഷർട്ടിടാത്ത, ഉയരം കുറഞ്ഞ, ഒരു മദ്ധ്യവയസ്കനായിരുന്നു അവി

ടെയുണ്ടായിരുന്നത്. അയാൾ ടെലിവിഷൻ പരിപാടി കാണുകയായിരുന്നു. ഒരു സന്ന്യാസി മതപ്രഭാഷണം നടത്തുന്നു. ഹിന്ദുധർമ്മത്തെ ഓർമ്മപ്പെടുത്തുകയായിരുന്നു അയാൾ. ടെലിവിഷനു പിന്നിൽ ചുവന്ന വസ്ത്രം പുതച്ച സന്ന്യാസിയെപ്പോലെ മുടിയും താടിയും നീട്ടിവളർത്തിയ ഒരാളിന്റെ വലിയൊരു ഫ്ളക്സ് ബോർഡ് കണ്ടു. ടെലിവിഷനിലും തൊട്ടു പിന്നിലും സന്ന്യാസിമാർ. സി പി ഐ (എം) ഓഫീസിനകത്ത്. ഞങ്ങൾ പരസ്പരം നോക്കി ചിരിച്ചു.

ഞങ്ങളെ മുറിയിലിരുത്തി അവിടെയുണ്ടായിരുന്നയാൾ പുറത്തേക്കു പോയി. മറ്റൊന്നും ചെയ്യാനില്ലാതിരുന്നതിനാൽ ഞങ്ങൾ മതപ്രഭാഷണം കേട്ടു.

പത്തു മിനിട്ടിനുള്ളിൽ ഗണേഷ് എത്തി. ഗണേഷാണ് ഓഫീസ് സെക്രട്ടറി. പ്രാതൽ കഴിച്ചോയെന്ന് ഉപചാരപൂർവ്വം തെരക്കി. ഒമ്പതു മണിയോടെ ഡി സി എസ് എത്തുമെന്ന് ഗണേഷ് പറഞ്ഞു.

സി പി ഐ (എം) ധർമ്മപുരി ജില്ലാ സെക്രട്ടറിയാണ് മാരിമുത്തു. മാരിമുത്തുവിനെ ഫോണിൽ വിളിച്ച് ഞങ്ങൾക്കു തന്നു. നമസ്കാരം പറഞ്ഞ് സ്വയം പരിചയപ്പെടുത്തി. കേരളാവിൽനിന്നുള്ള തോഴർകളെ റൊമ്പ സന്തോഷത്തോടെ അദ്ദേഹം വെൽക്കം ചെയ്തു. ആഫീസിൽ ഇരിക്കാൻ അറിയിച്ചു. പ്രാതൽ കഴിക്കണമെന്ന് നിർദ്ദേശവും നല്കി.

മാരിമുത്തുവിനെ കാത്തിരിക്കുമ്പോൾ ഓഫീസിനകം നോക്കിക്കണ്ടു. മാർക്സിന്റെയും എംഗൽസിന്റെയും ലെനിന്റെയുമൊപ്പം ഇന്ത്യൻ നേതാക്കളും തമിഴ്നാട്ടിലെ നേതാക്കളുമുണ്ട്. ഓഫീസിന്റെ ഒരറ്റത്ത് കലങ്ങൾ, പാത്രങ്ങൾ അടുക്കിവച്ചിരിക്കുന്നു. പാത്രങ്ങൾ എന്തിനാണെന്നു ചോദിച്ചപ്പോൾ നത്തം കോളനിയിൽ ദളിത് വീടുകൾ തീയിട്ടപ്പോൾ തുടങ്ങിയ റിലീഫ് ക്യാമ്പിലും പിന്നീട് കത്തിപ്പോയ വീടുകൾക്കരികിൽ കെട്ടിയ താല്ക്കാലിക കുടിലുകളിൽ ജീവിതം പുനരാരംഭിക്കാനും പാർട്ടി കലങ്ങളും പാത്രങ്ങളും നല്കിയതായി പറഞ്ഞു. ബാക്കി വന്നതാണ് അടക്കിവച്ചിട്ടുള്ളത്. ചുവന്ന വസ്ത്രം ധരിച്ച സന്ന്യാസിയുടെ ഫ്ളക്സ് ബോർഡ് നോക്കി ആരാണിദ്ദേഹമെന്നു ചോദിച്ചു. പാർട്ടിക്കാരനായ ഒരു സ്വാമിയാണെന്നായിരുന്നു മറുപടി.

ഭക്തി തമിഴ്നാട്ടിൽ എളുപ്പത്തിൽ ഒഴിവാക്കാവുന്ന ഒന്നല്ല.

ജില്ലയിലെ പാർട്ടിയെപ്പറ്റി ഗണേഷ് പറഞ്ഞു. ചെറിയ പാർട്ടിയാണ്. എന്നാൽ, വർഗ്ഗബഹുജന സംഘടനകളെല്ലാം പ്രവർത്തിക്കുന്നുണ്ട്. അതത് മേഖലകളിലെ സാന്നിദ്ധ്യം പ്രശ്നങ്ങളിൽ ഇടപെടാൻ സഹായകരമാകുന്നു.

ഞങ്ങൾ സംസാരിച്ചിരിക്കെ ഒരു പെൺകുട്ടി കടന്നു വന്നു. അപരിചിതരെ കണ്ട് തെല്ലു ശങ്കിച്ചു നിന്നശേഷം ഒരു കസേരയിൽ ഇരുന്നു. കുടമുല്ലയും ഓറഞ്ച് നിറത്തിലുള്ള കനകാമ്പരപ്പൂവും ചേർത്തു കോർത്തെടുത്ത പൂമാലയുടെ ഒരു തുണ്ട് അവളുടെ മുടിയിൽ തിരുകിയിരുന്നു. പ്രഭാതത്തിലെ നേർത്ത തണുത്തകാറ്റിൽ മുറിയിലെങ്ങും മുല്ലപ്പൂമണം പരന്നു.

"മുരുകമ്മാൾ."

ഗണേഷ് പരിചയപ്പെടുത്തി.

എസ് എഫ് ഐ ഡി സി അംഗം.

"തോഴർകൾ." "കേരളാവിലിരുന്ത്."

"ലാൽ സലാം കോമ്രേഡ്." മുരുകമ്മാൾ അഭിവാദ്യം ചെയ്തു. അവൾ കേരളത്തിൽ വന്നിട്ടുണ്ട്. കോളേജിൽ നിന്നുമുള്ള യാത്രാസംഘത്തോടൊപ്പം. ഗുരുവായൂർ, കുട്ടനാട്, തേക്കടി, തിരുവനന്തപുരം, കന്യാകുമാരി തുടങ്ങിയ സ്ഥലങ്ങൾ കണ്ടു മടങ്ങി.

ഇഷ്ടമായോ, എന്നു ചോദിച്ചപ്പോൾ അവൾ പെരുത്തിഷ്ടം എന്ന് മറുപടി പറഞ്ഞു.

ഞങ്ങൾ വന്ന കാര്യമറിഞ്ഞപ്പോൾ അവൾ പറഞ്ഞു, "രണ്ടുപേരെയും അറിയും. ദിവ്യ ഓാംശക്തി കോളേജിലെ ബി എസ് സി നഴ്സിങ് വിദ്യാർത്ഥിനിയും ഇളവരശൻ ബി എസ് സി കമ്പ്യൂട്ടർ സയൻസ് വിദ്യാർത്ഥിയുമായിരുന്നു. അവരെ പലപ്പോഴും ഒരുമിച്ചു കണ്ടിട്ടുണ്ട്." നല്ല ഉയരമുള്ള കറുത്തു സുന്ദരനായ ഇളവരശനും അവന്റെ ചുമലിനു അല്പം താഴെമാത്രം ഉയരമുള്ള ദിവ്യയെയും മുരുകമ്മാൾ ഓർത്തെടുത്തു. കാതലർകൾക്ക് വിദ്യാർത്ഥി സമൂഹം പ്രത്യേക പരിഗണന നല്കാറുണ്ട്. ഇരുവരും പ്രണയത്തിലായിരുന്നെന്ന കാര്യം ഏവർക്കും അറിയാവുന്നതാണ്. വിദ്യാർത്ഥികൾക്കിടയിൽ ജാതി ഒരു പ്രശ്നമായി പ്രത്യക്ഷത്തിൽ കാണാനില്ലെന്നാണ് മുരുകമ്മാൾ പറയുന്നത്. പഠനമെല്ലാം കഴിഞ്ഞ് സമൂഹത്തിലേക്കു മടങ്ങുമ്പോൾ ജാതിപ്പിശാച് പിടികൂടും.

കുറെകഴിഞ്ഞ് ഗോവിന്ദസ്വാമി എന്ന യുവാവ് കടന്നുവന്നു. പരിചയപ്പെട്ടു. എസ് എഫ് ഐ ജില്ലാ സെക്രട്ടറിയാണ്. മെല്ലിച്ച ഒരു പയ്യൻ. അവൻ ഞങ്ങളെ മുകളിലെ നിലയിലേക്കു കൂട്ടിക്കൊണ്ടുപോയി. മുരുകമ്മാൾ കൂടെ വന്നു. ചെറിയൊരു മുറിയിൽ എസ് എഫ് ഐ യുടെ ജില്ലാ കമ്മിറ്റി ഓഫീസ് പ്രവർത്തിക്കുന്നു. കേരളത്തിൽനിന്നുള്ള രണ്ടു രക്തസാക്ഷികളുടെ ചിത്രമുള്ള കലണ്ടർ ചുവരിൽ. കുറച്ചു പുസ്തകങ്ങൾ, ഫയലുകൾ. കഴുകി ഉണക്കാനിട്ട വസ്ത്രങ്ങൾ. മുറിയോടു ചേർന്ന് ടെറസിൽ ടിൻഷീറ്റ് മേല്ക്കൂരയ്ക്കുകീഴിൽ ബ്ലാക്ക് ബോർഡ്. ഏതാനും ബഞ്ചുകൾ. പഠനം നടക്കുന്നതിന്റെ ലക്ഷണമുണ്ട്.

വിദ്യാർത്ഥിനേതാക്കൾക്കൊപ്പം പ്രഭാത ഭക്ഷണത്തിനായി പോകുമ്പോൾ തമിഴ്നാട്ടിലെ ജാതി രാഷ്ട്രീയത്തെപ്പറ്റിയുള്ള ചിത്രം തെളിഞ്ഞുവന്നു. പട്ടാളിമക്കൾ കച്ചി (PMK) ഡി എം ഡി കെ എന്നീ പാർട്ടികൾക്ക് നല്ല സ്വാധീനമുണ്ട് ധർമ്മപുരി ജില്ലയിൽ. ധർമ്മപുരി നിയമസഭാ മണ്ഡലത്തെ പ്രതിനിധീകരിക്കുന്നത് ഡി എം ഡി കെ കാരനായ ഭാസ്കരനാണ്. തമിഴ്നാട്ടിൽ പിന്നോക്ക സമുദായങ്ങളാണ് പ്രബലർ. അവരെ കേന്ദ്രീകരിച്ച വോട്ട് ബാങ്ക് രാഷ്ട്രീയം മനുഷ്യരെ വിവിധ ജാതി ക്യാമ്പുകളിൽ അടച്ചിട്ടിരിക്കുകയാണ്. ഇതിനെതിരെ പൊരുതുകയാണ് ഡി വൈ എഫ് ഐ യും എസ് എഫ് ഐയും. വരും തലമുറയെയെങ്കിലും രക്ഷിക്കണമല്ലോ.

ഞങ്ങൾക്കൊപ്പമുണ്ടായിരുന്നവരിലൊരാൾ രാവിലെ ടി വിക്കു മുന്നിൽ വച്ചുകണ്ട ഉയരംകുറഞ്ഞ മദ്ധ്യവയസ്കനാണ്.

പാർട്ടി ഓഫീസിലേക്ക് മടങ്ങുംവഴി ആ മനുഷ്യൻ അപ്രതീക്ഷിതമായി ചോദിച്ചു.

"എപ്പോ സാർ ഇന്ത ജാതിപിസാസെ ഒഴിക്കമുടിയും?"

ചോദ്യത്തിൽ ദയനീയത മുറ്റി നിന്നിരുന്നു. കറുത്ത മുഖത്ത് തിങ്ങി വളർന്ന നരച്ച രോമങ്ങൾ. കണ്ണുകളിൽ നീരുറവകൾ പൊട്ടാതെ ബാക്കി നിന്നു.

നമ്മൾ അതിനായല്ലേ സഖാവേ പ്രവർത്തിക്കുന്നത്. ഇന്നല്ലെങ്കിൽ നാളെ നമുക്കതിനു കഴിയും എന്ന് പറയാൻ മോഹിച്ചു. പക്ഷേ, ചോദിച്ചത് മറ്റൊന്നായിരുന്നു.

"നീങ്ക എന്ന പണ്ണറീങ്കേ, തോഴർ...."

അയാൾക്ക് ഒരു കഥ പറയാനുണ്ടായിരുന്നു. തമിഴ്നാട്ടിലെ ഓരോ ദളിതനും പറയാനുള്ള കഥ.

പേര് ആദിമൂലം. വയസ്സ് 45. ധർമ്മപുരിയിൽത്തന്നെയുള്ള കടത്തൂർ പഞ്ചായത്തിൽ താമസിക്കുന്നു. നിർമ്മാണത്തൊഴിലാളി. പട്ടികജാതി വിഭാഗത്തിൽപ്പെട്ട അരുന്ധതിയാർ സമുദായ അംഗം. രണ്ട് 'സംസാരം.' ചിന്നവീട്. മുള്ളിപ്പട്ടിയിലും. ഓരോ ഭാര്യയിലും രണ്ടു മക്കൾ വീതം.

ആദ്യഭാര്യയിലുള്ള മൂത്തമകൻ രമേശ് ബി കോം അവസാനവർഷ വിദ്യാർത്ഥി. അവൻ അടുത്ത ഗ്രാമത്തിലെ കൊങ്കുവെള്ളാളർ വിഭാഗത്തിൽപ്പെട്ട സംഗീതയെന്ന യുവതിയുമായി പ്രണയത്തിലായി. പ്രണയം അപകടത്തിലേക്കു നീങ്ങുമെന്നു ഭയപ്പെട്ടിരുന്നു. മകന് മുന്നറിയിപ്പും നല്കി. പക്ഷേ, അവൻ ചെവിക്കൊണ്ടില്ല. അവളും. അവളെ ആദിമൂലം രഹസ്യമായി കണ്ട് പിന്മാറാനും ആവശ്യപ്പെട്ടു. അവൾ ഒരുപാടു കരഞ്ഞു. മാമൻ എതിർക്കരുതെന്നു പറഞ്ഞ് കാല്ക്കൽ വീണു. അവളെ പിടിച്ച് എഴുന്നേല്പിച്ചു. ആ പാവത്തിന്റെ ഇഷ്ടത്തിനെതിരായി നില്ക്കാൻ കഴിഞ്ഞില്ല. കണ്ണടച്ചു. അവൾക്ക് 24 വയസ്സുണ്ട്. രമേശിന് 21. വയസ്സു വ്യത്യാസം തമിഴ്നാട്ടിൽ വലിയ പ്രശ്നമല്ല. 'കാതൽ' സംഗീതയുടെ വീട്ടുകാരറിഞ്ഞു. അവളെ വീട്ടുതടങ്കലിലാക്കി. അവൾ തടവുചാടി. രണ്ടരമാസമായി അവരെപ്പറ്റി ഒരു വിവരവുമില്ല. രമേശ് ഇതുവരെ വിളിച്ചില്ല. ഇരുവരെയും ഒരുമിച്ചു കണ്ടവരുണ്ട്. സമാധാനം.

സമ്മർദ്ദത്തിന്റെയും ഭീഷണിയുടെയും നാളുകളായിരുന്നു തുടർന്നു വന്നത്. കൊങ്കു വെള്ളാളർ സംഘം ചേർന്നുവന്ന് ആദിമൂലത്തിന്റെ വീടാക്രമിച്ചു. വീട്ടുപകരണങ്ങൾ തകർത്തു. നാട്ടിൽ കണ്ടാൽ കൊല്ലുമെന്നു ഭീഷണിപ്പെടുത്തി. ഭാര്യയും മക്കളുമൊത്ത് അവളുടെ ഗ്രാമത്തിലേക്കു പോയി. തീണ്ടാമൈ ഒഴിപ്പുമുന്നണിയും (Untouchability Eradication Front) സി പി ഐ (എം) ഉം പ്രശ്നത്തിൽ ഇടപെട്ടു. പ്രശ്നപരിഹാരം ഉണ്ടാകുംവരെ ജില്ലാ കമ്മിറ്റി ഓഫീസിൽ കഴിയാൻ പാർട്ടിക്കാർ അനുവദിച്ചു. ഇത്തരം ദളിത പീഡനങ്ങളിൽ ആകെ തുണ സി പി ഐ (എം)

മാത്രമാണെന്ന് ആദിമൂലം പറഞ്ഞു.

"എപ്പൊ സാർ ഇന്ത ജാതിശണ്ടൈ മുടിയപ്പോക്റത്...."

ആദിമൂലം വീണ്ടും ചോദിക്കുകയാണ്.

4

ഗണേശ് തന്റെ ഓട്ടോ റിക്ഷയുടെ വേഗത കൂട്ടി. സി പി ഐ (എം) ജില്ലാ സെക്രട്ടറി പാർട്ടി ഓഫീസിൽ വിളിച്ചു വരുത്തി ഞങ്ങളെ ഗണേശിനു കൈമാറുകയായിരുന്നു. നത്തം ഗ്രാമത്തിൽ എത്തിക്കണം. കേരളാവിലെ തോഴർകളാണ്. വസതിയാ കാപ്പാത്തണം. സി പി ഐ (എം) നത്തം വില്ലേജിലെ നേതാക്കളായ ചിന്നരാജിനെയും ശാന്തമൂർത്തിയെയും ഏല്പിക്കണം.

ധർമ്മപുരി പട്ടണം പിന്നിട്ടിരിക്കുന്നു. അങ്ങിങ്ങ് ചാറ്റൽ മഴപ്പാടുകൾ.

ഇപ്പോൾ മഴ തിമിർത്തു പെയ്യേണ്ട സമയമാണ്. മഴ ചതിച്ചിരിക്കുന്നു. ബജ്റപ്പാടങ്ങൾ കരിഞ്ഞിരിക്കുന്നു. അടുത്ത നെൽകൃഷിയും കാത്ത് നെൽവയലുകൾ. സഹ്യപർവ്വതത്തിന്റെ അതിരുകൾ കാണാം. സഹ്യനപ്പുറം കേരളത്തിൽ മഴയും മഴക്കെടുതിയും നിറയുമ്പോൾ ഇവിടെ മഴനിഴൽമാത്രം. പുതിയ പുതിയ വിള പരീക്ഷണങ്ങൾ നടക്കുന്നുണ്ട്. റോഡരുകിലെ പുളിമരങ്ങൾക്കിടയിലൂടെ മരച്ചീനി കൃഷിചെയ്തിരിക്കുന്ന വയലുകൾ കാണാം. പൂത്തുനില്ക്കുന്ന സൂര്യകാന്തിപാടങ്ങൾ ഒരിറ്റുനീരിനായി കേഴുംപോലെ. സെമ്മാണ്ടുകുപ്പവും സെങ്കൽമേടും പിന്നിട്ട് ദേശീയപാത 60 ലൂടെ ആട്ടോറിക്ഷ നീങ്ങി. ഈ റോഡിലൂടെ ഇരുന്നൂറോളം കിലോമീറ്റർ സഞ്ചരിച്ചാൽ ചെന്നൈയിലെത്താമെന്ന് സൈൻ ബോർഡുകൾ സൂചിപ്പിച്ചു.

നായ്ക്കൻ കോട്ടൈയിൽ കൂറ്റൻ അരിവാൾ ചുറ്റിക ശില്പം റോഡരുകിൽ കണ്ടു. നക്സൽബാരി നാളുകൾ ഓർമ്മിപ്പിക്കുന്ന സ്മാരകം. 1969 ൽ ചാരുമജ്ജുംദാറിന്റെ നേതൃത്വത്തിൽ കമ്യൂണിസ്റ്റു പാർട്ടി ഓഫ് ഇന്ത്യ (മാർക്സിസ്റ്റ്–ലെനിനിസ്റ്റ്) എന്ന നക്സലൈറ്റ് പ്രസ്ഥാനം പിറവിയെടുത്തു. 1970 ൽ ചാരുമജ്ജുംദാർ തമിഴ്നാട് കർണ്ണാടക അതിർത്തിയിലെ ഹോഗനയ്ക്കലിൽ രഹസ്യയോഗം കഴിഞ്ഞ് നായ്ക്കൻ കോട്ടയ്ക്കടുത്തുള്ള പുളിയംപട്ടിയിൽ എത്തിയിരുന്നു. എൺപതുകളുടെ ആദ്യം മുതൽ തൊണ്ണൂറുകളുടെ അവസാനംവരെ നായ്ക്കൻകോട്ട ഒരു സംഘർഷഭൂമിയായിരുന്നു. ഇടതുപക്ഷ തീവ്രവാദത്തിന്റെ വിളഭൂമി. ഇടതുപക്ഷ തീവ്രവാദം നേരിടാൻ പൊലീസ് നിരീക്ഷണം ശക്തിപ്പെടുത്തി. Po TA (Pervention of Terrorism Act) ഏർപ്പെടുത്തി നിരവധിപേരെ തടവിലാക്കി. റെയ്ഡുകൾ തുടർക്കഥയായി. നിരന്തരമായ പൊലീസ് അതിക്രമങ്ങളും കൊടിയ മർദ്ദനവും ചോദ്യം ചെയ്യലുംമൂലം നായ്ക്കൻ കോട്ടയിലും പരിസരത്തുമുള്ള പുരുഷന്മാർ നാടുവിട്ടു. പ്രദേശത്തിന്റെ പിന്നോ

ക്കാവസ്ഥ പരിഹരിക്കാൻ സർക്കാർ നടപടികൾ കൈക്കൊണ്ടു. നിരവധി പിളർപ്പുകളും ഉന്മൂലനസിദ്ധാന്തം പോലുള്ള കടുത്ത സെക്റ്റേറിയൻ നടപടികളുംമൂലം നക്സലൈറ്റ് പ്രസ്ഥാനം ദുർബ്ബലമായപ്പോൾ ഇവിടെയുമത് പ്രതിഫലിച്ചു. 2002 സെപ്തംബർ 24 ന് ധർമ്മപുരി ജില്ലയുടെ ഭാഗമായിരുന്ന ഉത്തൻകരൈയിൽ നടന്ന പൊലീസ് വെടിവയ്പ്പോടെ നക്സലൈറ്റ് പ്രസ്ഥാനത്തിന്റെ പ്രവർത്തനം അവസാനിച്ചു. പ്രവർത്തകരിൽ പലരും ജയിലിലും ഒളിവിലുമായി. പലരും ജോലി തേടി അന്യദേശങ്ങളിലേക്ക് പലായനം ചെയ്തു. അനുഭാവികൾ പല രാഷ്ട്രീയ പാർട്ടികളിൽ ചേർന്നു. വണ്ണിയർമാർ പട്ടാളിമക്കൾ കച്ചിയിലേക്കും ദളിതരായവർ കൂടുതലും തിരുമാവാളവൻ നേതൃത്വം നല്കുന്ന വിടുതലൈ ചിരുത്തൈകൾ കച്ചിയിലുമാണ് ചേർന്നത്.

2012 നവംബർ മാസം 7–ാം തീയതി മൂന്നു ദളിത് കോളനികളാണ് അഗ്നിക്കിരയാക്കപ്പെട്ടത്. നത്തം, അണ്ണാനഗർ, കൊണ്ടംപട്ടി. ഏകദേശം 500 കുടുംബങ്ങളാണ് ഈ മൂന്നു കോളനികളായുള്ളത്. ഔദ്യോഗിക കണക്കുകളനുസരിച്ച് ആകെ 268 വീടുകളാണ് അഗ്നിക്കിരയായത്. ഏഴു കോടിയോളം രൂപയുടെ നാശനഷ്ടമുണ്ടായതായി സർക്കാർ കണക്കുകൾ സൂചിപ്പിക്കുന്നു. യഥാർത്ഥത്തിൽ നാശനഷ്ടം ഇതിനും പലമടങ്ങുവരും. അഗ്നിക്കിരയാക്കപ്പെട്ട വീടുകളിൽ 40 എണ്ണം പൂർണ്ണമായും 175 എണ്ണം ഭാഗികമായും നശിച്ചു. ഏറ്റവും കൂടുതൽ നാശനഷ്ടങ്ങളുണ്ടായത് നത്തം കോളനിയിലാണ്. 30 വീടുകൾക്ക് തീയിട്ടു. 120 വീടുകൾ അടിച്ചുതകർത്തു.

5

നത്തം കോളനിയിലേക്കാണ് ഗണേശ് ഞങ്ങളെ കൊണ്ടുപോകുന്നത്. നത്തത്തുമാത്രം മൂന്ന് പൊലീസ് പിക്കറ്റുകളുണ്ടെന്ന് മാരിമുത്തു

നത്തം കോളനി

ഓർമ്മിപ്പിച്ചിരുന്നു. ദേശീയപാതയിൽനിന്നും നത്തം കോളനിയിലേക്കു തിരിയുന്ന കവലയിൽത്തന്നെ പൊലീസ് ഔട്ട്പോസ്റ്റു കണ്ടു.

ഓട്ടോറിക്ഷ തടയപ്പെട്ടു.

"യാരിവങ്കെ? എങ്കെ പോറേൻ?"

കേരളാവിലിരിന്തു വന്നവരെപ്പറ്റി ഗണേശ് പൊലീസിനെ ബോദ്ധ്യപ്പെടുത്താൻ ശ്രമിച്ചു. അവർക്ക് ബോദ്ധ്യമാകുന്ന ലക്ഷണം കണ്ടില്ല. ഞങ്ങളെ ഔട്ട്പോസ്റ്റിനകത്തേക്ക് വിളിച്ചു. ഞങ്ങൾ ഐഡന്റിറ്റികാർഡുകൾ കാട്ടി. നത്തം കോളനിയിൽ നടന്ന ദളിത് അതിക്രമങ്ങൾ മനസ്സിലാക്കാൻ എത്തിയതാണെന്ന കാര്യം അവർക്ക് ബോദ്ധ്യപ്പെട്ടു. പൊലീസുകാരിലൊരാൾ പാലക്കാട്ടുകാരനാണെന്ന് പറഞ്ഞു. ഞങ്ങളെ ഉപചാരപൂർവ്വം ഔട്ട്പോസ്റ്റിൽ ഇരുത്തി. ക്ഷമയോടെ അവർ പറഞ്ഞത് ഞങ്ങൾ കേട്ടിരുന്നു.

"സർ. ഇവിടെ 144 പ്രഖ്യാപിച്ചിരിക്കുകയാണ്. ഇളവരശൻ മരണപ്പെട്ടശേഷം പ്രശ്നം രൂക്ഷമായിരിക്കുന്നു. മാത്രമല്ല അന്വേഷണകമീഷൻ ധർമ്മപുരിയിലുണ്ട്. ആരെയും കോളനിയിലേക്കു വിടരുതെന്ന് ഉത്തരവുണ്ട്. ഞങ്ങൾക്ക് ഒന്നും ചെയ്യാനാവില്ല. ഇത്രയും ദൂരം സഞ്ചരിച്ചെത്തിയ നിങ്ങളെ മടക്കി അയക്കേണ്ടിവന്നതിൽ വിഷമമുണ്ട്. ഒരു കാര്യം ചെയ്യൂ. പൊലീസ് സ്റ്റേഷൻവരെ പോയി സബ്ഇൻസ്പെക്ടറെ കാണൂ."

മറ്റ് വാദങ്ങൾക്കൊന്നും ഇടമില്ലെന്നുകണ്ട് ഞങ്ങൾ ഗണേശിന്റെ ആട്ടോയിൽ കയറി. രണ്ടുകിലോമീറ്റർ ദൂരമുണ്ട് സ്റ്റേഷനിലേക്ക്.

പൊലീസ് സ്റ്റേഷനിൽ നല്ല സ്വീകരണമാണ് ലഭിച്ചത്. ഭയമില്ലാതെ ആളുകൾ സ്റ്റേഷനകത്ത് കയറിപ്പോകുന്നതും പൊലീസുകാരോട് സംസാരിക്കുന്നതും കണ്ടു. വളരെ മര്യാദയോടെ ഞങ്ങളുടെ ആഗമനോദ്ദേശ്യം സബ്ഇൻസ്പെക്ടർ കേട്ടിരുന്നു. ഞങ്ങളുടെ തിരിച്ചറിയൽ രേഖകൾ പരിശോധിച്ച് വിശദാംശങ്ങൾ എഴുതിയെടുത്തു.

പക്ഷേ, ഉത്തരം ഒരു 'ബിഗ് നോ' ആയിരുന്നു.

"മുടിയാത് സാർ. ഇങ്കെ 144 പോട്ടിരുക്ക്. യു നോ നോവൺ ക്യാൻ ഗോ ഇൻസൈഡ് ദ കോളനി. പ്രൊഹിബിറ്ററി ഓഡേഴ്സിരുക്ക്. തിരുമ്പി പോങ്കോ സാർ. എസ് പി പെർമിഷൻ വാങ്കി വന്താ പാക്കലാം. യു കേൻ ആൾസോ ഗോ റ്റു കലക്ടറേറ്റ് ആന്റ് ഗറ്റ് പെർമിഷൻ ഫ്രം ദേർ. വീ ആർ ടോട്ടലി ഹെൽപ്ലസ്."

നിന്നിട്ടു കാര്യമില്ലെന്ന് മനസ്സിലായി. മാരിമുത്തു രണ്ടു സഖാക്കളുടെ പേരും നമ്പരും തന്നിരുന്നു. പൊലീസിന്റെ സാന്നിദ്ധ്യത്തിൽ അവരുടെ പേരുകൾ വെളിപ്പെടുത്തുന്നത് ഗുണകരമാവില്ലെന്ന ധാരണയിൽ അത് ഉപയോഗപ്പെടുത്താൻ ശ്രമിച്ചില്ല.

"കളക്ടറേറ്റ് പോകലാമാ സാർ. എസ് പി ആപ്പീസ് കളക്ടറേറ്റ് പക്കത്തുതാൻ."

ഗണേശ് വെളിപ്പെടുത്തി.

റംസാൻ അവധിയാണെന്ന ആശങ്ക തലപൊക്കി. എന്തോ വരട്ടെ. ശ്രമിച്ചു നോക്കാം.

കളക്ടറേറ്റും പരിസരവും ഏറക്കുറെ വിജനം. കൃഷ്ണഗിരിയിലെ ഒരു റവന്യൂഡിവിഷണൽ ഓഫീസറുടെ ശുപാർശയുണ്ടായിരുന്നു. അദ്ദേഹം പരിചയപ്പെടുത്താൻ ശ്രമിച്ച ഉദ്യോഗസ്ഥൻ അവധിയിൽ പോയിരുന്നു. റംസാൻ ദിനമായിട്ടും ചില പ്രധാന ഉദ്യോഗസ്ഥർ ഓഫീസിലുണ്ടായിരുന്നു. സമീപിച്ചവരെല്ലാം കൈമലർത്തുകയോ മറ്റൊരാളെ കാണാൻ ഉപദേശിക്കുകയോ ചെയ്തു. ബ്യൂറോക്രസിയുടെ സാങ്കേതികതകൾ ഏതു സംസ്ഥാനത്തും ഒരുപോലെ നിർവ്വികാരമായിരിക്കും. എസ് പി ആഫീസിലും പോയി നോക്കി. അദ്ദേഹം സ്ഥലത്തില്ല. റംസാൻ ദിനത്തിലും അദ്ദേഹത്തിന്റെ മുൻകൂട്ടി നിശ്ചയിക്കപ്പെട്ട പൊതുജന സമ്പർക്ക പരിപാടിയിൽ പങ്കെടുക്കാൻ നിരവധി പാവങ്ങൾ അവിടെ കാത്തുകെട്ടികിടക്കുന്നുണ്ടായിരുന്നു. ഏറെ അലച്ചിലിനുശേഷം ഒരു കാര്യം മനസ്സിലായി നേരായ മാർഗ്ഗത്തിൽ ഔദ്യോഗികമായി അനുമതി നേടി നത്തം കോളനിക്കുള്ളിൽ കയറിപ്പറ്റാനാകില്ല.

ഒരു പകൽ തീർന്നിരിക്കുന്നു. ഇനി ബാക്കി ഒരു ദിവസം മാത്രം. മുറിയിലേക്കു മടങ്ങി. ഫ്രഷായി, സായാഹ്ന സവാരിക്കിറങ്ങി. സന്ധ്യയായതോടെ ധർമ്മപുരിപ്പട്ടണമാകെ മാറി. പ്രഭാതത്തിലും ഉച്ചനേരത്തും കണ്ട ഇടമേ ആയിത്തോന്നിയില്ല. തെരുവ് ഉണർന്നിരിക്കുന്നു. ഇത്രയേറെ മനുഷ്യർ എവിടെ ഒളിച്ചിരിക്കുകയായിരുന്നു! താല്ക്കാലിക കടകൾ എമ്പാടും തുറന്നിരിക്കുന്നു. ചായയും കാപ്പിയുമായി അസംഖ്യം ഉന്തു വണ്ടികൾ. ധർമ്മപുരി മാമ്പഴത്തിന്റെ കേന്ദ്രമാണ്. കേരളത്തിലെങ്ങും കാണാത്ത ചെറിയ, സുഗന്ധവാഹിയായ ധർമ്മപുരി മാമ്പഴം തട്ടുകളിൽ നിറഞ്ഞിരുന്നു കൊതിപിടിപ്പിച്ചു. പപ്പായ നുറുക്കി ചെറിയ കഷണങ്ങളാക്കി ഈർക്കിൽ കൊണ്ടു കുത്തിയെടുത്ത് കഴിക്കുന്നിടത്തും തെരക്കുതന്നെ. തൊലി കളഞ്ഞ സലാഡ് വെള്ളരിക്ക, പച്ചക്കപ്പലണ്ടി, പൈനാപ്പിൾ, വിവിധതരം പച്ചക്കറികൾ, പലഹാരത്തട്ടുകൾ, പൂക്കൾ, കുഞ്ഞുടുപ്പുകൾ, വിലകുറഞ്ഞ ചെരുപ്പുകൾ, ചിമ്മിനി വിളക്കുകൾ. ആകെ ഉഷാറായപോലെ. എത്ര സജീവമാണ് ഇവിടത്തെ തെരുവുജീവിതം. കേരളത്തിലെ ബിവറേജു കോർപ്പറേഷനു തതുല്യമായ TASMAC നു മുന്നിൽ നീണ്ട ക്യൂ ഇല്ല. വിപണനകേന്ദ്രത്തോടൊപ്പം ഇരുന്നു കഴിക്കാൻ സൗകര്യമുണ്ട്. ഓംലെറ്റ് ഉൾപ്പെടെ ലഘുഭക്ഷണത്തിനുള്ള ഏർപ്പാടും. തുണിക്കടകളിൽ ആടിക്കിഴിവിന്റെ പരസ്യപ്പലകകൾ.

6

രാവിലെതന്നെ സഖാവ് മാരിമുത്തുവിനെ കണ്ടു. സഖാവ് വളരെ തിരക്കിലായിരുന്നു. നിരവധി നേതാക്കൾ എത്തിയിരുന്നു. കൂട്ടത്തിൽ വനിതകളും. ജില്ലാകമ്മിറ്റി യോഗം ചേരാൻ പോകുകയാണ്. തലേദിവസം ഉണ്ടായ കാര്യങ്ങൾ അറിയിച്ചപ്പോൾ മാരിമുത്തു ചിരിച്ചു.

"അതപ്പടിത്താൻ കോമ്രേഡ്. യു ഷുഡ് ഹാവ് കോൾഡ് മീ.... അങ്കെ നമ്മ തോഴർകളിരുക്ക്.... ഏർപ്പാട് പണ്ണലാം....." ഞങ്ങൾക്ക് സമാധാന മായി.

മാരിമുത്തു ചില ഫോൺ കോളുകൾ നടത്തി.

നത്തം പൊലീസ് ഔട്ട് പോസ്റ്റിനിപ്പുറം ഒരു സ്കൂളുണ്ട്. അവിടെ എത്തുക. സഖാവ് മൂർത്തിയോ സഖാവ് ചിന്നരാജയോ മറ്റു സഖാക്കളു മായി അവിടെ എത്തും. ബേജാറാവണ്ട. മാരിമുത്തു ഉറപ്പു നല്കി.

സമയം ഒട്ടും കളയാനില്ല. ധർമ്മപുരി ബസ് സ്റ്റാന്റിനരികിൽനിന്നും ഓട്ടോറിക്ഷ പിടിച്ച് നത്തംകോളനി എന്നു പറഞ്ഞു.

വണ്ടി സ്റ്റാർട്ടാക്കുന്നതിനിടയിൽ ഡ്രൈവർ തിരിഞ്ഞുനോക്കി.

"കേരളാവിലിരുന്ത്...."

"ആമാ...."

അയാൾ പറഞ്ഞു തുടങ്ങി.

നത്തം വലിയ കുഴപ്പം പിടിച്ച സ്ഥലമാണ്. മുമ്പ് നക്സലുകൾ; ഇപ്പോ ജാതിവഴക്ക്. കൊള്ളിവയ്പ്. അവിടെ പൊലീസ് കാവലുണ്ട്. ധാരാളം പേർ വന്നു പോകുന്നു. പത്രക്കാരും ടി വിക്കാരും."

അയാൾ ചുരുക്കി.

"പാത്തു പോങ്ക സാർ."

ദേശീയ പാത 60 ൽ തിരക്കു കുറവാണ്. വല്ലപ്പോഴും പാഞ്ഞുപോ കുന്ന വാഹനങ്ങൾ.

സ്കൂളിനു മുന്നിലിറങ്ങി. അവിടെനിന്നു നോക്കിയാൽ പൊലീസ് ഔട്ട്പോസ്റ്റ് കാണാം. പൊലീസിന്റെ കണ്ണിൽപ്പെടാതിരിക്കാൻ ആൽമര ച്ചുവട്ടിലേക്കുമാറി. നത്തം കോളനിയിൽനിന്നും പുറത്തേക്കുവരുന്ന ബൈക്കുകളിലായിരുന്നു ഞങ്ങളുടെ ശ്രദ്ധ. പല ബൈക്കുകൾ കടന്നു പോയി, ഞങ്ങളെ ശ്രദ്ധിക്കാതെ.

ചിന്ന രാജിന് ഫോൺ ചെയ്തു.

ഇതാ എത്തിപ്പോയി. ചിന്നരാജിന്റെ മറുപടി.

പ്രതീക്ഷിച്ചിടത്തുനിന്നായിരുന്നില്ല ബൈക്കുകൾ വന്നത്. സ്കൂളി നടുത്തുള്ള ഊടു വഴിയിലൂടെയായിരുന്നു വരവ്. കറുത്തു മെലിഞ്ഞ രണ്ടു ചെറുപ്പക്കാർ.

അവരുടെ ബൈക്കുകളിൽ CPI(M) DYFI തുടങ്ങിയ സ്റ്റിക്കറുകൾ ഒട്ടിച്ചിരുന്നു.

ടാറിടാത്ത വഴികളിലൂടെ കുണ്ടും കുഴിയും താണ്ടി മുന്നോട്ട്. വഴി നീളെ ആളുകൾ യുവാക്കളെ അഭിവാദ്യം ചെയ്തു. പുറകെയിരിക്കുന്ന താരെന്ന ചോദ്യത്തിന്,

കേരളാവിൽനിന്നും വന്ത തോഴർകൾ എന്നവർ മറുപടി നല്കുന്നു ണ്ടായിരുന്നു.

7

ഗോവിന്ദസ്വാമിയുടെ വീടിനുമുമ്പിൽ തീർത്ത പോളിത്തീൻ ഷെഡിനുള്ളിലാണ് ഞങ്ങളിരിക്കുന്നത്. ഗോവിന്ദസ്വാമി സി പി ഐ(എം) ബ്രാഞ്ച് സെക്രട്ടറിയാണ്. ആക്രമണത്തിനിരയായ വീടുകളിലൊന്നാണ് ഇത്. ജനാലകളിലെ ചില്ലുകൾ തകർത്തിരിക്കുന്നു. വാതിൽപ്പാളി ചവിട്ടിപ്പൊളിച്ച് അകത്തുകടന്നവർ ഫ്രിഡ്ജ്, ടെലിവിഷൻ, കസേരകൾ, വാൾക്ലോക്ക്, പാത്രങ്ങൾ എന്നിവ തകർത്തു. കുട്ടികളുടെ പുസ്തകങ്ങൾ വാരിക്കൂട്ടി തീയിട്ടു.

ഗോവിന്ദസ്വാമിയുടെ വീടിനോട് ചേർന്ന് മറ്റു രണ്ട് വീടുകൾ. ഒന്നിൽ ചിന്നയ്യനും തമിളയും മറ്റേതിൽ ശാന്തമൂർത്തിയും ശെന്തമിളും പാർക്കുന്നു. അവരുടെ ഓടിട്ട വീടുകൾ തകർക്കപ്പെട്ടു. താല്ക്കാലികമായി ഒടിച്ചുകുത്തിയ പുരളിലാണവരിപ്പോൾ.

പരിസരവാസികൾ എത്തി. ഞങ്ങൾക്കു ചുറ്റും വലിയൊരു ജനക്കൂട്ടം രൂപപ്പെട്ടു. ഗോവിന്ദസ്വാമിയുടെ ഭാര്യ ഞങ്ങൾക്ക് ഓരോ മൊന്തകളിലായി വെള്ളം നല്കി സ്വീകരിച്ചു. അവിടത്തെ ഉപചാരമത്രെ. അതിഥികൾക്ക് കുടിനീരു നല്കി സ്വീകരിക്കുക.

ഗോവിന്ദസ്വാമിയോട് ആക്രമണങ്ങളിലേക്കു നയിച്ച കാര്യങ്ങൾ ചോദിച്ചു. സംഭവങ്ങൾ അയാൾ വിവരിക്കുന്നതിനിടെ മറ്റുള്ളവർ ഇടപെട്ടു. നിരന്തരമായ കഥാകഥനവും ഇടപെടലുകളും വഴി വെളിപ്പെട്ട സംഭവങ്ങൾ ഇങ്ങനെ.

പ്രശ്നങ്ങൾ തുടങ്ങുന്നത് ഒരു പ്രണയത്തിൽ നിന്നാണ്. നത്തം കോളനിയിൽനിന്നും ബി എസ് സി കമ്പ്യൂട്ടർ സയൻസ് പഠിക്കാൻ ധർമ്മപുരിയിൽ എത്തിയ ഇളങ്കോവിന്റെ പുത്രൻ ഇളവരശനും നായിക്കൻ കോട്ടയിലെ നാഗരാജന്റെ പുത്രി ദിവ്യയും പ്രണയത്തിലായി. രണ്ടു പ്രദേശങ്ങൾ തമ്മിൽ ഒരു കിലോമീറ്റർ മാത്രം അകലം. പക്ഷേ, അവരുടെ ജാതികൾ തമ്മിൽ കിലോമീറ്ററുകളുടെ അകലം. ഇളവരശൻ ആദിദ്രാവിഡ വിഭാഗത്തിലും ദിവ്യ വണ്ണിയർ സമുദായത്തിലും പെട്ടതാണ്.

ആദി ദ്രാവിഡർ എന്ന് ഇപ്പോഴറിയപ്പെടുന്ന പട്ടികജാതി വിഭാഗത്തിന്റെ പഴയ പേര് പറയർ എന്നായിരുന്നു. 2001 ലെ സെൻസസ് മുതലാണ് ഔദ്യോഗിക വിജ്ഞാപനം വഴി കുറെക്കൂടി ആത്മാഭിമാനം പ്രദാനം ചെയ്യുമെന്നു കരുതുന്ന ആദിദ്രാവിഡ എന്ന പേരു നല്കിയത്. ദളിത് വിഭാഗങ്ങളുടെ അഭിപ്രായവും കണക്കിലെടുക്കപ്പെട്ടിരുന്നു.

വണ്ണിയർ എം ബി സിയാണ്. അതായത് മോസ്റ്റ് ബാക്ക്വാഡ് കമ്യൂണിറ്റി. തങ്ങൾ ജാതി ഹിന്ദുക്കളാണെന്നാണ് വണ്ണിയർ സമുദായത്തിന്റെ അവകാശവാദം. അതിനു തെളിവായി അവർ ക്ഷേത്ര ലിഖിതങ്ങൾ എടുത്തുകാട്ടുന്നു. ബ്രിട്ടീഷുകാർ നടത്തിയ സർവെയിൽ 19-ാം നൂറ്റാണ്ടിൽ തങ്ങളെ പിന്നോക്ക വിഭാഗങ്ങളുടെ പട്ടികയിൽപ്പെടുത്തി തരംതാഴ്ത്തുകയായിരുന്നു എന്നത്രെ വണ്ണിയർ നേതാക്കൾ കരുതുന്നത്. വണ്ണിയർമാരെ

പള്ളി (Palli) എന്ന് വിളിച്ചിരുന്നു. 1871 ലെ സെൻസസിൽ തങ്ങളെ ജാതി ഹിന്ദുക്കളായ ക്ഷത്രിയരായി പരിഗണിക്കണമെന്ന് വണ്ണിയർ ആവശ്യപ്പെട്ടു. എണ്ണംകൊണ്ടും സമ്പന്നതകൊണ്ടും പ്രായേണ പ്രബലരായ വണ്ണിയർ നിരവധി ലോബിയിങ് വഴി 1931 ൽ പള്ളി എന്ന പേരുമാറ്റി 'വണ്ണിയർകുല ക്ഷത്രിയ' എന്ന് രേഖകളിൽ ചേർത്തു. 1888 ൽ വണ്ണിയർ കുല ക്ഷത്രിയമഹാസംഘം എന്ന സംഘടനയ്ക്ക് രൂപം നല്കി. പടയാച്ചി, ഗൗണ്ടർ, നായ്ക്കർ, നായകർ എന്നീ പേരുകളിലാണ് വണ്ണിയർ അറിയപ്പെടുന്നത്.

ജാതിശ്രേണിയനുസരിച്ച് ആദിദ്രാവിഡരുടെ തൊട്ടുമുകളിലാണ് വണ്ണിയരുടെ സ്ഥാനം. എന്നാൽ വണ്ണിയരാകട്ടെ തങ്ങൾ വളരെ മുകളിൽ നില്ക്കുന്ന ജാതിയായി സ്വയം കരുതിയിരുന്നു. ആചാരപരമായി ഇരുസമുദായങ്ങൾ തമ്മിൽ ബന്ധപ്പെട്ടിരുന്നു. വണ്ണിയർമാർ പൊതുവെ ഭൂമി ഉടമകളും പറയർ അവരുടെ വയലുകളിലെ പണിക്കാരുമാണ്. വണ്ണിയർ ഗൃഹങ്ങളിലെ ജനനം, മരണം, കല്യാണം തുടങ്ങിയ ചടങ്ങുകൾക്ക് പറകൊട്ടുന്നത് പറയരാണ്. പറകൊട്ടുന്നവരിൽനിന്നാണ് പറയർ എന്ന പേരു സിദ്ധിച്ചതെന്ന് അഭിപ്രായമുണ്ട്.

എഴുപതുകളിലും എൺപതുകളിലും ഇടതു തീവ്രവാദപ്രസ്ഥാനം സജീവമായിരുന്ന കാലത്ത് ഈ സമുദായങ്ങളിലെയും സാധാരണക്കാരെ ഒരുമിച്ചു നിർത്താൻ ശ്രമങ്ങൾ നടന്നിരുന്നു. നക്സലിസത്തിന്റെ തകർച്ചയോടെ ആ പ്രസ്ഥാനത്തിലെ പ്രവർത്തകർ ജാതി പാർട്ടികളിലേക്കോ ദ്രാവിഡ പാർട്ടികളിലേക്കോ ചേക്കേറി. ദളിതർ കൂടുതലും ദളിത് കക്ഷികളിലും. സാമുദായിക പ്രവർത്തനങ്ങൾ പ്രത്യക്ഷത്തിൽ രാഷ്ട്രീയപ്രവർത്തനം തന്നെയായി. നക്സലൈറ്റ് പ്രസ്ഥാനത്തിന്റെ തകർച്ചയെത്തുടർന്നുണ്ടായ പൊലീസ്‌വേട്ട ഭയന്ന് പലായനം ചെയ്ത ദളിതർ കോയമ്പത്തൂർ, ബാംഗ്ലൂർ, കേരളം തുടങ്ങിയ പ്രദേശങ്ങളിൽ വിവിധ തൊഴിലുകളിൽ ഏർപ്പെട്ടു. ക്രമേണ ദളിതർ ഭൂഉടമകളായി. മെച്ചപ്പെട്ട വീടുകൾ വച്ചു. മക്കളെ പഠിപ്പിച്ചു. വണ്ണിയർമാരാകട്ടെ കൃഷിപ്പണികളിൽ മുഴുകി. കാർഷികരംഗത്തെ തകർച്ച വണ്ണിയർമാരുടെ സാമ്പത്തിക സ്ഥിതി മോശമാക്കി. തങ്ങൾക്കു താഴെയെന്നു കരുതിയ ദളിതരുടെ ഉയർച്ച വണ്ണിയർമാർക്കിടയിൽ അസ്വസ്ഥതനിറച്ചിരുന്നു. ഇതിനെ വർദ്ധിപ്പിക്കുന്നതരത്തിൽ ദളിതർ തങ്ങളുടെ 'സാമുദായിക ധർമ്മങ്ങൾ' നിർവ്വഹിക്കാതായി. ചടങ്ങുകൾക്ക് പറകൊട്ടുക, ചത്തമാടുകളുടെ തോലുനീക്കുക തുടങ്ങിയ കാര്യങ്ങളിൽനിന്നും അവർ വിട്ടുനിന്നു.

ഈ പശ്ചാത്തലത്തിലാണ് ഇളവരശൻ ദിവ്യ പ്രണയം സംഭവിക്കുന്നത്. നായ്ക്കൻ കോട്ടയിലെ വണ്ണിയർക്ക് മാരിയമ്മനും നത്തത്തെ ആദിദ്രാവിഡർക്ക് ശ്രീകൊടകാരിയമ്മനുമാണ് കുലദൈവങ്ങൾ. ഇരു കോവിലുകളിലെയും തിരുവിഴാകൾ പൊതു ആഘോഷങ്ങളത്രെ. ഇരു സമുദായക്കാരും ഇവിടെ സന്ധിക്കും. കൊടകാരിയമ്മൻ കോവിലിലെ തിരുവിഴയ്ക്കാണ് ഇളവരശനും ആദ്യമായി ദിവ്യയും കണ്ടുമുട്ടുന്നതെന്നാണ്

ചെറുപ്പക്കാരിലൊരാൾ സാക്ഷ്യപ്പെടുത്തുന്നത്. ഒരു തിരുവിഴായ്ക്ക് മൊട്ടിട്ട് റോഡിലും ബസ്സ്റ്റാന്റുകളിലും ബസിലും കോളേജ് കാമ്പസുകളിലെ മരത്തണലിലും വികസിച്ച പ്രണയം പക്ഷേ, ഷേക്സ്പീരിയൻ ട്രാജഡിപോലെ പര്യവസാനിച്ചു.

ഇളവരശന്റെ പ്രായം സംബന്ധിച്ച് നത്തം കോളനിയിലെ ദളിതർ പറയുന്നതും വണ്ണിയർ വിഭാഗവും ചില മാധ്യമങ്ങളും പറയുന്നതും തമ്മിൽ അന്തരമുണ്ട്. ഇളവരശന് 23 വയസ്സുണ്ടെന്ന് നത്തം കോളനിയിലെ താമസക്കാർ പറയുമ്പോൾ വണ്ണിയർ പറയുന്നത് അവന് 19 വയസ്സുമാത്രമേ ഉള്ളൂ എന്നാണ്.

രണ്ടു വർഷം നീണ്ടുനിന്ന പ്രണയത്തിനുശേഷം 2012 ഒക്ടോബർ 14 ന് ഇരുവരും വിവാഹിതരായി. ദിവ്യയുടെ അപ്പൻ നാഗരാജും മറ്റ് കുടുംബാംഗങ്ങളും ഇവരുടെ വിവാഹത്തിന് കടുത്ത എതിർപ്പ് പ്രകടിപ്പിച്ചു. 2012 ജനുവരിയിലാണ് ദിവ്യയുടെ മാതാപിതാക്കൾ പ്രണയത്തെപ്പറ്റി അറിയുന്നത്. ഒരു ദളിത് യുവാവാണ് കാമുകനെന്നറിഞ്ഞപ്പോൾ അവരുടെ കോപം ഇരട്ടിച്ചു. അവർ ബന്ധുക്കളോടൊപ്പമെത്തി ഇളവരശന്റെ കുടുംബത്തെ ആക്രമിച്ചു. ഈ ബന്ധത്തിൽനിന്നു പിന്മാറിയില്ലെങ്കിൽ ഭവിഷ്യത്ത് ഗുരുതരമായിരിക്കുമെന്ന് ഭീഷണിപ്പെടുത്തി.

എല്ലാ എതിർപ്പുകളെയും മറികടന്നാണ് ഇരുവരും രഹസ്യമായി വിവാഹിതരായത്.

അപകടം മണത്ത ഇളവരശനും ദിവ്യയും സേലം ഡി ഐ ജിയായ സഞ്ജയത് കുമാറിനും ധർമ്മപുരി പൊലീസ് സൂപ്രണ്ട് അസ്രാഗ്

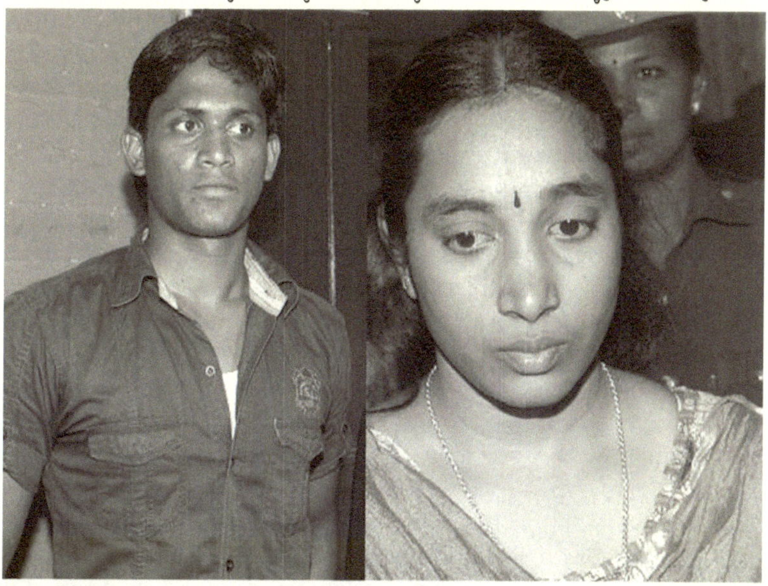

ഇളവരശനും ദിവ്യയും

ഗാർഗ്ഗിനും പരാതി നല്കി. തങ്ങളുടെ ജീവന് സംരക്ഷണം നല്കണമെന്നായിരുന്നു പ്രധാന ആവശ്യം. അതനുസരിച്ച് സംരക്ഷണം നല്കാൻ പൊലീസ് തയ്യാറാവുകയും ചെയ്തു.

നവംബർ 3 ന് വണ്ണിയർ സമുദായത്തിന്റെ കട്ടപ്പഞ്ചായത്ത് വിളിച്ചുചേർത്ത് കടുത്ത നടപടികൾ കൈക്കൊള്ളാൻ തീരുമാനിച്ചു.

ഈയവസരത്തിൽ 4.11.2012 ന് പട്ടാളിമക്കൾ കച്ചിയുടെ (PMK) യുവജനവിഭാഗത്തിന്റെ ധർമ്മപുരി പ്രസിഡന്റ് മതിയഴകന്റെ നേതൃത്വത്തിൽ ഏകദേശം ആയിരത്തോളം സവർണ്ണർ നായിക്കൻ കോട്ടയിൽ തടിച്ചുകൂടി. വെള്ളാളപ്പട്ടി, നായിക്കൻകോട്ട, പുളിയംപട്ടി, കോനയ്യൻപട്ടി, സവുലുപ്പട്ടി, മാത്തൻകോട്ടൈ, സീരംപട്ടി, സൗത്ത് കൊട്ടാരു, കതിരനായ്ക്കൻ അലി, പാലയാവൂർ, മലിങ്ങൂർ, ചെല്ലംകോട്ടൈ തുടങ്ങിയ 12 ഗ്രാമങ്ങളിൽ നിന്നുമുള്ളവർ ഈ യോഗത്തിൽ പങ്കുകൊണ്ടു.

ഇതേ യോഗസ്ഥലത്ത് ശക്തിയെന്നൊരാളിന്റെ നേതൃത്വത്തിൽ ഇരുപത്തിയഞ്ചോളം ദളിതർ നിലയുറപ്പിച്ചിരുന്നു. ദളിതർക്കു നേരെ ഭീഷണിയുടെ സ്വരമുണർന്നു. വണ്ണിയർപെൺകുട്ടിയെ ഒരു ദളിതൻ വിവാഹം കഴിച്ചത് അംഗീകരിക്കാനാവില്ല എന്നും എന്നാൽ പെൺകുട്ടിയെ മടക്കി നല്കിയാൽ മാപ്പു നല്കാമെന്നും അവർ പറഞ്ഞു. പെൺകുട്ടിയെ മടക്കി അയക്കുന്നതിന് സമയപരിധിയും നിശ്ചയിച്ചു. 2012 നവംബർ 7.

മറ്റുള്ളവരുമായി കൂടിയാലോചിച്ച് മറുപടി നല്കാമെന്നു പറഞ്ഞ് ദളിതർ അവിടെനിന്നും പോയി.

ദിവ്യയുടെ അപ്പൻ നാഗരാജ് പഴയൊരു നക്സലൈറ്റ് പ്രവർത്തകനായിരുന്നു. യഥാർത്ഥത്തിൽ മകളുടെ പ്രണയവിവാഹത്തിൽ അദ്ദേഹത്തിന് കടുത്ത എതിർപ്പുണ്ടായിരുന്നില്ല എന്നും ആളുകൾ അഭിപ്രായപ്പെട്ടു. പട്ടാളിമക്കൾ കച്ചിയുടെ പ്രാദേശിക നേതൃത്വവും അയാൾക്കുമേൽ കടുത്ത സമ്മർദ്ദം അടിച്ചേല്പിച്ച് വണ്ണിയർ കുലത്തിനാകെ ദോഷം വരുത്തിയ ദ്രോഹിയെന്ന് അധിക്ഷേപിച്ചു. വിവാഹം ഒഴിവാക്കാൻ നടത്തിയ ശ്രമങ്ങളെല്ലാം പൊളിഞ്ഞതിലും ഇളവരശനൊപ്പം ഉറച്ചു നില്ക്കാനും ദിവ്യ തീരുമാനം എടുത്തതിലും ബന്ധുക്കൾ രോഷാകുലരായി. മകളെ മടക്കിക്കൊണ്ടുവരാനായി ഒരു കടുംകൈ എന്ന നിലയിൽ നാഗരാജൻ നവംബർ 7 ന് തൂങ്ങി മരിച്ചു. അതൊരു കൊലപാതകമാണെന്നും അതിനു പിന്നിലും വണ്ണിയർ പ്രമാണിമാരാണെന്നും ആരോപണങ്ങൾ നിലനില്ക്കുന്നു.

നാഗരാജിന്റെ മൃതദേഹവുമായി ആയിരത്തിലേറെ പേർ ധർമ്മപുരി തിരുപ്പത്തൂർ റോഡ് ഉപരോധിച്ചു. ജാതിവൈരവും വെറുപ്പും മുറ്റിനില്ക്കുന്ന ഘട്ടത്തിൽ നാഗരാജിന്റെ മരണം അക്രമത്തിനുള്ള നിമിത്തം മാത്രമായിരുന്നു. അക്രമത്തിനു വേണ്ടിയുള്ള തയ്യാറെടുപ്പുകൾ മുൻകൂട്ടി നിശ്ചയിക്കപ്പെട്ടിരുന്നു. ആയിരക്കണക്കിന് വർണ്ണിയർമാർ നിമിഷങ്ങൾക്കുള്ളിൽ അക്രമം നടത്തിയേക്കുമെന്ന് പൊലീസ് മുന്നറിയിപ്പ് നല്കിയതും, പൊലീസ് നീക്കം തടസ്സപ്പെടുത്താൻ റോഡിൽ മരങ്ങൾ മുറി

ച്ചിട്ടു തടസ്സം സൃഷ്ടിച്ചതും ഇതിനു തെളിവാണ്.

വൈകുന്നേരം നാലുമണിയോടെ ഇവർ വെട്ടുകത്തി, ഇരുമ്പുദണ്ഡ്, കോടാലി, അരിവാൾ, പെട്രോൾ ബോംബ് തുടങ്ങിയ മാരകായുധങ്ങളുമായി നത്തം കോളനിയിലേക്ക് ഇരച്ചുകയറി. വീടുകൾക്ക് തീയിട്ടു. വാഹനങ്ങൾ അടിച്ചുതകർത്തു. വീട്ടിനുള്ളിൽ കയറി വിലപിടിപ്പുള്ളതെന്തും കത്തിക്കുകയോ തകർക്കുകയോ ചെയ്തു. ഇക്കൂട്ടത്തിൽ കമ്പ്യൂട്ടറുകൾ, ടെലിവിഷൻ സെറ്റുകൾ, ഫ്രിഡ്ജ്, ഫാൻ, അലമാരകൾ തുടങ്ങി ഫർണിച്ചറുകളും കലങ്ങളും പാത്രങ്ങളും വരെയുണ്ടായിരുന്നു. പുസ്തകങ്ങളും സർട്ടിഫിക്കേറ്റുകളും നശിപ്പിക്കാൻ പ്രത്യേകം ശ്രദ്ധിച്ചിരുന്നു. ജാതിപ്പേരു വിളിച്ചും പുലഭ്യം പറഞ്ഞും ഭീഷണിപ്പെടുത്തിയും അവർ അക്രമങ്ങൾ നടത്തി. മുപ്പത് വീടുകൾക്ക് തീയിട്ടു. 150 വീടുകൾ തകർത്തു. രാത്രി എട്ടുമുപ്പതോടെ നത്തം കോളനിയിൽ താണ്ഡവമാടിയവർ കൊണ്ടപ്പട്ടിയിലേക്കും അണ്ണാനഗറിലേക്കും പോയി.

ആസൂത്രിതമായ ആക്രമണമായിരുന്നു ഇതെന്നതിന് ശക്തമായ തെളിവുകളുണ്ട്. അക്രമത്തിൽ പങ്കെടുത്തവരിലേറെപ്പേരും നത്തം നിവാസികൾക്ക് അപരിചിതരും ഇരുപതും മുപ്പതും കിലോമീറ്റർ അകലെ നിന്നും എത്തിയവരുമായിരുന്നു. അവർ നൂറ്റമ്പതുലിറ്ററോളം പെട്രോളും 200 ലിറ്റർ മണ്ണെണ്ണയും മുൻകൂട്ടി ശേഖരിച്ചിരുന്നു. പുരുഷന്മാർ ജോലിയുമായി ബന്ധപ്പെട്ട് പുറത്തുപോയിരുന്ന സമയമായിരുന്നു ആക്രമത്തിനു തെരഞ്ഞെടുത്തത് എന്ന കാര്യവും ശ്രദ്ധിക്കപ്പെടേണ്ടതുണ്ട്. ഈ ആക്രമണത്തിനും രണ്ടുമാസം മുമ്പ് പി എം കെ എം എൽ എ ആയ കടുവെട്ടി ഗുരു വണ്ണിയാർ പെൺകുട്ടികളുടെ ജാതി ബാഹ്യ വിവാഹങ്ങൾ ഒരു കാരണവശാലും അനുഭവിക്കുകയില്ലെന്നും അതു ലംഘിക്കുന്നവർക്ക് മരണശിക്ഷ നല്കണമെന്നും അയാൾ പരസ്യമായി പ്രഖ്യാപിച്ചിരുന്നു. വാസ്തവത്തിൽ ദളിത്–വണ്ണിയർ വിവാഹം ആദ്യമായല്ല നടക്കുന്നത്. കടുംവെട്ടി ഗുരുവിന്റെ പ്രസംഗം സാമുദായിക വിദ്വേഷം ആളിപ്പടർത്തിക്കൊണ്ടാണ് അവസാനിച്ചത് എന്നാണ് കരുതപ്പെടുന്നത്. വസ്തുവകകൾ പ്രത്യേകിച്ച് വണ്ണിയർക്കില്ലാത്തതും ദളിതർക്ക് ഉള്ളതുമായവ നശിപ്പിക്കുമ്പോഴും മനുഷ്യരെ വെറുതെവിട്ടു എന്നതും ഇതൊരു ആസൂത്രിത ആക്രമണമെന്നതിന് തെളിവാകുന്നു.

8

നത്തം കോളനിയിൽ ജാതിവെറി ഉറഞ്ഞാടിയതിനുശേഷം എട്ടുമാസങ്ങൾ പിന്നിട്ടിരിക്കുന്നു. ഞങ്ങളെത്തുമ്പോൾ ആളുകൾ മുറിവുണക്കിത്തുടങ്ങിയിരുന്നു. കേസുമായി ബന്ധപ്പെട്ട് അറസ്റ്റു ചെയ്യപ്പെട്ട 255 പേരിൽ പലരും മൂന്നുമാസം കഴിഞ്ഞ് പുറത്തിറങ്ങി. തീവയ്പ്പിൽ കത്തിപ്പോയതും അടിച്ചമർത്തപ്പെട്ടതുമായ വീടുകളിൽ 108 എണ്ണം നിർമ്മിക്കാൻ സർക്കാർ 2 ലക്ഷം രൂപവീതം ധനസഹായം നല്കി. ചിലർ വീടു

കളിലേക്ക് താമസം മാറിയിരിക്കുന്നു. വീടുകളുടെ പണി പുരോഗമിക്കുകയാണ്. തിരക്കേറിയ തേനീച്ചകളെ പോലെ രാപ്പകൽ പണിയെടുക്കുകയാണവർ. ഇളവരശന്റെ വീടിന് പൊലീസ് കാവലുണ്ട്. അയാളുടെ അപ്പൻ പുറത്തെവിടെയോ ആണ്. സർക്കാർ സഹായം പ്രതീക്ഷിച്ചിരിക്കുന്ന ആളുകൾക്കിടയിലേക്കാണ് ഞങ്ങളെത്തുന്നത്. അവരുടെ വീടുകൾ സന്ദർശിക്കാനും അവരുടെ സൽക്കാരം സ്വീകരിക്കാനും ചിത്രങ്ങളെടുക്കാനും ജാഗ്രതകാട്ടി. മറ്റൊരു സംസ്ഥാനത്തു നിന്നുള്ള സന്ദർശകർ മാത്രമാണു ഞങ്ങളെന്ന് അവർ കണക്കാക്കുന്നില്ല. അവരുടെ പ്രശ്നങ്ങൾ അധികാരികൾക്കുമുമ്പിലെത്തണം. പലരും സർക്കാരിനു നല്കിയ നിവേദനത്തിന്റെ പകർപ്പ് തന്നു. ചിലർ നിവേദനം തന്നെ തന്നു. എല്ലാം സ്വീകരിച്ചു. എല്ലാ കണ്ണുനീരും ഒപ്പിയെടുക്കേണ്ടതു തന്നെയാണ്.

നിരവധി ആക്രമണങ്ങൾക്ക് സാക്ഷ്യം വഹിച്ചിട്ടുള്ള നത്തം കോളനിനിവാസികൾക്ക് ആരോടും പ്രതികാരമില്ല എന്നത് അവരുടെ ഉയർന്ന സാംസ്കാരിക നിലവാരത്തെ സൂചിപ്പിക്കുന്നു. അവർ കൂട്ടം കൂട്ടമായി ഞങ്ങൾക്കൊപ്പം നടന്നു.

കെട്ടിട നിർമ്മാണ തൊഴിലാളിയായ ജയരാമൻ ആക്രമണം നേരിൽ കണ്ടതിന്റെ ഞെട്ടലിൽനിന്നും ഇനിയും മുക്തനായിട്ടില്ല. എങ്കിലും മറ്റുള്ളവരുടെ ദുഃഖം കാണാൻ അയാൾ ഒപ്പമുണ്ട്.

മതിയഴകന് ബാംഗ്ലൂരിൽ ബിസിനസാണ്. 15 ലക്ഷം രൂപ മുടക്കി വച്ച വീട് പൂർണ്ണമായും തകർക്കപ്പെട്ടു. ആഡംബരവിളക്കുകൾ, ടി വി, സ്കൂട്ടർ, ഫ്രിഡ്ജ് എല്ലാം പാഴായി. അയാൾ വീട് പുനർനിർമ്മിക്കുകയാണ്. സർക്കാരിൽനിന്നും ലഭിച്ച 3,55,000 രൂപ ഒന്നിനും തികയുകയില്ലെന്നറിയുമ്പോഴും മതിയഴകന് പരിഭവമില്ല.

മതിയഴകന്റെ മക്കൾ +2 വിനും 10–ാം ക്ലാസിലും 7–ാം ക്ലാസിലും പഠിക്കുന്നു. അവരുടെ സ്കൂളിൽ ദളിത് – വണ്ണിയർ കുട്ടികൾ പ്രത്യേകം ബഞ്ചുകളിലാണിരിക്കുന്നതത്രെ. ഒരേ വഴിയിലൂടെ നടന്ന് പരസ്പരം മിണ്ടാതെ ഒരേ ബസിൽ സഞ്ചരിച്ച് ഒരേ ക്ലാസിൽ വെവ്വേറെ ബഞ്ചുകളിൽ ഇരിക്കുന്ന കുട്ടികൾ!

കത്തിയ വീടുകൾക്കരികിലൂടെ നടക്കുമ്പോൾ കോഴിക്കൂടുകൾ, ആട്ടിൻക്കൂടുകൾ, പ്രസവിച്ചുകിടക്കുന്ന പട്ടികൾ, അസംഖ്യം പൂച്ചകൾ, കാടിവെള്ളം കുടിക്കുന്ന പശുക്കൾ എന്നിവ പിന്നിടുന്നു.

9

പുസിയമ്മാൾ ഓടിയെത്തിയത് പരാതി പറയാനാണ്. എഴുതിക്കൊടുത്തിട്ടും പണം കിട്ടിയില്ല. മേല്ക്കൂരയില്ലാത്ത വീട്ടിലാണവർ കഴിയുന്നത്.

ഊരുകൗണ്ടരായ മൂക്കൻ എന്ന വൃദ്ധൻ ദയനീയമായി ചിരിച്ചു. മൂക്കന്റെ വീടും തകർന്നിരിക്കുന്നു. മൂപ്പന് പരിഭവമേതുമില്ല.

അടുത്ത വീട്ടിലെ ഗോവിന്ദസ്വാമി കട്ടൻകാപ്പി നല്കി സല്ക്കരിച്ചു. അയാളുടെ മകൾ ശരണ്യ പത്തിലാണ് പഠിക്കുന്നത്. നാഗിൻ കോട്ടൈ ഹൈസ്കൂളിലാണവൾ പഠിക്കുന്നത്. വണ്ണിയർ കോളനിയിൽ നിന്നുള്ള സുഹൃത്തുക്കൾ അവൾക്കുണ്ട്. സംഗീതയും വാസുകിയും ജ്യോതിയും സൗമ്യയുമൊക്കെ അവളുടെ സുഹൃത്തുക്കളാണ്. ഒരുമിച്ചുപോയി ഒരുമിച്ചു മടങ്ങുന്നു. ഇളവരശന്റെയും ദിവ്യയുടെയും കാര്യംമാത്രം അവർ സംസാരിക്കാറില്ലത്രെ!

ശ്രീകൊടകാരിയമ്മൻ കോവിലിനടുത്തു താമസിക്കുന്ന വൃദ്ധദമ്പതികളായ പെരിയ കൊടൈകാരനും ഭാര്യ പെരുമത്തയ്ക്കും ആനുകൂല്യങ്ങൾ കിട്ടാത്തതിൽ പരിഭവമുണ്ട്.

സർക്കാർ സഹായത്തോടെ തീർത്ത വീടുകളിൽ അമ്മ ജയലളിതയുടെ ചിത്രം മുദ്രണം ചെയ്തിട്ടുണ്ട്. കാര്യങ്ങൾ ഏറെ വേഗത്തിൽ നീങ്ങുന്നതിന് അവർ അഭിനന്ദനമർഹിക്കുന്നു. കേരളത്തിലെ സുനാമി പുനരധിവാസത്തിന്റെ കാര്യങ്ങളോർത്തു പോകുന്നു!

കാര്യങ്ങൾ വേഗത്തിലാക്കാൻ ശക്തമായ രാഷ്ട്രീയ ഇടപെടൽ നടന്നു. സി പി ഐ (എം) നേതാവും അരൂർ എം എൽ എയുമായ ദില്ലി ബാബു കോളനിയിലെ ദളിതർക്കൊപ്പം നിന്നു. അതിക്രമങ്ങൾക്കെതിരെ അയ്യായിരത്തിലേറെപേരുടെ പ്രകടനം നടത്തി. ദ്രാവിഡപാർട്ടികൾ തിരിഞ്ഞുനോക്കിയില്ല. വിടുതലൈയിരുത്തകളുടെ നേതാക്കളെ ഇപ്പോൾ കാണാനില്ലെന്ന് നത്തം കോളനിക്കാർ പറയുന്നു. രണ്ടു ലെയിനുകൾ പിന്നിട്ടപ്പോൾ കോളനിക്കകത്തെ പൊലീസ് പിക്കറ്റ് കണ്ടു. ഞങ്ങൾ ഇളവരശന്റെ വീടിനടുത്തേക്കു നടന്നപ്പോൾ പൊലീസ് തടഞ്ഞു. ആ വീട് പൊലീസ് കാവലിലാണ്.

ഇളവരശന്റെ കൂറ്റൻ ഒരു ഫ്ളക്സ് ബോർഡ് ചുവരിൽ ചാരി വച്ചിട്ടുണ്ട്. അകാലത്തിൽ പൊലിഞ്ഞ ആ ധീര യുവാവിന്റെ ചിരിക്കുന്ന മുഖമാണ് ഫ്ളക്സ് ബോർഡിൽ.

ദളിത് കോളനികൾ തീയിട്ടതിനുശേഷം എന്തു സംഭവിച്ചു?

അതിൽ ദുരൂഹതകൾ ഏറെയുണ്ട്.

നവംബർ മാസത്തിലെ കലാപത്തിനുശേഷവും വേട്ടയാടലുകൾക്കുശേഷവും ഇളവരശനും ഭാര്യയും ഒമ്പതുമാസക്കാലം ഒരുമിച്ചുകഴിഞ്ഞു. 2012 ഒക്ടോബർ മാസം നടന്ന രജിസ്റ്റർ ചെയ്യപ്പെടാത്ത വിവാഹത്തിനുശേഷം അവർ ദളിത് സംഘടനകളുടെ സഹായത്താൽ പലപല കോളനികളിൽ ഒളിവിൽ കഴിഞ്ഞു. പത്രങ്ങൾ ഈ യുവദമ്പതികളുടെ പേരിൽ കഥകൾ ചമച്ചു. മാധ്യമങ്ങളിൽ സജീവമായി പ്രശ്നം ഉയർന്നു നിന്നത് ജാതിവെറിയന്മാരുടെ ശ്രദ്ധ ഇതിൽത്തന്നെ കേന്ദ്രീകരിക്കാൻ ഇടയാക്കി. ഇക്കാര്യത്തിൽ ഇളവരശൻ മാധ്യമങ്ങളെ കുറ്റപ്പെടുത്തിയ വിവരവും പുറത്തു വന്നിരുന്നു.

ഒടുങ്ങാത്ത സമ്മർദ്ദങ്ങൾക്ക് ദിവ്യ വിധേയയായിക്കൊണ്ടിരുന്നു. ദിവ്യയുടെ അമ്മ തേൻമൊഴി 2013 ജനുവരി മാസം ഇളവരശന്റെ വീട്ടി

ലെത്തി. കാര്യങ്ങളെല്ലാം ശരിയാകാൻ പോകുന്നതായും കുറെ ദിവസത്തേക്ക് മകളെ തന്റെയൊപ്പം നില്ക്കാൻ അനുവദിക്കണമെന്നും ഇളവരശന്റെ അമ്മയോടാവശ്യപ്പെട്ടു. ചതി തിരിച്ചറിയാൻ ഇളവരശനും കുടുംബവും വൈകി.

ദിവ്യയുടെ അമ്മ തന്റെ മകൾ ഇളവരശന്റെ കസ്റ്റഡിയിലാണെന്നും അവളെ മോചിപ്പിക്കണമെന്നും ആവശ്യപ്പെട്ട് മദ്രാസ് ഹൈക്കോടതിയിൽ ഹേബിയസ്കോർപ്പസ് നല്കി. ബന്ധം തകരാൻ പോകുന്നതായി ഇളവരശൻ തിരിച്ചറിഞ്ഞു. ഇളവരശന്റെ ജീവിതത്തിലെ ഏറ്റവും വലിയ ആഘാതം ജൂൺ 7 ന് അവനെ കാത്തിരിക്കുകയായിരുന്നു. കോടതി മുമ്പാകെ ഹാജരായ ദിവ്യ തകർന്ന മാനസികാവസ്ഥയിലായിരുന്നു. അപ്പന്റെ മരണവും തുടർന്നുണ്ടായ കലാപവും സാമൂഹ്യസമ്മർദ്ദവും അവളെ അമ്മയോടൊപ്പം നില്ക്കാൻ പ്രേരിപ്പിച്ചു.

തന്നെ ദിവ്യ കൈയൊഴിയുകയില്ലെന്ന് അവസാനനിമിഷംവരെ ഇളവരശൻ കരുതി. ദിവ്യയെ കാണാൻ അവസരം ലഭിക്കുകയാണെങ്കിൽ ഞാൻ അവളെ ബോദ്ധ്യപ്പെടുത്തുമെന്ന് ഇളവരശൻ പറഞ്ഞതായി അറിയുന്നു. എങ്കിലും കൊടിയ സമ്മർദ്ദം അവളെ മറിച്ച് തീരുമാനമെടുക്കാൻ പ്രേരിപ്പിക്കുമെന്നവൻ ഭയപ്പെട്ടു. ജൂലൈ 3 ന് അവന്റെ പേടി യാഥാർത്ഥ്യമായി. താൻ അമ്മയോടൊപ്പം കഴിയാനാണിഷ്ടപ്പെടുന്നതെന്ന് ദിവ്യ ജഡ്ജിയോട് അർത്ഥശങ്കയ്ക്കിടയില്ലാതെ പറഞ്ഞു. ഇളവരശനോടൊപ്പം കഴിയാൻ ആഗ്രഹമില്ലെന്ന് അവൾ മാധ്യമങ്ങളോടു പറഞ്ഞു. ജാതി സംഘടനകൾ വിചാരിച്ചതുപോലെ കാര്യങ്ങൾ നടന്നു. താൻ പഠിത്തം തുടരുമെന്നും ദിവ്യ മാധ്യമങ്ങളെ അറിയിച്ചു. തകർന്നുപോയ ഇളവരശന് ഞങ്ങൾ സാന്ത്വനവും പിന്തുണയും നല്കിയതായി ഇളങ്കോവൻ മാധ്യമങ്ങളോടു പറഞ്ഞു. അവൻ ഒരുവേള ശാന്തനായി. ഒരു തിരിച്ചറി

ഇളവരശൻ വക്കീൽമാർക്കൊപ്പം

വിന്റെ വക്കിലായിരുന്നു അവൻ. സ്വന്തമായൊരു ജോലി തേടാൻ പോകുന്നതായി അവൻ മാതാപിതാക്കൾക്ക് ഉറപ്പും നല്കി.

അവൾ പോട്ടെ. നമ്മളെ അവൾ അർഹിക്കുന്നില്ല എന്നത്രെ ഇളവരശൻ പറഞ്ഞത്. അതിനുശേഷം അവൻ ധർമ്മപുരിയിലേക്കു പോയി.

പിന്നെ അവന്റെ ജഡം റെയിൽവേ ട്രാക്കിൽ കണ്ടു. പോക്കറ്റിൽ ആത്മഹത്യാക്കുറിപ്പും....

10

പത്രങ്ങൾക്ക് ഇളവരശന്റെ മരണം രണ്ടുകോളം വാർത്ത മാത്രമാണ്. തമിഴ്നാട്ടിലെ ദ്രാവിഡരാഷ്ട്രീയം ദളിതർക്കെതിരെ വച്ചുപുലർത്തുന്ന മുൻവിധികളും അവസാനിക്കുന്നില്ല. ശക്തമായ ഒ ബി സി വോട്ട് ബാങ്ക് വിട്ടുകളിക്കാൻ തമിഴ്നാട്ടിലെ ബൂർഷ്വാ രാഷ്ട്രീയം തയ്യാറല്ല. ബ്രാഹ്മണരോ ജാതി ഹിന്ദുക്കളോ അല്ല. ജാതി ഹിന്ദുക്കളായി സാമൂഹികപദവി നേടാൻ മല്ലടിക്കുന്ന പിന്നോക്കവിഭാഗങ്ങളും ഏറ്റവും പിന്നോക്കവിഭാഗങ്ങളുമാണ് ദളിത് വേട്ടയ്ക്ക് മുന്നിട്ടിറങ്ങുന്നത്. തന്തൈ പെരിയാർ തുടങ്ങിവച്ച പ്രസ്ഥാനത്തിന്റെ ഊർജ്ജം തീർന്ന് വഴിയിലെങ്ങോ ആണ്. അവിടെനിന്നും ഉയർന്നു പൊങ്ങിയ ദ്രാവിഡരാഷ്ട്രീയം സാമുദായിക വികാരങ്ങളെ പരിപോഷിപ്പിക്കുകയാണ്. ശക്തമായ നവോത്ഥാന പ്രസ്ഥാനവും എന്തിനു ദൈവവിരുദ്ധ പ്രസ്ഥാനങ്ങൾപോലും ശക്തമായിരുന്ന തമിഴ്നാട്ടിൽ പുരോഗമന പ്രസ്ഥാനങ്ങൾക്ക് രണ്ടാം ഘട്ടം ഏറ്റെടുത്തു മുന്നോട്ടു പോകാനായില്ല. പൊതു ഇടങ്ങൾ രൂപപ്പെടാതെ ജാതി പഞ്ചായത്തുകളും കൂട്ടപഞ്ചായത്തുകളും സകലതും നിശ്ചയിച്ചു. ധർമ്മപുരിയിൽത്തന്നെ സജീവമായിരുന്ന ഇടതു തീവ്രവാദപ്രസ്ഥാനങ്ങളുടെ ശ്രമഫലമായി ജാതിക്കധീതമായി ചിലതൊക്കെ ചെയ്യാൻ കഴിഞ്ഞിരുന്നു. വർഗ്ഗസംഘടനകളിൽ എല്ലാ സമുദായങ്ങളിൽനിന്നുമുള്ള ആളുകളെ ചേർത്ത് ജന്മിത്തത്തിനെതിരെ പോരാടാൻ ശ്രമങ്ങൾ നടത്തിയിരുന്നു. എന്നാൽ ഒരു പിടി നേതാക്കളുടെ ഉയർന്ന ബോധവും സാധാരണ മനുഷ്യരുടെ സാധാരണ ബോധവും പരസ്പരം തൊടാതെതന്നെ നിന്നു. ജനകീയമായ പ്രസ്ഥാനങ്ങളും തദ്വാര ഉയർന്നുവരുന്ന പൊതുബോധവും മതാതീത സംസ്കാരവും മതേതരത്വവും വളർന്നില്ല. ഈ ദൗത്യം ഇപ്പോൾ മുഖ്യധാരാ കമ്യൂണിസ്റ്റുപാർട്ടികൾ, വിശേഷിച്ച് സി പി ഐ (എം) ഏറ്റെടുക്കുന്നുണ്ട്. തീണ്ടായ്മൈ ഒഴിപ്പു മുന്നണി തുടങ്ങിയ പ്രസ്ഥാനങ്ങൾ തമിഴ്നാട്ടിൽ ശക്തിപ്പെട്ടുവരുന്നു. നക്സലിസത്തിന്റെ തകർച്ചയെത്തുടർന്ന് അതിന്റെ കാഡർമാർ ജാതി-സ്വത്വ പ്രസ്ഥാനങ്ങളിലേക്കാണ് ചേക്കേറിയത് എന്ന കാര്യം തീവ്ര ഇടതുപക്ഷത്തിനകത്തുള്ള വലതുപക്ഷ പ്രവണതകളിലേക്കു വിരൽ ചൂണ്ടുന്നു. സ്വത്വവാദ പ്രസ്ഥാനങ്ങൾ തമിഴ്നാട്ടിൽ ജാതിസ്പർദ്ധ വളർത്തി മുതലാളിത്തത്തിനു പാദസേവ ചെയ്യുകയാണ്. മതാതീതവും ജനാധിപത്യപരവുമായ

സാംസ്കാരിക മേല്ക്കോയ്മ കെട്ടിപ്പടുക്കാൻ ഇനിയുമെത്രയോദൂരം നമുക്ക് പോകേണ്ടിയിരിക്കുന്നു.

ചിന്നരാജിന്റെ ബൈക്കിൽ കയറി ഞങ്ങൾ നാഷണൽ ഹൈവേയിൽ ഇറങ്ങി. അയാൾക്ക് ഞങ്ങളെ സൽക്കരിച്ചു മതിയായിരുന്നില്ല. ജാതിപ്പിശാചിനെതിരെ പോരാടാനുള്ള ശക്തി ഇവിടെ ബലപ്പെട്ടുവരുന്നു. നത്തം കോളനിയിൽ ധൈര്യസമേതം ജനങ്ങൾക്കൊപ്പം പ്രവർത്തിക്കാൻ ചിന്നരാജിന്റെ പാർട്ടി മാത്രമേയുള്ളൂവെന്നകാര്യം ശ്രദ്ധേയമാണ്.

ബസ് വരുന്നതിനുമുമ്പ് ഒരു ചോദ്യം മാത്രം.

"കാതൽ നിന്തുപോച്ച് അല്ലവാ?"

"ഇല്ല സാർ തുടങ്കത്താൻ പോകിറത്."

ബസ് വന്നു. ചിന്നരാജയുടെ ചിരിക്കുന്ന മുഖം അകന്നകന്നുപോയി.

12

ജയ്സാൽമീർ സ്കെച്ചുകൾ

വെട്ടിയും കൊന്നും ചെറുത്തുനിന്നും രജപുത്രർ പടുത്തുയർത്തിയ കോട്ടകളും കൊട്ടാരങ്ങളും കണ്ട് പഴയ പ്രതാപത്തിന്റെ പുറംപോക്കുകളിലടിയപ്പെട്ടവരുടെ സമകാലീന ജീവിതത്തിന്റെ താളം മറ്റിന്ത്യാക്കാരിൽനിന്നും വിഭിന്നമല്ലെന്ന നേരറിഞ്ഞും നിങ്ങൾ ജയ്പൂർ വിടുന്നു.

പിങ്ക്സിറ്റിയെന്ന് പറഞ്ഞുപതിഞ്ഞ പേരിനപ്പുറം പുതിയ ജയ്പൂർ മറ്റേതു നഗരവും പോലെ ക്രമരഹിതമായി വളർന്നുകിടക്കുന്നു. സ്വദേശികളും വിദേശികളുമായ സഞ്ചാരികൾ രാജ്യത്തിന്റെ നാനാഭാഗത്തുനിന്നും ജയ്പൂരിലെത്തിക്കൊണ്ടേയിരിക്കുന്നു.

ഭാരതത്തിൽ ഏറ്റവും മികച്ച റോഡ് ഗതാഗതം, ഒരുപക്ഷേ, രാജസ്ഥാനിലായിരിക്കും. ഉയർന്ന ചാർജ്ജ് വാങ്ങുന്ന ഡീലക്സ് ബസുകൾ തലങ്ങും വിലങ്ങും ഓടുമ്പോഴും സാധാരണക്കാരന്റെ യാത്ര പതിവുപോലെ ദുരിതപൂർണ്ണം തന്നെ.

ജയ്പൂർ നഗരം പിന്നിട്ട് ബസ് മുന്നോട്ട് പോകുമ്പോൾ ഇരുവശത്തും ചോളവയലുകൾ നിറയുന്നു. രാജസ്ഥാനെപ്പറ്റിയുള്ള സങ്കല്പങ്ങളാകെ തകരുന്നു. പഴയ പ്രതാപങ്ങൾക്കും കോട്ടകൾക്കുമപ്പുറം രാജസ്ഥാൻ ഒരു മരുഭൂമിയാണെന്നായിരുന്നു ധാരണ. യാത്രയുടെ ലയത്തിൽ, പുഷ്ബാക്ക് സീറ്റിൽ ചാരിക്കിടന്ന് തെല്ലൊന്നു മയങ്ങി. ഇടയ്ക്ക് ആരെല്ലാമോ ബസിൽ കയറുകയും ഇറങ്ങുകയും ചെയ്തു. ജയ്സാൽമീർ ആയിരുന്നു ലക്ഷ്യസ്ഥാനം. ജയ്പൂരിൽനിന്നും ജയ്സാൽമീറിലേക്ക് ബസുകൾ സുലഭമാണെന്ന കേട്ടറിവ് തെറ്റി. ജയ്സാൽമീർ എന്ന മരുസ്ഥലത്തെത്താൻ

ആദ്യം ജോധ്പൂരെത്തണം. മരുസ്ഥലത്തേക്കുള്ള പ്രയാണത്തിലെ അവസാന നഗരം.

"എവിടുന്നു വരുന്നു."

മൗനത്തിന്റെ മറനീക്കി അടുത്തിരുന്നയാൾ ചോദിച്ചു.

"കേരളം."

"കേരളത്തിൽ നിന്നോ?"

അദ്ദേഹം അത്ഭുതം മറച്ചുവച്ചില്ല.

ബോധ്പൂരിൽ ധാരാളം മലയാളികളുണ്ടെന്ന് (മൃദാസിയല്ല) പറഞ്ഞു. ഒരു 'കൊട്ടിയം ക്ലബ്ബ്' പോലും അവിടെ പ്രവർത്തിക്കുന്നുണ്ടത്രേ. നഴ്സുമാരിൽ തൊണ്ണൂറ് ശതമാനവും മലയാളികൾ. പട്ടാളക്കാർ, ഫാക്ടറി തൊഴിലാളികൾ! കേരളത്തെപ്പറ്റി, തെങ്ങുകളെപ്പറ്റി, കടലിനെപ്പറ്റി നിരവധി ചോദ്യങ്ങളുണ്ടായി.

ദേശസ്നേഹത്തെക്കുറിച്ചും സാംസ്കാരിക പൈതൃകത്തെക്കുറിച്ചും മരുഭൂമിവഴി കടന്നുവന്നിരുന്ന വൈദേശികാക്രമണത്തിൽ തകർന്ന സംസ്കാരത്തെക്കുറിച്ചും സഹയാത്രികൻ വാചാലനായി. അദ്ദേഹത്തിന്റെ സംസാരത്തിൽ പുരണ്ടിരുന്ന ഹൈന്ദവ ചായം ഒട്ടും അത്ഭുതപ്പെടുത്തിയില്ല.

തെരുവിൽ കാണുന്ന പണിയെടുക്കുന്ന മനുഷ്യനെ അവന്റെ മനസ്സിൽ ഭിത്തികളുയർത്തി അകറ്റി നിർത്തി അവന്റെ ഉയിർത്തെഴുന്നേല്പിന് വിഘാതം നില്ക്കുകയല്ലേ നിങ്ങൾ ഈ പറയുന്ന സാംസ്കാരിക ഔന്നത്യത്തിന്റെ പ്രയോക്താക്കൾ ചെയ്യുന്നത്?

ചോദ്യത്തിനുത്തരം മറുചോദ്യമായിരുന്നു.

"നിങ്ങൾ കമ്യൂണിസ്റ്റാണോ?"

ചോദ്യത്തിനു മുന്നിൽ ചിരിക്കുകമാത്രം ചെയ്തു.

പലരും ഉറങ്ങിക്കഴിഞ്ഞു. രാഷ്ട്രീയ ചർച്ച അവസാനിപ്പിച്ച് ജോധ്പൂരിന്റെ പ്രാധാന്യത്തെപ്പറ്റി അയാൾ സംസാരിച്ചു തുടങ്ങി. എന്തു ചെയ്യുന്നുവെന്ന് തിരക്കിയപ്പോൾ അയാൾ പറഞ്ഞു മജിസ്ട്രേട്ടായി നിയമനം കിട്ടി. ട്രെയിനിങ്ങിലാണ്. ചിറ്റോർഗറിൽ ആർ എസ് എസിന്റെ സജീവ പ്രവർത്തകനായിരുന്നു. ന്യൂനപക്ഷങ്ങളിൽ ഭീതിപരത്തി ഭീഷണമായ ഒരു നിഴലായി ഹൈന്ദവ വർഗ്ഗീയത പടർന്നു കിടക്കുന്നത് രാജസ്ഥാനിൽ കാണാം.

ജോധ്പൂർ മരുസ്ഥലത്തിലേക്കുള്ള പ്രവേശന കവാടമാണ്. ജയ്പൂരിൽനിന്നും 343 കി മീ ദൂരമുണ്ട് ജോധ്പൂരിലേക്ക്. മൂന്നര ലക്ഷത്തോളം ജനസംഖ്യയുള്ള ഈ നഗരം രാജസ്ഥാനിലെ രണ്ടാമത്തെ വലിയ നഗരമാണ്. വളരെ തന്ത്രപ്രാധാന്യമുള്ള ഈ നഗരത്തിൽ ഇന്ത്യൻ എയർ ഫോഴ്സിന്റെ താവളമുണ്ട്. ഇന്ത്യാ പാകിസ്ഥാൻ യുദ്ധകാലത്ത് ഈ നഗരത്തിൽ നിരവധി ബോംബുകൾ വീണു.

2

ജോധ്പൂർ പിന്നിട്ട് യാത്ര തുടങ്ങുമ്പോൾ താർ മരുഭൂമിയുടെ വിസ്തൃതമായ പ്രദേശങ്ങൾ നമ്മെ ഭ്രമിപ്പിക്കും. മരുഭൂമിയെക്കുറിച്ചുള്ള ധാരണകൾ തകിടം മറിയും. എണ്ണിയാലൊടുങ്ങാത്ത ആട്ടിൻ പറ്റങ്ങളും കന്നുകാലികളും മേഞ്ഞുനീങ്ങുന്ന ഒരു മരുസ്ഥലം നമ്മുടെ പതിവ് ധാരണകൾക്കപ്പുറമാണ്. നിറയെ കുറ്റിച്ചെടികളും മരുപ്രദേശത്ത് മാത്രം കണ്ടുവരുന്ന മുൾച്ചെടികളും ദീർഘങ്ങളായ പുൽപ്പരപ്പുകളും വരണ്ടു കിടക്കുന്ന ചോളവയലുകളും പറന്നകലുന്ന മയിൽക്കൂട്ടങ്ങളും ചത്തു കിടക്കുന്ന കാലികളെ കൊത്തിവലിക്കുന്ന കഴുകന്മാരും നമ്മെ മായികമായ ലോകത്തേക്ക് നയിക്കും. മരുഭൂമിയെ കീറിമുറിച്ചുകൊണ്ട് കടന്നു പോകുന്ന പാതയിൽ വല്ലപ്പോഴുമൊരു വാഹനം കടന്നുപോയാലായി. ഇടയ്ക്കിടയ്ക്ക് ഒട്ടകസവാരിക്കാരും നാടോടിസംഘങ്ങളും നടന്നു നീങ്ങുന്നത് കണ്ടു. കടുംവർണ്ണങ്ങളിലുള്ള വേഷവിധാനത്തോടുകൂടിയ തദ്ദേശവാസികൾ ബസിനുള്ളിൽ കയറുകയും ഇറങ്ങുകയും ചെയ്യുമ്പോൾ നാം അമ്പരക്കും. ഈ അപാര മരുഭൂമിയിൽ എങ്ങാണിവർ പാർക്കുന്നതെന്ന്. വാസസ്ഥലങ്ങൾ യാത്രയിൽ നമ്മുടെ കണ്ണിൽപ്പെട്ടെന്നു വരില്ല. ചെറിയ പെട്ടികൾ അടുക്കിവച്ചതു മാതിരിയുള്ള മൺവീടുകളിൽ മേല്ക്കൂര ദൃശ്യമാവില്ല.

യാത്രയുടെ ലഹരിയിലെപ്പെഴോ നാം ആരവല്ലി പർവ്വതങ്ങൾ കണ്ടു തുടങ്ങും. മരുഭൂമിയുടെ അന്ത്യത്തിലെവിടെയോ തുടങ്ങി ഗംഗാതടത്തെയും താർ മരുഭൂമിയെയും വേർതിരിച്ചുകൊണ്ട് ആരവല്ലി പർവ്വതങ്ങൾ യാത്രയിലുടനീളം പിന്തുടരും. അതിർത്തി സംരക്ഷണ സേനയുടെ ട്രക്കുകളോ മാർബിൾ കയറ്റിപ്പോകുന്ന ലോറികളോ എതിരെ പായുമ്പോൾ മരുഭൂമിയുടെ സംഗീതം വിചിത്രമായൊരു വിലാപംപോലെ തോന്നും. രാജസ്ഥാനി നാടോടി ഗാനങ്ങൾ യാത്രയുടെ താളമാകുന്നു. മനോഹരങ്ങളായ ഗാനങ്ങൾ സഞ്ചാരികളെ കേൾപ്പിക്കുന്നതിനും അവരുടെ അഭിപ്രായമറിയുന്നതിനും ബസ് ജീവനക്കാർ അതീവ ശ്രദ്ധപുലർത്തുന്നു.

ജോധ്പൂരിൽനിന്നും 330 കി മീ അകലെയാണ് ജയ്സാൽമീർ.

ജയ്സാൽമീറിൽ എത്തിച്ചേരുകയെന്നത് അതീവ ദുഷ്കരമായ ഒരു കാലമുണ്ടായിരുന്നു.

"കല്ലുകൊണ്ടുള്ള കാലുകളും ഉരുക്കു കവചവുമണിഞ്ഞ മരക്കുതിരയിൽ മാത്രമേ നിങ്ങൾക്ക് ജയ്സാൽമീറിലെത്താനാവൂ."

ജയ്സാൽമീറിനെപ്പറ്റിയുള്ള പഴമൊഴി പറയുന്നു.

1965 ലും '71 ലും നടന്ന ഇന്ത്യ-പാക് യുദ്ധകാലം ജയ്സാൽമീറിന്റെ തന്ത്രപ്രാധാന്യം വെളിവാക്കി. ഇന്ന് രാജസ്ഥാനിന്റെ വിവിധ ഭാഗങ്ങളിലേക്ക് റെയിൽവേയും റോഡുകളും ഉണ്ട്.

ജോധ്പൂരിൽനിന്നും ബസ് മാർഗ്ഗം ജയ്സാൽമീറിലെത്തുമ്പോൾ

തോന്നി അറബിക്കഥയിലെ ഏതോ ഒരു നഗരത്തിലാണ് എത്തിപ്പെട്ട തെന്ന്. മരുഭൂമിയുടെ നടുവിൽ കുന്നിനുമുകളിൽ അമ്പരപ്പിക്കുന്നൊരു കോട്ട. കോട്ടയുമായി തൊട്ടുകിടക്കുന്ന നഗരം. സ്വർണ്ണനിറത്തിലുള്ള സാന്റ് സ്റ്റോൺകൊണ്ട് നിർമ്മിക്കപ്പെട്ട കെട്ടിടങ്ങൾ. സുവർണ്ണ നഗര മെന്നാണ് ജയ്സാൽമീർ അറിയപ്പെടുന്നത് പുരാതന നഗരത്തിന്റെ

താളവും ലയവും നഷ്ടപ്പെടാതെ അനുബന്ധമായി ചേർക്കപ്പെട്ട പുതിയ നഗരം. ജയ്സാൽമീറിൽ വെച്ചാണ് സത്യജിത്റായി തന്റെ പ്രസിദ്ധ ചിത്ര മായ *സോനാർക്കെല്ല* ചിത്രീകരിച്ചത്.

തെരുവുകൾ ഏറെ വിജനമായിരുന്നു. ബസ് നിർത്തി കണ്ടക്ടറും ഡ്രൈവറും എങ്ങോ മറഞ്ഞു. ഭാണ്ഡങ്ങളും പേറി ഏതാനും വിദേശ സഞ്ചാരികളും ബി എസ് എഫ് ഉദ്യോഗസ്ഥരും ഏതാനും മരുഭൂമിയുടെ മക്കളും ബസിൽ നിന്നിറങ്ങി. കടിപിടി കൂട്ടാൻ ഗൈഡുകളാരുമില്ല. വാസ സ്ഥലം മുൻകൂട്ടി നിശ്ചയിക്കപ്പെട്ടിരുന്നതിനാൽ ആശയക്കുഴപ്പമുണ്ടാ യില്ല. പ്രധാന പാതയിൽ പ്രവേശിച്ചു. ഏതാനും മിലിട്ടറി ട്രക്കുകൾ കടന്നുപോയി. സിറ്റി സർവ്വീസ് നടത്തുന്ന ബസുകൾ ഇല്ല. മിക്ക ഇരു ചക്രവാഹനങ്ങളിലും രജിസ്ട്രേഷൻ നമ്പരുകൾ കാണാനില്ല.

ജയ്സാൽമീറികളുടെ നാടോടി ദേവതയുടെ പേരിൽ രാജസ്ഥാൻ ടൂറിസം വികസന കോർപ്പറേഷൻ സ്ഥാപിച്ചിട്ടുള്ള മൂമൽ ടൂറിസ്റ്റ് ബംഗ്ലാവ് കണ്ടുപിടിക്കാൻ ഒട്ടും വിഷമിക്കേണ്ടിവന്നില്ല.

അതിഥികളെ എങ്ങനെ സ്വീകരിക്കണമെന്ന് നാം മലയാളികൾ രാജ സ്ഥാൻ ടൂറിസം വികസന കോർപ്പറേഷൻ ജീവനക്കാരെ കണ്ടുപഠിക്കണം.

നാം രാജാക്കന്മാരെപ്പോലെ സ്വീകരിക്കപ്പെടുന്നു. കടുകെണ്ണയിലു ണ്ടാക്കിയ ആഹാരത്തിനുപോലും അപൂർവ്വമായ രുചി. ഹോട്ടലുകളിൽ എ സിയോ എയർകൂളറോ ഉണ്ടാകും. കാലാവസ്ഥയ്ക്ക് നന്ദി പറയുക. സാന്റ് സ്റ്റോണിന്റെ ചാരുതയാർന്ന നിർമ്മിതി. പ്രകൃതിയോടിണങ്ങി നില്ക്കുന്ന മൂമൽ ടൂറിസ്റ്റ് ബംഗ്ലാവ്.

നഗരക്കാഴ്ചയ്ക്ക് ജീപ്പ് തരപ്പെട്ടു. കൂടെ ഒരു ബംഗാളി കുടുംബവുമുണ്ടായിരുന്നു. മുമ്പെങ്ങോ ഭാര്യക്കു നല്കിയ വാഗ്ദാനം നിറവേറ്റാൻ വേണ്ടി ജയ്സാൽമീറിലെത്തിയ ഒരു അഭിഭാഷകനും ഭാര്യയും അറുപതിനോടടുത്ത പ്രായമുണ്ടാകും ഇരുവർക്കും.

ഒപ്പമുണ്ടായിരുന്ന ഭാര്യയോടും കുഞ്ഞുങ്ങളോടും അവർ വളരെ വേഗം കൂട്ടായി. മലയാളികളാണ് ഞങ്ങളെന്നറിഞ്ഞപ്പോൾ അവർക്കുണ്ടായ ആഹ്ലാദം മറച്ചുവെച്ചില്ല.

ജ്യോതിബസുവിന്റെ ഭരണമെങ്ങനെ?

നോക്കൂ. ജ്യോതിബാബു വംഗദേശത്തിന്റെ അഭിമാനമാണ്. മുമ്പ് അവർ (അദ്ദേഹത്തിന്റെ എതിരാളികൾ) പറഞ്ഞു: അദ്ദേഹം കടുംപിടുത്തക്കാരനായ മാർക്സിസ്റ്റാണെന്ന്. ഇപ്പോൾ പറയുന്നു. അദ്ദേഹം മുതലാളിത്ത നയങ്ങൾ അപ്പാടെ നടപ്പിലാക്കുമെന്ന്. പീഢനകാലത്തിൽ നിന്നും കലാപങ്ങളിൽനിന്നും അദ്ദേഹം ബംഗാളിനെ മോചിപ്പിച്ചു. ബംഗാൾ ഇന്ന് വികസനത്തിന്റെ പാതയിലാണ്. കാർഷിക മേഖലയിൽ ഉണ്ടായ വികസനം കാണാൻ നിങ്ങൾ അങ്ങോട്ടുവരിക.

“പാർട്ടി പ്രവർത്തകനാണോ?” ചോദിക്കാതിരിക്കാൻ കഴിഞ്ഞില്ല.

“അയ്യോ അല്ല.” എല്ലാവർക്കും പാർട്ടി പ്രവർത്തകരാകാൻ കഴിയില്ല. കാര്യങ്ങൾ നേരെ ചൊവ്വേ കാണാൻ നിങ്ങൾ പാർട്ടി പ്രവർത്തകനാകണമെന്നില്ല.

സമകാലീന വ്യഥകൾ പങ്കിട്ട് യാത്ര തുടർന്നു.

3

ത്രികൂടക്കുന്നിൽ തപം ചെയ്യുകയായിരുന്ന യശൂൽ എന്ന സന്ന്യാസിയെത്തേടി ഭട്ടിവംശജനായ ജയ്സാൽ എത്തി. 1156 എ ഡി യിൽ. വഞ്ചനയിലൂടെ കൈയടക്കിയ കിരീടം ഉറപ്പിക്കുന്നതിന് സഹായം തേടി വരും നാളുകളിൽ ചന്ദ്രവംശജനായ ഒരാൾ ത്രികൂടകേന്ദ്രമാക്കി രാജവംശം സ്ഥാപിക്കുമെന്ന ശ്രീകൃഷ്ണന്റെ പ്രവചനം യശൂൽ ജയ്സലിനെ അറിയിച്ചു.

ചന്ദ്രവംശത്തിന്റെ പിന്തുടർച്ചയായ ഭട്ടി വംശജനായ ജയ്സലിന്റെ ഭാവനയെ ഇത് ഉദ്ദീപിപ്പിച്ചു. ത്രികൂടക്കുന്നിൽ തന്റെ രാജ്യത്തിന്റെ തലസ്ഥാനം പണിതുയർത്താൻ തന്നെ ജയ്സൽ തീരുമാനിച്ചു. ത്രികൂടക്കുന്നിൽ പണിതീർക്കപ്പെടുന്ന കോട്ട രണ്ടരപ്രാവശ്യം ശത്രുക്കളാൽ പിടിച്ചടയ്ക്കപ്പെടുമെന്ന യശൂലിന്റെ പ്രവചനംപോലും ജയ്സലിനെ തന്റെ തീരുമാനത്തിൽനിന്നും പിന്തിരിപ്പിച്ചില്ല. അങ്ങനെ ജയ്സലിന്റെ പാറയെന്ന ജയ്സാൽമീർ ഉദയം ചെയ്തു.

പിന്നീടുള്ള ജയ്സാൽമീറിന്റെ ചരിത്രം രക്തപങ്കിലമായിരുന്നു. ചന്ദ്രവംശത്തിന്റെ പിന്തുടർച്ചയെന്ന അന്ധവിശ്വാസം പകർന്ന ഹുങ്കിൽ നിർദ്ദയമായ ഭരണം ഭട്ടിരജപുത്രരിൽ നിന്നുമുണ്ടായി. മരുഭൂമിയിലെ പ്രധാന

ജീവിത മാർഗ്ഗമായ കന്നുകാലി സമ്പത്ത് കൊള്ളയടിക്കൽ, സുഗന്ധദ്രവ്യങ്ങളുമായി ഇന്ദ്രപ്രസ്ഥത്തിലേക്കും തിരിച്ചും നീങ്ങിയിരുന്ന രഥങ്ങൾ കവർന്ന് കൊള്ള മുതൽ സ്വരൂപിക്കുക തുടങ്ങിയവയായിരുന്നു പ്രധാന വരുമാന മാർഗ്ഗം. ഭട്ടി രജപുത്രർ മരുഭൂമിയിൽ ഭീതിയുടെ കരിനിഴലായി.

പതിമൂന്നും പതിനാലും നൂറ്റാണ്ടുകളിൽ മുസ്ലീങ്ങളുടെ കടന്നുവരവോടെ ഏറ്റുമുട്ടലുകളുടെ സ്വഭാവം തന്നെ മാറി. ചെറിയ ചെറിയ ഏറ്റുമുട്ടലുകളിലൂടെ ശക്തി ചോർത്തിക്കളയുന്നവരായിരുന്നില്ല മണലാരണ്യം താണ്ടിവന്ന ഇസ്ലാമിക ഭരണാധികാരികൾ. ഇസ്ലാംമതം പ്രചാരണത്തിന് പുറമെ പുതിയ വ്യാപാരമേഖലകൾ തേടാനും സാമ്രാജ്യങ്ങൾ സ്ഥാപിക്കാനുമായിരുന്നു അവർക്ക് താല്പര്യം. മരുഭൂമിയുടെ അഗാധതയിൽ സ്ഥിതിചെയ്യുന്നതു കാരണം നേരിട്ടുള്ള കീഴടങ്ങലിനു വിധേയമാകാതെ ദില്ലിയിലെ സുൽത്താന്മാർക്ക് കപ്പം കൊടുത്ത് ഒരു തരത്തിലുള്ള സ്വയം ഭരണം നിലനിർത്താൻ ആദ്യകാലത്ത് ജയ്സാൽമീർ ഭരണാധികാരികൾക്ക് കഴിഞ്ഞു. എന്നാൽ തങ്ങളുടെ കീഴിലുള്ള അക്രമികളായ ഫ്യൂഡൽ പ്രഭുക്കളെ നിലയ്ക്കു നിർത്താൻ അവർക്കായില്ല. ഇതു കാരണം യശൂലിന്റെ പ്രവചനംപോലെ തന്നെ പലവട്ടം ജയ്സാൽമീർ പിടിച്ചടയ്ക്കപ്പെട്ടു.

ആദ്യത്തെ കീഴ്പ്പെടൽ അലാവുദ്ദീൻ ഖിൽജി (1295 എ ഡി – 1315 എ ഡി)ക്കു മുന്നിലായിരുന്നു. തന്റെ രഥം കൊള്ളയടിക്കപ്പെട്ടതിൽ കുപിതനായി ഖിൽജി നീണ്ട എട്ടുവർഷക്കാലം ജയ്സാൽമീർ ഉപരോധിച്ചു. കോട്ടയിലേക്ക് ഭക്ഷണംപോലും എത്തിക്കാൻ കഴിയാതായി. പട്ടാളക്കാർ വിശന്നു മരിക്കുകയോ ഓടി രക്ഷപ്പെടുകയോ ചെയ്തു. ഒടുവിൽ ഖിൽജിയുടെ സൈന്യം കോട്ടയിലേക്ക് ഇരച്ചുകയറി. അന്ന്, ജയ്സാലിന്റെ കോട്ടയിൽ ആദ്യത്തെ ജോഹർ ആചരിക്കപ്പെട്ടു.

പരാജയം ഉറപ്പായാൽ അന്തപ്പുര സ്ത്രീകളെയും ഇളം കുരുന്നുകളെയും കുരുതി നല്കി വിവാഹനാളിലെന്നപോലെ പരമ്പരാഗത വസ്ത്രങ്ങളും ധരിച്ച് കോട്ടയുടെ വാതിൽ തുറന്ന് പുരുഷന്മാർ പുറത്തേക്ക് പായുന്നു. ശത്രുക്കളോട് ഏറ്റുമുട്ടി വീരചരമമടയുന്നു. ഇതാണ് ജോഹർ.

സുൽത്താൻ ഫിറോസ്ഷായുടെ അനസാഗർ തടാകത്തിനരികിലുള്ള ക്യാമ്പ് കൊള്ളയടിക്കപ്പെട്ടതിനെത്തുടർന്ന് രണ്ടാം പ്രാവശ്യം ജയ്സലിന്റെ കോട്ട ആക്രമിക്കപ്പെട്ടു. അപ്പോഴും ജോഹർ ആദരിക്കപ്പെട്ടു.

യശൂലിന്റെ പ്രവചനപ്രകാരമുള്ള ജയ്സൽ കോട്ടയുടെ 'പകുതി' കീഴടങ്ങൽ നടന്നത് 16–ാം നൂറ്റാണ്ടിലാണെന്ന് പറയപ്പെടുന്നു. അന്ന് ജയ്സാൽമീറിലെ ഭരണക്കാരനായ റാവൽ രാജാവിനോട് പത്താൻ പ്രമാണിയായ ഒരു സുഹൃത്ത് ഒരഭ്യർത്ഥന നടത്തി. തന്റെ കൊട്ടാരത്തിലെ അന്തഃപുരവാസികൾക്ക് കോട്ടയിൽ ഒരു സൗഹൃദ സന്ദർശനത്തിന് അനുമതി നല്കണമെന്ന് സന്ദർശനം അനുവദിക്കപ്പെട്ടു. എന്നാൽ അന്തഃപുരവാസികളെ വഹിച്ചുകൊണ്ടുവരുന്നുവെന്ന വ്യാജേന പല്ലക്കുകളിൽ സൈന്യവും ആയുധവും കോട്ടയിലെത്തുകയും പൊടുന്നനെ ആക്ര

മണം ആരംഭിക്കുകയും ചെയ്തു. സമനില തെറ്റിപ്പോയ അന്നത്തെ റാവൽ രാജാവായ ലുണാകരൻ രാജകുടുംബാംഗങ്ങളെ വധിച്ച് ജോഹറിനൊരുങ്ങി. തുടർന്നുനടന്ന യുദ്ധത്തിൽ പത്താന്മാർ പരാജയപ്പെട്ടു. അങ്ങനെ യശൂലിന്റെ പ്രവചനപ്രകാരമുള്ള പകുതി കീഴടങ്ങലും യാഥാർത്ഥ്യമായെന്നാണ് വിശ്വാസം.

മുഗളന്മാരുടെ ഭരണകാലത്ത് ജയ്സാൽമീറുമായി ഉറ്റബന്ധം നിലനിന്നു. മുഗൾ സൈന്യത്തിൽ ഭട്ടി രാജകുടുംബാംഗങ്ങൾ സേവനമനുഷ്ഠിച്ചു. രാജകുമാരിമാരെ മുഗൾ രാജാക്കന്മാർക്ക് വിവാഹം ചെയ്തു നല്കി.

18-ാം നൂറ്റാണ്ടിൽ ബോംബെ തുറമുഖം തുറന്നതോടുകൂടി അറേബ്യയിലേക്ക് സുഗന്ധദ്രവ്യങ്ങൾ കടത്തിക്കൊണ്ടുപോയിരുന്ന പാത നിശ്ചലമായി. സൂയസ്കനാൽ തുറന്നതോടുകൂടി മരുഭൂമിവഴിയുള്ള വ്യാപാര ശൃംഖല തകരുകയും ചെയ്തു. ജയ്സാൽമീറിന്റെ പ്രതാപം അസ്തമിച്ചു. ബ്രിട്ടീഷ് ഭരണകാലത്ത് രജപുത്താനയുടെ അപ്രധാനമായ പ്രവിശ്യകളിലൊന്നായി ജയ്സാൽമീർ മാറി.

4

ഇന്ന്, രാജസ്ഥാനിലെ ഏറ്റവും വലിയ ജില്ല ജയ്സാൽമീറാണ്. എന്നാൽ, ആകെ ജനസംഖ്യ 3,45,000-ൽ താഴെ മാത്രം. കാലിവളർത്തൽ, തുകൽ ഉല്പന്നങ്ങളുടെ നിർമ്മിതി, കൈത്തറി വസ്ത്ര നിർമ്മാണം, ചെറിയ തോതിലുള്ള കൃഷി തുടങ്ങിയവയാണ് ജയ്സാൽമീറികളുടെ പ്രധാന തൊഴിൽ. രാജസ്ഥാൻ കനാൽ ജയ്സാൽമീറിന് കൂടുതൽ സമൃദ്ധി പകർന്നു നല്കിയേക്കും. മറ്റ് മരുസ്ഥലങ്ങളിൽനിന്നും ഭിന്നമാണ് ജയ്സാൽമീർ. പച്ചത്തലപ്പ് വീണ്ടും പ്രത്യക്ഷപ്പെട്ടു തുടങ്ങുന്നു. അപമരുഭൂമിവല്ക്കരണം നടക്കുന്നതായി ശാസ്ത്രജ്ഞന്മാർ അഭിപ്രായപ്പെടുന്നു. മഹാസമുദ്രം പിന്മാറിയാണ് ഈ മരുഭൂമിയുണ്ടായതെന്ന് ഫോസിലുകൾ തെളിവായി കാട്ടി ശാസ്ത്രജ്ഞൻ വാദിക്കുമ്പോഴും നമുക്ക് എതിർക്കാനാവില്ല. മഹാസമുദ്രം മരുഭൂമിയായി മാറിപ്പോയതിന്റെ ശാസ്ത്രരഹസ്യം എന്താവാം.

ജയ്സാൽമീറിലെ നഗരക്കാഴ്ചകൾ ഒരുദിവസംകൊണ്ട് തീർക്കാവുന്നതാണ്. പ്രധാന കാഴ്ച ത്രികൂടക്കുന്നിൽ ജയ്സാൽ പണിത കോട്ട തന്നെ.

ജോധ്പൂരിൽനിന്നും ജയ്സാൽമീറിലേക്ക് വരുമ്പോൾ അകലെ ആരവല്ലി പർവ്വതങ്ങളുടെ പശ്ചാത്തലത്തിൽ ജയ്സലിന്റെ ദുർഗ്ഗം നമ്മുടെ ദൃഷ്ടിപഥത്തിലെത്തും. ഏതോ മദ്ധ്യകാല പെയിന്റിങ്ങുപോലെയേ തോന്നൂ. മരുനിരപ്പിൽനിന്നും 325 അടി ഉയരമുണ്ട് ത്രികൂടക്കുന്നിന്. അതിനു മുകളിൽ കോട്ടയും ഏഴുനിലകളുള്ള കൊട്ടാരവും പണിതിരിക്കുന്നു. കോട്ടയിൽ ശത്രുക്കളെ നേരിടുന്നതിനുവേണ്ടി പ്രത്യേകം തയാ

റാക്കപ്പെട്ട 99 കേന്ദ്രങ്ങളുണ്ട്. ഗണേശ്, സൂരജ്, ദോയിന്ത, ഭൂട്ടാ എന്നീ നാലു പ്രധാന കവാടങ്ങളും നിരവധി അഗാധതയിലേക്ക് പോകുന്ന മരണക്കിണറുകളും രാജകുടുംബങ്ങൾ കാറ്റുകൊള്ളുന്ന സ്ഥലവും ജോഹർ ആചരിച്ചിരുന്ന സതിയോംകാപഗോതിയയും വിസ്മയത്തോടെ മാത്രമേ കാണാനാവൂ. ഭീമാകാരങ്ങളായ വിന്റുസ്റ്റോണുകൾ അടുക്കി വച്ചാണ് കോട്ട നിർമ്മിച്ചിരിക്കുന്നത്. പഴയനഗരം കോട്ടയുമായി ബന്ധപ്പെട്ട് സ്ഥിതി ചെയ്യുന്നു. ജനസംഖ്യയുടെ നാലിലൊന്നും കോട്ടയ്ക്കുള്ളിലാണ് വാസം. അത്ര ബൃഹത്താണ് കോട്ട. കോട്ടയോട് ചേർന്ന് വ്യാപാര കേന്ദ്രങ്ങളാണ്. പുരാതന വിപണനകേന്ദ്രങ്ങളുടെ തനിമ ഇന്നും നിലനിന്നുപോരുന്നു. കടുംവർണ്ണങ്ങളിലുള്ള പാവാടയും ദുപ്പട്ടയുമാണ് സ്ത്രീകളുടെ പ്രധാന വേഷം. പുരുഷന്മാർ കടുക്കനിടുന്നു. ജയ്സാൽമീറികളുടെ വേഷവിധാനങ്ങൾ ആകർഷകമാണ്. ഹൃദ്യമായ പെരുമാറ്റം കൊണ്ട് ഇവർ നമ്മുടെ മനം കവരുന്നു.

ഇടുങ്ങിയ ഗലികളും ഹവേലികളും ഈ നഗരത്തിന് പൗരാണിക സ്പർശമേകുന്നു. ധനികവ്യാപാരികൾ പണിത മനോഹര സൗധങ്ങളാണ് ഹവേലികൾ. സാന്റ് സ്റ്റോണുകളിൽ പണിതിട്ടുള്ള ഹവേലികൾ കല്ലിൽ തീർന്ന കവിതകൾതന്നെ. താജ്മഹലിന്റെ നിർമ്മിതിയിൽ കാണുന്ന സൂക്ഷ്മത ഇവിടെയും കാണാം. ഹവേലികളിൽ മിക്കതിലും ആൾപ്പാർപ്പുണ്ട്. പഢ്വോം കിഹവേലി, സലിംസിംഹ് കി ഹവേലി, നാഥമൽജി കി ഹവേലി എന്നിവ ഹവേലികളിൽ പ്രമുഖങ്ങളാണ്. പേർഷ്യൻ - ഭാരത വാസ്തു ശില്പ ചാരുതകളുടെ ഒത്തുചേരൽ ഹവേലികളുടെ നിർമ്മിതിയിൽ കാണാം.

12-ാം നൂറ്റാണ്ടിൽ പണിത ജൈന-ഹൈന്ദവക്ഷേത്രങ്ങൾ കോട്ടയോടനുബന്ധിച്ചിട്ടുണ്ട്.

കോട്ടയുമായി ബന്ധപ്പെട്ടു കിടക്കുന്ന ജയ്സാൽമീറിലെ നഗരജീവിതം തിരക്കൊഴിഞ്ഞ വീഥികൾ, ഏതാനും കിലോമീറ്ററുകൾക്കപ്പുറം ഇൻഡോ-പാക് അതിർത്തി. 1974 മെയ് മാസത്തിൽ ഇന്ത്യ പ്രഥമ ആണവപരീക്ഷണം നടത്തിയ പൊഖ്റാൻ ജയ്സാൽമീറിനടുത്താണ്. ജനുവരി-ഫെബ്രുവരി മാസങ്ങളിലാണ് പ്രസിദ്ധമായ ഡെസർട്ട് ഫെസ്റ്റിവലുകൾ. വിദേശ ടൂറിസ്റ്റുകൾ വളരെയേറെ വന്നുപോകുന്നു. ജവാന്മാരുടെ സാമീപ്യവും പട്ടാള ട്രക്കുകളുടെ ഇരമ്പലും ആകാശം ഭേദിച്ചു കൊണ്ട് റോന്തുചുറ്റുന്ന യുദ്ധവിമാനങ്ങളും പൊടുന്നനെ വന്നുചേരുന്ന നിശ്ശബ്ദതയും സന്ദർശകനെ ഓർമ്മിപ്പിക്കും - കാലുകൾ ഊന്നിയിരിക്കുന്നത് യുദ്ധഭൂമിയിലാണെന്ന്.

രാജസ്ഥാൻ മരുഭൂമിയുടെ സൗന്ദര്യം പൂർണ്ണമായും ആസ്വദിക്കണമെങ്കിൽ ജയ്സാൽമീർ വിട്ട് 45 കി മീ അകലെയുള്ള ഡെസർട്ട് നാഷണൽ പാർക്കിലെത്തണം. മരുഭൂമിയുടെ ഹൃദയത്തിലേക്കുള്ള ഈ യാത്ര ജയ്സാൽമീറിൽനിന്നും വൈകുന്നേരം നാലുമണിക്ക് ആരംഭിക്കും. യാത്ര ജീപ്പിലായിരിക്കും. ഉച്ചയ്ക്ക് മണൽ തിളയ്ക്കുന്നുണ്ടാവും. ആവശ്യത്തിന് തണുത്തവെള്ളം കരുതി.

ജനപഥങ്ങൾ പിന്നിട്ട് വിജനമായ പാതയിലൂടെയുള്ള യാത്ര അനന്യമാണ്. നാലുമണിക്കഴിഞ്ഞിട്ടും ചൂട് ഇറങ്ങിത്തുടങ്ങിയില്ല. മണൽക്കാറ്റുണ്ട്. അങ്ങിങ്ങ് ഉണങ്ങിയ ചോളവയലുകളും മേച്ചിൽപ്പുറങ്ങളും കടന്നുപോയി. അകലെയേതോ കനിവിൽനിന്നും വെള്ളവുമായി നടന്നുപോകുന്ന സ്ത്രീകൾ. ചില മൺകുടിലുകൾ, ഒട്ടകകൂടങ്ങൾ.

ഈ യാത്ര എല്ലാ യാത്രയ്ക്കുമപ്പുറമാണ്. തിളങ്ങുന്ന മണൽപ്പരപ്പ്. മാനത്ത് തിളങ്ങുന്ന ആ തീഗോളം മാത്രം. അകലങ്ങളിൽ മണൽക്കാറ്റ് ഉയർന്നുപൊങ്ങുന്നു.

സാം സാന്റ് ഡ്യൂണിലെത്തുമ്പോൾ പച്ചത്തലപ്പുകൾ തികച്ചും അപ്രത്യക്ഷമാവുന്നു. മൂന്നു കിലോമീറ്റർ നീളത്തിലും ഒന്നരകിലോമീറ്റർ വീതിയിലും കാണുന്ന മണൽച്ചുഴി പ്രദേശമാണ് സാം സാന്റ് ഡ്യൂൺസ്. ഇത് സംരക്ഷിതപ്രദേശമാണ്. മണലിന്റെ ഇറോഷൻ തടയുന്നതിന് ശാസ്ത്രീയ മാർഗ്ഗങ്ങൾ കൈക്കൊണ്ടിട്ടുണ്ട്.

സായാഹ്ന സവാരിക്കെത്തുന്നവരെ കാത്ത് നൂറുകണക്കിന് ഒട്ടകങ്ങൾ കിടപ്പുണ്ടാവും. രാജസ്ഥാൻ ടൂറിസം വികസന കോർപ്പറേഷന്റെ വക കോളേജുണ്ട്. വിശ്രമത്തിനായി ഒന്നു രണ്ടു പെട്ടിക്കടകളും ഒരു പൊലീസ് എയ്ഡ് പോസ്റ്റുമുണ്ട്. ക്വാട്ടേജുകളിൽ ലഘുഭക്ഷണത്തിനുള്ള സംവിധാനമുണ്ട്. ക്വാട്ടേജിനരുകിൽ ജീപ്പൊതുക്കി ഡ്രൈവർ പറഞ്ഞു:

"സാബ് സൂക്ഷിക്കണം. അവർ (ഒട്ടകക്കാർ) മുസൽമാന്മാരാണ്. കൂലി പറഞ്ഞുറപ്പിച്ച ശേഷമേ സവാരി ഉറപ്പിക്കാവൂ."

മതവൈരത്തിന്റെ വിഷവിത്തുകൾ ഇവിടെയും വീണുകഴിഞ്ഞു!

ഒട്ടകക്കാരുടെ ദീനമുഖങ്ങൾ ചുറ്റും.

"എന്റെ ഒട്ടകം മിടുക്കനാണ് സാബ്. എത്ര ദൂരം വേണമെങ്കിലും അവൻ തളരാതെ പോകും."

പന്ത്രണ്ടുവയസ്സോളം വരുന്ന ഒരു പയ്യൻ. മുഷിഞ്ഞ വേഷം. പഴന്തുണികൾ ചുറ്റിക്കെട്ടിയ തലപ്പാവ്. നീണ്ട കുപ്പായവും ദോത്തിയും.

"സാബ് ചായകുടിച്ചു വരുമ്പോൾ എന്റെ ഒട്ടകം പിടിക്കണം. ദീദി... മറക്കരുത്." ഭാര്യയെ നോക്കി അവൻ ശുപാർശ ചെയ്തു.

കാര്യങ്ങൾ തെളിഞ്ഞുവരുന്നതുവരെ ആർക്കും വാക്കുകൊടുത്തില്ല.

ചായ കുടി കഴിഞ്ഞ് ക്വാട്ടേജിനു പുറത്തിറങ്ങി. ഒട്ടകക്കാർ വന്നു പൊതിഞ്ഞു. വൃദ്ധന്മാർ, യുവാക്കൾ, കുട്ടികൾ ഏവർക്കും ഒരേ മുഖം. ദൈന്യതകളിൽ ഏതാണ് ഞാൻ തെരഞ്ഞെടുക്കേണ്ടത്.

കുട്ടികളെ പാട്ടിലാക്കിക്കഴിഞ്ഞ ഒരു വൃദ്ധൻ സാന്റ് ഡ്യൂൺസ് ലക്ഷ്യമാക്കി നീങ്ങിക്കഴിഞ്ഞു.

"കൈയൊഴിയല്ലേ സാബ് സീസൺ നന്നല്ല."

സന്ദർശകരെല്ലാം ഓരോ ഒട്ടകങ്ങളിൽ കയറിപ്പറ്റി. രണ്ടുമണിക്കൂർ സവാരിക്ക് ഒട്ടകമൊന്നിന് 60 രൂപ വീതം. ബക്ഷിഷ് പുറമെ.

കാറ്റിനനുസരിച്ച് മണൽക്കുന്നുകൾക്കും ചുഴികൾക്കും രൂപഭേദം.

മരുഭൂമിയിലെ ഗായകൻ

തിരമാലകൾപോലെ മാറിവരുന്ന ഡിസൈനുകൾ. ചൂട് ക്രമേണ കുറഞ്ഞുതുടങ്ങി. കാറ്റിന് നേർത്ത കുളിർ. ഒട്ടകസവാരിക്കുമുണ്ട് മരുഭൂമിയുടെ താളം.

ഓർക്കാപ്പുറത്ത് പെയ്ത മഴ പോലെ വൃദ്ധൻ പാടാൻ തുടങ്ങി.

വിഷാദം ചാലിച്ച മരുഭൂമിയുടെ ഗാനം! യുദ്ധത്തിനുപോയി ഇനിയും മടങ്ങിവരാത്ത ഏതോ പടയാളിയുടെ സ്മരണകളിലൂടെ ഊളിയിട്ടു പോകുന്ന പാട്ട്.

ഒട്ടകപ്പുറത്തുനിന്നും ഇറങ്ങി നടന്നു. നേർത്ത മണലിൽ കാലുകൾ പുതഞ്ഞുപോകുന്നു. കുട്ടികൾ മണൽക്കുന്നുകളിൽനിന്നും അഗാധമായ മണൽച്ചുഴിയിലേക്ക് ഓടിയിറങ്ങി. മണലിൽ കാല്പാടുകൾ വീഴ്ത്തി നീങ്ങുന്ന ഷഡ്പദങ്ങൾ.

അസ്തമയം കാത്തിരിക്കുമ്പോൾ മരുഭൂമിയുടെ ഗായകരെത്തി. പഴകിപ്പൊളിഞ്ഞ ഒരു ഹാർമോണിയവും പുല്ലാങ്കുഴലുമാണ് അകമ്പടി.

“ഒരു പാട്ട് പാടട്ടെ സാബ്.”

സൂര്യാസ്തമയത്തിന്റെ കടുംചുവപ്പ് ചക്രവാളത്തിൽ. വിഷാദഗാനങ്ങളിലൂടെ ഗായകർ കത്തിക്കയറുന്നു. അജ്ഞാതമായ, ഏതോ രാഗങ്ങളിലൂടെ.

ഒട്ടകാലയങ്ങൾക്കരികിൽ വച്ചു കണ്ട പയ്യൻ എങ്ങുനിന്നോ അരികിലെത്തി. ദയനീയമായി ചിരിക്കുന്നു. കൂടുതലരികിലേക്ക് അവൻ നീങ്ങിയിരിക്കുന്നു. പോക്കറ്റിൽ പഴ്സുണ്ടെന്നുറപ്പുവരുത്തി. ഒരു കൈ പഴ്സിൽത്തന്നെ തിരുകിപ്പിടിച്ചു.

അവൻ ചോദിച്ചു.

“എങ്ങനെയുണ്ട് സാബ് ഇവരുടെ പാട്ട്.”

“മനോഹരംതന്നെ.”

അവന് ഇംഗ്ലീഷ് അറിയും. ടൂറിസത്തിന് നന്ദി.

“സാബ് എവിടുന്നാണ്.”

“കേരളം.”

“കേട്ടിട്ടുണ്ട്.”

അവന് അറിയാം ഇന്ത്യയെ.

കേരളീയർ നല്ല മനുഷ്യരാണ്. ഇവിടെ അവർ ധാരാളമായി വരാറുണ്ട്.

“ഇവിടെ സ്കൂളുണ്ടോ?”

"ഉണ്ട്. നാലു കിലോമീറ്റർ അകലെ. അവിടെകൃഷിയിടങ്ങളും മേച്ചിൽസ്ഥലങ്ങളും വീടുകളുമുണ്ട്."

അവൻ വിദൂരതയിലേക്ക് ചൂണ്ടി.

"നീ എത്രവരെ പഠിച്ചു."

"ഇല്ല സാബ്. പഠിച്ചിട്ടില്ല."

മഞ്ഞപ്പല്ലുകൾ കാട്ടി അവൻ ചിരിക്കുന്നു.

വിഷാദത്തോടെ.

കാറ്റിൽ അവന്റെ കുപ്പായം പാറിക്കളിച്ചു.

മൗനത്തിലേക്ക് അവൻ ആണ്ടുപോയി.

അവന്റെ കണ്ണുകളിൽ നീർപൊടിയുന്നുവോ.

അഴുക്കുനിറഞ്ഞ മുഖത്ത് നീർച്ചാലുകൾ. അവൻ കരയുകയാണ്.

"നിങ്ങൾ നല്ലവരാണ് സാബ്."

"നിന്റെ പേരെന്താ."

"സലിം."

സൂര്യാസ്തമയം തുടങ്ങി.

മടക്കയാത്ര ആരംഭിക്കുന്നു.

"ഞങ്ങൾ പോട്ടെ സലിം."

"കാണാം സാബ്.... കാണാം ദീദി."

അവൻ വീണ്ടും നിശ്ശബ്ദനായി.

കൈയെടുത്ത് നെഞ്ചിൽ വച്ചു. കൈത്തണ്ടയിൽ അവന്റെ ചുംബനം.

"നിനക്ക് കാശുവല്ലതും."

മരുഭൂമിയിലെ ഒരു ഒട്ടകസവാരി

സാൻഡ് ഡ്യൂൺ

ഞാൻ കാശെടുക്കാൻ ശ്രമിച്ചു.

"വേണ്ട സാബ്. വേണ്ട."

"ഒരു കാര്യം."

"എന്താ."

"സാബിനി വരുമ്പോൾ എന്റെ ഒട്ടകം പിടിക്കണം."

തീർച്ചയായും സലിം.... തീർച്ചയായും.

"ഗായകസംഘം മണൽമടക്കുകൾ ഇറങ്ങി."

സലിം നടന്നു. അവന്റെ നിഴൽ അവസാനമില്ലാതെ നീണ്ടുപോയി.

ഒട്ടകത്തിലിരുന്ന് തിരിഞ്ഞുനോക്കിയപ്പോൾ സലിം കൈവീശുന്നു. അകലെ മറയുന്നതുംവരെ രണ്ടു കുഞ്ഞുകൈകൾ ഉയർന്നു താഴുന്നു.

കണ്ണുകൾ നിറഞ്ഞിരിക്കുന്നു.

മനുഷ്യനന്മയെ, ആർദ്രതയെ, ഇല്ലാതാക്കുവാൻ ആർക്കുമാവില്ല തന്നെ!

വേണ്ടപ്പെട്ടവരെ ആരെയോ ഉപേക്ഷിച്ചിട്ട് ഞങ്ങൾക്ക് മടങ്ങേണ്ടിയിരിക്കുന്നു.

www.ingramcontent.com/pod-product-compliance
Lightning Source LLC
LaVergne TN
LVHW100258051026
849517LV00006B/2132
* 9 7 8 9 3 8 6 1 1 2 4 3 9 *